കേരളത്തിന്റെ വികസനം

നിയോലിബറൽ അജണ്ടയ്ക്ക്
ഒരു വിമർശം

keralathinte vikasanam
neoliberal agendakku oru vimarsham

•

dr. t m thomas isaac

•

first edition
january 2016

•

published
chintha publishers, thiruvananthapuram

•

typesetting
star communications, thiruvananthapuram

•

•

cover
vinod

•

വിതരണം

ദേശാഭിമാനി ബുക്ക് ഹൗസ്
H O തിരുവനന്തപുരം–695 035
Ph: 0471-2303026, 6063020
www.chinthapublishers.com
chinthapublishers@gmail.com

ബ്രാഞ്ചുകൾ

ഹെഡ്ഡാഫീസ് ബ്രാഞ്ച് കുന്നുകുഴി • സ്റ്റാച്യു തിരുവനന്തപുരം • കെ എസ് ആർ ടി സി ബസ് സ്റ്റേഷൻ ആലപ്പുഴ • കെ എസ് ആർ ടി സി ബസ് സ്റ്റേഷൻ എറണാകുളം • മച്ചിങ്ങൽ ലെയ്ൻ തൃശൂർ • ഐ ജി റോഡ് കോഴിക്കോട് • മാവൂർ റോഡ് കോഴിക്കോട് • എൻ ജി ഒ യൂണിയൻ ബിൽഡിങ് കണ്ണൂർ • സെൻട്രൽ ബസ് ടെർമിനൽ കോംപ്ലക്സ് താവക്കര കണ്ണൂർ

CO - 2295 / 3790

കേരളത്തിന്റെ വികസനം
നിയോലിബറൽ അജണ്ടയ്ക്ക് ഒരു വിമർശം

ഡോ. ടി എം തോമസ് ഐസക്

ചിന്ത പബ്ലിഷേഴ്സ്
തിരുവനന്തപുരം-695 035

ഡോ. ടി എം തോമസ് ഐസക്

1953 സെപ്തംബർ 26 ന് കൊടുങ്ങല്ലൂർ കോട്ടപ്പുറത്തു ജനിച്ചു. സ്കൂൾ വിദ്യാഭ്യാസം കൊടുങ്ങല്ലൂർ ഗവ. ബോയ്സ് ഹൈസ്കൂളിൽ. ബിരുദപഠനം എറണാകുളം മഹാരാജാസ് കോളേജിൽ. ജവഹർലാൽ നെഹ്റു സർവ്വകലാശാലയിൽനിന്ന് പി എച്ച് ഡി. തിരുവനന്തപുരത്തെ സെന്റർ ഫോർ ഡെവലപ്മെന്റ് സ്റ്റഡീസിൽ ഫെലോ ആയിരുന്നു. ഇപ്പോൾ ഓണററി ഫെലോ.

എസ് എഫ് ഐ സംസ്ഥാന പ്രസിഡന്റ് ആയിരുന്നു. ഇപ്പോൾ സി പി ഐ (എം) കേന്ദ്രകമ്മിറ്റി അംഗം.

സംസ്ഥാന ആസൂത്രണബോർഡ് അംഗമായും കേരളത്തിലെ ധനകാര്യമന്ത്രിയായും പ്രവർത്തിച്ചിട്ടുണ്ട്.

ജനകീയാസൂത്രണ പ്രസ്ഥാനത്തിന്റെ ശില്പികളിൽ പ്രമുഖൻ. 2001 മുതൽ കേരള നിയമസഭയിൽ മാരാരിക്കുളം നിയോജകമണ്ഡലത്തെ പ്രതിനിധീകരിക്കുന്നു.

Democracy at Work: A study of Dinesh Beedi Workers Co-operative (Cornell University Press), *Local Democracy and Local Development: Peoples' Plan Campaign in Kerala* (Left Word) കൂടാതെ അമേരിക്കൻ, സ്പാനിഷ്, പോർച്ചുഗീസ് എഡിഷനുകളും, *Modernisation and Employment: Coir Industry in Kerala* (Sage), *ദാരിദ്ര്യത്തിന്റെ അർത്ഥശാസ്ത്രം, അർത്ഥശാസ്ത്രം ഹരിശ്രീ, ലോക മുതലാളിത്തക്കുഴപ്പം, ലോകബാങ്കും നാണയനിധിയും, വിമോചനസമരത്തിന്റെ കാണാപ്പുറങ്ങൾ, ആഗോള പ്രതിസന്ധിയും ആഗോളവല്ക്കരണവും, ഭൂപരിഷ്കരണം ഇനി എന്ത്?, വ്യാജസമ്മതിയുടെ നിർമ്മിതി മാധ്യമവിമർശം 2000–2009, വിരുദ്ധന്മാരുടെ രണ്ടാം വരവ്, മാറുന്ന മനസ്സുകൾ മാലിന്യമകലുന്ന തെരുവുകൾ ആലപ്പുഴ വൃത്തിയാകുമ്പോൾ* (ചിന്ത പബ്ലിഷേഴ്സ്), *കേരളം മണ്ണും മനുഷ്യനും, കരിയുന്ന കല്പവൃക്ഷം, കീഴടങ്ങലിന്റെ അർത്ഥശാസ്ത്രം* (കേരള ശാസ്ത്രസാഹിത്യ പരിഷത്ത്), *ജനകീയാസൂത്രണം സിദ്ധാന്തവും പ്രയോഗവും* (സംസ്ഥാന ആസൂത്രണ ബോർഡ്), *ജനകീയാസൂത്രണത്തിന്റെ രാഷ്ട്രീയം, മരുപ്പച്ചകൾ ഉണ്ടാകുന്നത്, സാമ്പത്തികബന്ധങ്ങൾ കേന്ദ്രവും കേരളവും* (ഡി സി ബുക്സ്) എന്നിവ പ്രധാന കൃതികൾ.

കേരളം മണ്ണും മനുഷ്യനും 1989 ലെ കേരളസാഹിത്യ അക്കാദമി അവാർഡ് നേടി.

ഉള്ളടക്കം

പ്രസാധകക്കുറിപ്പ്

കേരളത്തിലെ ആസൂത്രണബോർഡ് തയ്യാറാക്കിയ പദ്ധതി പരിപ്രേക്ഷ്യം 2030 എന്ന രേഖയ്ക്ക് ഒരു വിമർശമാണ് ഡോ. ടി എം തോമസ് ഐസക് തയ്യാറാക്കിയ *കേരളത്തിന്റെ വികസനം: നിയോ ലിബറൽ അജണ്ടയ്ക്ക് ഒരു വിമർശം* എന്ന ഈ ഗ്രന്ഥം. ഡൽഹിയിലെ എൻ സി എ ഇ ആർ കരാർ അടിസ്ഥാനത്തിൽ ആസൂത്രണ ബോർഡിനുവേണ്ടി തയ്യാറാക്കിയതാണ് പദ്ധതി പരിപ്രേക്ഷ്യം 2030. കേരളത്തിലെ കാർഷിക, മത്സ്യ, ക്ഷീര, കശുവണ്ടി, കൈത്തറി, വിദ്യാഭ്യാസ, ആരോഗ്യ, വൈജ്ഞാനികമേഖലകളെ സംബന്ധിച്ച അർത്ഥപൂർണ്ണമായ പഠനങ്ങളൊന്നും കൂടാതെ തയ്യാറാക്കിയ ഈ രേഖ ബാലിശവും പരിഹാസ്യവുമാണെന്ന വിമർശനം ഉയർന്നുവന്നിരുന്നു.

പത്തൊൻപത് അദ്ധ്യായങ്ങളിലായി ഡോ. തോമസ് ഐസക് പരിപ്രേക്ഷ്യം 2030 ന്റെ ദൗർബല്യങ്ങളും, അപ്രായോഗികതകളും മറയില്ലാത്ത നിയോലിബറൽ ദാസ്യവും തുറന്നുകാട്ടുന്നു. കേരളത്തിന് അവശ്യം വേണ്ടുന്ന വികസനകാഴ്ചപ്പാട് എന്താവണമെന്ന് അദ്ദേഹം 20–ാം അദ്ധ്യായത്തിൽ ചൂണ്ടിക്കാണിക്കുന്നു.

ഈ വിഷയത്തെ സംബന്ധിച്ച് അന്താരാഷ്ട്ര കേരള പഠന കോൺഗ്രസ് 4 ന്റെ പഠനങ്ങളും ചർച്ചകളും നടന്നുകൊണ്ടിരിക്കുന്ന ഈ ഘട്ടത്തിൽ വൈജ്ഞാനിക സമൂഹത്തെ ഉത്ബുദ്ധരാക്കാൻ പര്യാപ്തമായ ഈ ഗ്രന്ഥം കൃതാർത്ഥതയോടെ ഞങ്ങൾ അവതരിപ്പിക്കുന്നു.

ചിന്ത പബ്ലിഷേഴ്സ്

ആമുഖം

യു ഡി എഫിന്റെ നിയോലിബറൽ നയങ്ങൾ ഒരു മറയുമില്ലാതെ അനാവരണം ചെയ്യുന്ന രേഖയാണ് പദ്ധതി പരിപ്രേക്ഷ്യം 2030 എന്ന ആസൂത്രണ ബോർഡിന്റെ രേഖ. ഈ രേഖയ്ക്ക് കേരളത്തിന്റെ വികസന ചരിത്രത്തിൽ എന്നുമൊരു സ്ഥാനമുണ്ടാകും. കേരള വികസനത്തെക്കുറിച്ചുള്ള ആദ്യത്തെ ലക്ഷണമൊത്ത നിയോലിബറൽ പ്രാമാണിക രേഖയാണ് ഇത്. ഇടതുപക്ഷ നയങ്ങളെയും പരിപാടികളെയും അട്ടിമറിക്കുമ്പോഴും യു ഡി എഫ് സർക്കാരുകൾ ജനകീയ നാട്യങ്ങൾ പരിപാലിച്ചു പോന്നിരുന്നു. വലതുപക്ഷ നയങ്ങളെ ഇടതുപക്ഷ ആവരണമിട്ടേ കേരളത്തിൽ അവതരിപ്പിക്കാൻ കഴിയൂ. പക്ഷേ, ഈ രേഖയിൽ അത്തരം ആകുലതകളില്ലാതെ വലതുപക്ഷ നിയോലിബറൽ നയങ്ങൾ അവതരിപ്പിച്ചിരിക്കുന്നു.

ഒരുപക്ഷേ, കേരളത്തിലെ പണ്ഡിതരുടെ മുൻകൈയിൽ ഇത്തരമൊരു രേഖ തയ്യാറാക്കാൻ തുനിഞ്ഞാൽ വേണ്ടത്ര പിന്തുണ കിട്ടിയില്ലെങ്കിലോ എന്ന ചിന്തയിലായിരിക്കണം, ഡൽഹിയിലെ നാഷണൽ കൗൺസിൽ ഓഫ് അപ്ലൈഡ് എക്കണോമിക് റിസർച്ച് (എൻ സി എ ഇ ആർ) എന്ന സ്ഥാപനത്തിന് ഈ രേഖ തയ്യാറാക്കാൻ കോൺട്രാക്ടു കൊടുത്തത്. ഈ പഠനസംഘത്തിൽ കേരളത്തെക്കുറിച്ച് എന്തെങ്കിലും തനതായ പഠനമോ സംഭാവനയോ നല്കിയിട്ടുള്ളവർ ഉള്ളതായി അറിവില്ല. കേരളത്തിലെ അക്കാദമിക് സമൂഹവുമായി ഇവർ എന്തെങ്കിലും ഗൗരവമായി സംവദിച്ചിട്ടുണ്ടെന്നും തോന്നുന്നില്ല. ഇതിന്റെ ഫലമായി സാങ്കേതികമായി ചില മികവുകളുണ്ടെങ്കിലും ബാലിശവും പരിഹാസ്യവുമായ ഒരു കരടുരേഖയാണ് പൊതുജനങ്ങൾക്കായി വിതരണം ചെയ്തത്. സ്വാഭാവികമായും അതിനിശിതമായ വിമർശനത്തെ നേരിടേണ്ടിവന്നു.

ഈ കരടു രേഖയെ ആസ്പദമാക്കി ചിന്തയിൽ ഞാനെഴുതിയ ലേഖനങ്ങളാണ് ചില കൂട്ടിച്ചേർക്കലോടെ ഈ ഗ്രന്ഥത്തിൽ സമാഹരിച്ചിരിക്കുന്നത്.

രേഖയിലെ കുറ്റങ്ങളിലും കുറവുകളിലേക്കുമേ കണ്ണെത്തിയിട്ടുള്ളൂ; അതുകൊണ്ട് വിമർശനം വസ്തുനിഷ്ഠമല്ല എന്ന് ആസൂത്രണ ബോർഡിലെ സുഹൃത്തുക്കൾ അന്നേ പരാതിപ്പെട്ടിരുന്നു. എങ്കിലും വിമർശനങ്ങളുടെ പശ്ചാത്തലത്തിൽ കരടുരേഖ പുതുക്കുന്നതിന് കേരളത്തിൽ നിന്നുള്ള ഒരു പണ്ഡിതനെ ചുമതലപ്പെടുത്താൻ പ്ലാനിങ് ബോർഡ് നിർബ്ബന്ധിതമായി. അങ്ങനെ കരടു രേഖയിലെ ബാലിശമായ പലതും മാറ്റുകയും പുതിയവ ചിലതു ചേർക്കുകയും ചെയ്തുകൊണ്ടാണ് പദ്ധതി പരിപ്രേക്ഷ്യം 2030 ന്റെ അന്തിമരൂപം പുറത്തിറങ്ങിയത്. എങ്കിലും വിമർശനങ്ങളിൽ അടിസ്ഥാനപരമായ ഒരു മാറ്റം വരുത്തേണ്ടതിന്റെ ആവശ്യമുണ്ടെന്ന് എനിക്കു തോന്നിയിട്ടില്ല.

പദ്ധതി പരിപ്രേക്ഷ്യം 2030 ലെ എല്ലാ നിലപാടുകളും തള്ളിക്കളയണമെന്ന് ഞാൻ വാദിക്കുന്നില്ല. കേരളത്തിൽ സർവ്വസമ്മതമായിട്ടുള്ള പലകാര്യങ്ങളും ഈ രേഖയിലും അവതരിപ്പിക്കപ്പെടുന്നുണ്ട്. രണ്ടു കാര്യങ്ങൾ പരിപ്രേക്ഷ്യം 2030നെക്കുറിച്ച് ക്രിയാത്മകമായി സമ്മതിക്കുന്നു. ഒന്ന്, ഓരോ അദ്ധ്യായത്തിനും ആമുഖത്തിൽ ഇന്നത്തെ അവസ്ഥയെക്കുറിച്ചും പ്രശ്നങ്ങളെക്കുറിച്ചും ഏറ്റവും പുതിയ സ്ഥിതിവിവരക്കണക്കുകൾ അടിസ്ഥാനമാക്കി വിശദമായ വിവരണമുണ്ട്. ഗവേഷകർക്ക് ഇതു വളരെ സഹായകമാണ്. രണ്ട്, കേരളത്തിൽ ഇതുവരെയുള്ള വികസനസാഹിത്യം പരിശോധിച്ചാൽ സംരംഭകത്വത്തിനും ഇന്നൊവേഷനും ഏറ്റവും കൂടുതൽ ഊന്നൽ നല്കുന്ന രേഖയാണിത്. കേരളത്തിന്റെ വികസനസാഹിത്യത്തിൽ പൊതുവിൽ ഈ മേഖലകളോട് ഒരു അവഗണന ഉണ്ടായിട്ടുണ്ട് എന്നു ഞാൻ സമ്മതിക്കുന്നു. പക്ഷേ, രേഖയുടെ നിയോലിബറൽ പൊതുചട്ടക്കൂടിനോട് ഒരിക്കലും യോജിക്കാൻ കഴിയില്ല. എന്റെ ഈ വിമർശന ഗ്രന്ഥത്തിൽ പറയുന്ന ഗൗരവമായ കുറവുകൾ ഓരോ മേഖലയിലെയും വിശദാംശങ്ങളിലുണ്ടു താനും.

പരിപ്രേക്ഷ്യം 2030 നെക്കുറിച്ചുള്ള വിമർശനത്തിനപ്പുറം ഇടതുപക്ഷ ബദൽ സമീപനം എന്തായിരിക്കണമെന്നതിനെക്കുറിച്ച് അവസാന അദ്ധ്യായത്തിലെ പൊതുപരാമർശങ്ങളല്ലാതെ വിശദാംശങ്ങൾ നല്കാൻ ഈ ഗ്രന്ഥത്തിൽ ശ്രമിച്ചിട്ടില്ല. ഇത്തരമൊരു ഇടതുപക്ഷ ബദലിന് രൂപം നല്കുന്നതിനുള്ള വലിയൊരു ജനകീയ സംവാദമാണ് 2016 ജനുവരിയിൽ നടക്കുന്ന നാലാം കേരള പഠന കോൺഗ്രസ്. പദ്ധതി പരിപ്രേക്ഷ്യം 2030 തയ്യാറാക്കിയതുപോലെ ഏതെങ്കിലും കൺസൾട്ടന്റുമാരെ വെച്ചല്ല കേരള വികസനത്തിനുള്ള ഇടതുപക്ഷ അജണ്ടയ്ക്കു രൂപം നല്കുന്നത്. പഠനകോൺഗ്രസിന് അനുബന്ധമായി ഇരുപതോളം അനുബന്ധ സെമിനാറുകളാണ് കഴിഞ്ഞ ആറു മാസക്കാലത്തിനിടയിൽ നടന്നത്. ഈ ചർച്ചകളിലേതാണ്ട് അയ്യായിരത്തോളം ആളുകൾ പങ്കാളികളായി. രണ്ടായിരത്തിൽപ്പരം പേജ് വരുന്ന പ്രബന്ധ സമാഹാരങ്ങളും പ്രസിദ്ധീ

കരിക്കപ്പെട്ടു. ഇവയെല്ലാം ഉദ്ഗ്രഥിച്ചുകൊണ്ടാണ് പഠന കോൺഗ്രസിൽ ചർച്ച ചെയ്യാനുള്ള കേരള വികസന രേഖയ്ക്കു രൂപം നല്കുന്നത്. ഈ രേഖയെ സംബന്ധിച്ച് പഠന കോൺഗ്രസിൽ അഭിപ്രായം പറയുന്നതിന് അമ്പതു വേദികളിലായി 500 പണ്ഡിതന്മാർ പങ്കെടുക്കുന്നു. സദസ്സിലുള്ളവർക്കും ചർച്ചകളിൽ പങ്കെടുക്കാം. ഇങ്ങനെ രൂപം നല്കുന്ന രേഖയുടെ കാഴ്ചപ്പാടിൽ കേരളത്തിലെ 140 നിയോജകമണ്ഡലങ്ങളിലും ഫെബ്രുവരി മാസത്തിൽ വികസന സെമിനാറുകൾ നടക്കും. അങ്ങനെ നമ്മുടെ രാജ്യത്ത് ഏറ്റവും വലിയ ഒരു വികസന സംവാദമാണ് കേരള പഠന കോൺഗ്രസുമായി ബന്ധപ്പെട്ട് നടന്നുകൊണ്ടിരിക്കുന്നത്. ഈ സംവാദത്തിലേക്കുള്ള ഒരു എളിയ സംഭാവനയാണ് *കേരളത്തിന്റെ വികസനം - നിയോലിബറൽ അജണ്ടയ്ക്ക് ഒരു വിമർശം* എന്ന ഈ ഗ്രന്ഥം.

എ കെ ജി സെന്റർ
ഡിസംബർ 1, 2015

തോമസ് ഐസക്

1

പദ്ധതി പരിപ്രേക്ഷ്യം – 2030

ആയിരത്തിത്തൊള്ളായിരത്തി എഴുപത്തിയേഴിൽ ഞാൻ സെന്റർ ഫോർ ഡെവലപ്മെന്റ് സ്റ്റഡീസിൽ എം ഫില്ലിനു ചേർന്നതിനു തൊട്ടു മുമ്പായിരുന്നു കേരളത്തെക്കുറിച്ചുള്ള ഏറ്റവും വിശ്രുത പഠനങ്ങളിലൊന്നായ *ദാരിദ്ര്യം തൊഴിലില്ലായ്മ, വികസനനയം* ഐക്യരാഷ്ട്രസഭ പ്രസിദ്ധീകരിച്ചത്. ഡോ. കെ എൻ രാജിന്റെ നേതൃത്വത്തിലുള്ള ഒരു സംഘം പണ്ഡിതരാണ് ഈ റിപ്പോർട്ട് തയ്യാറാക്കിയത്. ഇന്ത്യയിൽ താരതമ്യേന പിന്നാക്ക സംസ്ഥാനങ്ങളിലൊന്നായ കേരളത്തിലെ ജനങ്ങളുടെ വിദ്യാഭ്യാസ – ആരോഗ്യാദി ക്ഷേമസൂചികകൾക്ക് വികസിത രാജ്യങ്ങളിലെ സൂചികകളോടായിരുന്നു കൂടുതൽ സാധർമ്മ്യം. താരതമ്യേന താഴ്ന്ന സാമ്പത്തികവളർച്ച നിലവാരവേളയിൽ തന്നെ ഉയർന്ന സാമൂഹ്യ – ക്ഷേമനില പൗരന്മാർക്ക് ഉറപ്പുവരുത്താൻ കേരളത്തിനു കഴിഞ്ഞു. ഈ പ്രഹേളികയ്ക്ക് കേരള വികസന മോഡൽ എന്ന വിളിപ്പേരും വീണു. പിന്നീട് സെന്റർ ഫോർ ഡെവലപ്മെന്റ് സ്റ്റഡീസിലെ കേരള വികസനപഠനങ്ങളിൽ പ്രാമുഖ്യം ഈ പ്രതിഭാസത്തിനു രൂപം നല്കിയ പുനർവിതരണ നയങ്ങളെക്കുറിച്ചായിരുന്നു. താഴത്തുനിന്നുള്ള ജനകീയ സമ്മർദ്ദവും ഇടപെടലുകളുമാണ് സാമൂഹ്യക്ഷേമ വികസനനയങ്ങൾക്കു രൂപം നല്കാൻ മാറിമാറി വന്ന സർക്കാരുകളെ നിർബ്ബന്ധിതരാക്കിയതെന്ന് ഈ പഠനങ്ങൾ തെളിയിച്ചു. ഇതിലേറ്റവും പ്രാമാണികമായവ വിദ്യാഭ്യാസത്തെക്കുറിച്ച് ഡോ. മൈക്കിൾ തരകനും ആരോഗ്യത്തെക്കുറിച്ച് പ്രൊഫ. ടി എൻ കൃഷ്ണനും ഡോ. കബീറും നടത്തിയ പഠനങ്ങളായിരുന്നു.

വിദ്യാഭ്യാസ ആരോഗ്യാദി മേഖലകളുടെ വികസന പ്രവണതകൾ നവോത്ഥാനകാലം മുതൽ ദൃശ്യമാണെങ്കിലും ഇവയെ ശക്തിപ്പെടുത്തി മുന്നോട്ടു കൊണ്ടുപോയത് ഇടതുപക്ഷ പ്രസ്ഥാനമാണ്. സ്വാഭാവിക

മായി സംസ്ഥാനത്തിന്റെ സാമ്പത്തിക മുരടിപ്പിനു കാരണവും ഇടതുപക്ഷത്തിന്റെ ചുമലിൽ വന്നുവീണു. സാമ്പത്തികവളർച്ചയും സാമ്പത്തിക നീതിയും തമ്മിൽ വൈരുദ്ധ്യമുണ്ടെന്നും അതിരുകവിഞ്ഞ സമത്വബോധം വളർച്ചയ്ക്കു തടസ്സമാണെന്നും വാദിക്കപ്പെട്ടു. 1970 കളുടെ ഉത്തരാർദ്ധം മുതൽ വളർച്ച ഒച്ചിഴയുന്ന വേഗതയിലായി.

ഭൂപരിഷ്കരണം ഉണ്ടായിട്ടും കാർഷിക ഉല്പാദനം വർദ്ധിച്ചില്ല. സാമ്പത്തിക മുരടിപ്പ് സർക്കാരിന്റെ വരുമാനത്തെയും ഇടപെടൽ ശേഷിയെയും പ്രതികൂലമായി ബാധിച്ചു. ഇതിന്റെ പശ്ചാത്തലത്തിലാണ് ഡോ. കെ കെ ജോർജ്ജിന്റെ *കേരള മോഡലിന്റെ പരിധികൾ* എന്ന ഗ്രന്ഥം പ്രസിദ്ധീകരിക്കപ്പെടുന്നത്.

സെന്റർ ഫോർ ഡെവലപ്മെന്റ് സ്റ്റഡീസിൽ സ. ഇ എം എസിന്റെ സാന്നിദ്ധ്യത്തിൽ നടന്ന ഒരു സെമിനാറിനെക്കുറിച്ച് ഞാൻ ഓർക്കുന്നു. സാമ്പത്തിക മുരടിപ്പിന്റെ പശ്ചാത്തലത്തിൽ വിവിധ മേഖലകളിൽ കേരളത്തിൽ അനുവർത്തിക്കേണ്ടുന്ന നയങ്ങൾ സംബന്ധിച്ച് ഞങ്ങൾ കൂട്ടായി തയ്യാറാക്കിയ ഒരു രേഖയായിരുന്നു ചർച്ചാവിഷയം. സെമിനാറിന് അവസാനം ഡോ. രാജ് പറഞ്ഞു:

> കേരളത്തിലെ ഇടതുപക്ഷം ജനക്ഷേമം ഉയർത്തുന്നതിന് വലിയ സംഭാവന നല്കിയിട്ടുണ്ട്. അപ്പം വീതം വെക്കുന്നതിന് വളരെ മിടുക്കരാണവർ. പക്ഷേ, അപ്പം ചുടാൻ അവർക്കറിയില്ല. ഇന്നത്തെ ആവശ്യം കൂടുതൽ അപ്പം ഉണ്ടാക്കലാണ്. പുനർവിതരണത്തിൽ നിന്ന് വളർച്ചയിലേക്ക് ശ്രദ്ധ തിരിയണം. ഇതിനൊരു പരിപാടി ഇടതുപക്ഷത്തിനില്ല. ചരിത്രത്തിന്റെ വഴിമുടക്കരുത്.

സാമൂഹ്യക്ഷേമ മേഖലയിലെ നേട്ടങ്ങൾ കൈവിടാതെതന്നെ സാമ്പത്തിക വളർച്ചയുടെ വേഗത വർദ്ധിപ്പിക്കുന്നതിന് ഒരു പുതിയ വികസനതന്ത്രം ആവിഷ്കരിക്കേണ്ടത് ഒരു രാഷ്ട്രീയകടമയായി തീർന്നു. ഇതിനായുള്ള ഒരു പരിശ്രമമായിരുന്നു. 1994 ൽ ഇ എം എസ് മുൻകൈയെടുത്തു സംഘടിപ്പിച്ച അന്താരാഷ്ട്ര പഠനകോൺഗ്രസ്.

കേരളത്തിന്റെ സാമൂഹ്യക്ഷേമ നേട്ടങ്ങളെ സംരക്ഷിച്ചുകൊണ്ട് സാമ്പത്തികവളർച്ചയുടെ വേഗത എങ്ങനെ ഉയർത്താം എന്നാണ് ആ പഠനകോൺഗ്രസ് അന്വേഷിച്ചത്. പണ്ഡിതരും സാമൂഹ്യരാഷ്ട്രീയ നേതാക്കളുമടങ്ങുന്ന ആയിരത്തിലേറെപ്പേർ തങ്ങളുടെ അഭിപ്രായം ഔപചാരിക പ്രബന്ധങ്ങളിലൂടെ അവതരിപ്പിച്ചു. കേരളത്തിന് ഒരു പൊതു വികസന അജണ്ട രൂപം നല്കാൻ നടന്ന ബൃഹദ് പരിശ്രമത്തിന്റെ ഫലമായിരുന്നു 1996–2001 കാലത്തെ ജനകീയാസൂത്രണ പ്രസ്ഥാനവും മറ്റു വികസന മുൻകൈകളും.

1980 കളുടെ അവസാനത്തോടെ കേരളത്തിന്റെ സാമ്പത്തികവളർച്ചയുടെ ഗതിവേഗം ഉയർന്നുവെന്ന നിരീക്ഷണവും അക്കാലത്താണ് അവതരിപ്പിക്കപ്പെട്ടത്. ഏതാണ്ട് നിശ്ചലാവസ്ഥയിൽനിന്ന് വളർച്ച

ദേശീയശരാശരിക്കു മുകളിലായി. സെന്റർ ഫോർ ഡെവലപ്മെന്റ് സ്റ്റഡീസിലെ ഡി നാരായണയാണ് ഇതാദ്യം ചൂണ്ടിക്കാണിച്ചത്. എഴുപതുകളിലെ കാർഷിക മുരടിപ്പിനു കാരണം ചിരകാല വിളകളിലേക്ക് അക്കാലത്തു വൻതോതിലുണ്ടായ വിളമാറ്റമാണെന്ന് അദ്ദേഹം നിരീക്ഷിച്ചു. ചിരകാല വിളകൾ ഫലം തരാൻ ഏതാനും വർഷങ്ങളെടുക്കുമല്ലോ. അന്തരാള ഘട്ടത്തിൽ വളർച്ചാനിരക്ക് ഇടിയുക സ്വാഭാവികമാണ്. അധികം താമസിയാതെ സെന്റർ ഫോർ ഡെവലപ്മെന്റ് സ്റ്റഡീസിലെ തന്നെ കെ പി കണ്ണന്റെയും അചിൻ ചക്രവർത്തിയുടെയും പ്രബന്ധങ്ങൾ പ്രസിദ്ധീകരിക്കപ്പെട്ടു. കേരളം വളർച്ചയുടെ പുതിയ വിതാനത്തിലേക്ക് എന്ന് അവർ വാദിച്ചു.

ഉപഭോക്തൃസേവനങ്ങളെയും കെട്ടിട നിർമ്മാണത്തെയും ആസ്പദമാക്കിയായിരുന്നു ആ വളർച്ചയെന്ന മുഖ്യദൗർബല്യം അക്കാലത്തു തന്നെ തിരിച്ചറിഞ്ഞതാണ്. അഭ്യസ്തവിദ്യരായ യുവജനങ്ങളുടെ തൊഴിൽപ്രതീക്ഷകൾക്ക് അനുസരിച്ചുള്ള തൊഴിലുകൾ സൃഷ്ടിക്കപ്പെടുന്നില്ല എന്ന ദൗർബല്യം മറികടക്കാനുള്ള അന്വേഷണമായിരുന്നു 2005 ലെ രണ്ടാം കേരള പഠനകോൺഗ്രസിൽ നടന്നത്. വിഷൻ 2030 ൽ നിന്നും വ്യത്യസ്തമായ സമീപനമാണ് ഇവിടെ രൂപംകൊണ്ടത്.

വിജ്ഞാനാധിഷ്ഠിതവും സേവനപ്രധാനവും വൈദഗ്ദ്ധ്യത്തിലൂന്നിയതുമായ വ്യവസായങ്ങളിലേക്കു നാം തിരിയണമെന്ന കാഴ്ചപ്പാട് 2005 ലെ പഠനകോൺഗ്രസ് തന്നെ മുന്നോട്ടുവെച്ചിരുന്നു. ഈ ചുവടുമാറ്റത്തിനാവശ്യമായ പശ്ചാത്തല സൗകര്യങ്ങൾ അതിവേഗം സൃഷ്ടിക്കണം. ഇത്രയും കാര്യങ്ങളിൽ വലിയ യോജിപ്പുണ്ടായി. മുൻപ്രസിഡന്റ് അബ്ദുൾ കലാമും സമാനമായ കാഴ്ചപ്പാടാണ് കേരള നിയമസഭയിൽ അവതരിപ്പിച്ചത്. ഇതിനു പുറമെ ഇടതുപക്ഷം ഊന്നൽ നല്കിയ കാര്യങ്ങളുണ്ട്: വികസനപ്രക്രിയ കൂടുതൽ പരിസ്ഥിതി സൗഹൃദമാകണം, സ്ത്രീനീതി ഉറപ്പുവരുത്തണം; പാവങ്ങൾക്കു സമ്പൂർണ്ണ സുരക്ഷിതത്വം ഉറപ്പുവരുത്തണം; പൊതുവിദ്യാഭ്യാസ – ആരോഗ്യ സംവിധാനങ്ങളെ സംരക്ഷിക്കണം; ഇതാണ് കേരളത്തിൽ ഉരുത്തിരിഞ്ഞു വന്ന പുതിയ കാഴ്ചപ്പാട്. ഇവയൊക്കെ അട്ടിമറിക്കുകയാണ് വിഷൻ 2030. കേരള വികസനത്തിനുള്ള സമഗ്രമായൊരു നിയോലിബറൽ അജണ്ടയാണ് യു ഡി എഫ് തയ്യാറാക്കിയിരിക്കുന്നത്.

കേരള വികസന മേഖലകളിലോരോന്നിലും ഇടതുപക്ഷ ജനാധിപത്യമുന്നണി സർക്കാർ രൂപം നല്കിയ നയസമീപനങ്ങളും പരിപാടികളും തിരുത്തി ആഗോളവല്ക്കരണ പരിഷ്കാരങ്ങൾ നടപ്പിലാക്കുന്നതിനാണ് കഴിഞ്ഞ രണ്ടര വർഷമായി യു ഡി എഫ് ശ്രമിച്ചത്. ഈ നടപടികളെ ദീർഘകാലത്തേക്കുള്ള ഒരു സമഗ്ര നിയോലിബറൽ അജണ്ടയായി രൂപപ്പെടുത്തുന്നതിനുള്ള പരിശ്രമമാണ് ആസൂത്രണബോർഡ് തയ്യാറാക്കിയ പദ്ധതി പരിപ്രേക്ഷ്യം 2030 എന്ന രേഖ. ഇടതുപക്ഷം മുന്നോട്ടുവെച്ചതും കേരളസമൂഹത്തിൽ പൊതുവിൽ അംഗീകാരം നേ

ടിവരുന്നതുമായ ജനകീയ വികസന കാഴ്ചപ്പാടിന് കടകവിരുദ്ധമാണ് യു ഡി എഫിന്റെ പരിപ്രേക്ഷ്യം.

വിദ്യാഭ്യാസ – ആരോഗ്യമേഖലകളുടെ മുഖ്യദൗർബല്യമായി രേഖ കാണുന്നത് ഇവ 'ട്രേഡബിൾ മേഖലകൾ' അല്ലെന്നാണ്. എന്നുവെച്ചാൽ വേണ്ടത്ര വാണിജ്യവല്ക്കരിക്കപ്പെട്ടിട്ടില്ല. സ്വാശ്രയ കോളേജുകളും സ്കൂളുകളും സ്വകാര്യ ആശുപത്രികളും വളരുന്നുണ്ടെങ്കിലും മുഖ്യധാരാ വിദ്യാഭ്യാസ– ആരോഗ്യ സംവിധാനത്തിന്റെ ലക്ഷ്യം പൊതുജനങ്ങളുടെ വിദ്യാഭ്യാസവും ആരോഗ്യവുമാണ്. ലോക കമ്പോളം ലക്ഷ്യമിട്ട് ഈ മേഖലകൾ അഴിച്ചുപണിയുമത്രേ. ലക്ഷ്യം, മറ്റു സംസ്ഥാനങ്ങളിലും രാജ്യങ്ങളിലും നിന്നുള്ളവർ ചികിത്സയ്ക്കും പഠനത്തിനും കേരളത്തെ ആശ്രയിക്കണം. അതിനുവേണ്ടി നമ്മുടെ വിദ്യാഭ്യാസ ആരോഗ്യ സംവിധാനങ്ങളെ അന്തർദ്ദേശീയ മാനദണ്ഡങ്ങളുടെ അടിസ്ഥാനത്തിൽ അഴിച്ചുപണിയുമെന്നാണ് യു ഡി എഫ് സർക്കാർ പ്രഖ്യാപിക്കുന്നത്.

അങ്ങനെ കേരളത്തിൽ അഞ്ച് വിദ്യാഭ്യാസ – ആരോഗ്യ ആഗോള ഹബ്ബുകൾ സ്ഥാപിക്കപ്പെടും. വ്യവസായ വികസനത്തിന് സ്പെഷ്യൽ ഇക്കണോമിക് സോൺ അഥവാ സ്വതന്ത്ര വ്യാപാരമേഖലകൾ ആവിഷ്കരിക്കപ്പെട്ടതുപോലെ ഒരഭ്യാസമാണ് ഇതും. തുടക്കത്തിൽ തിരുവനന്തപുരം, തൃശൂർ, മലപ്പുറം, പാലക്കാട്, കോഴിക്കോട് ജില്ലകളിലാണ് ഇത്തരം ആഗോളനഗരങ്ങൾ സ്ഥാപിക്കുക.

ഈ ആഗോള വൈജ്ഞാനിക കേന്ദ്രങ്ങളിലേക്കാണ് വിദേശ സർവ്വകലാശാലകളെയും ബഹുരാഷ്ട്ര ആരോഗ്യ കുത്തകകളെയും നാടൻ നിക്ഷേപകരെയും ആകർഷിക്കുന്നത്. അവർക്കു വെച്ചുനീട്ടുന്നതോ, നാട്ടിലെ സാമൂഹ്യനിയന്ത്രണങ്ങളിൽനിന്നുള്ള സ്വാതന്ത്ര്യവും പരിരക്ഷയും. "ഈ കേന്ദ്രങ്ങളിൽ പ്രവർത്തിക്കുന്ന സംഘടനകൾക്ക് ഈ മേഖലകളിൽ ഇന്നു നിലവിലുള്ള വിവിധ നിയന്ത്രണ നിയമങ്ങളിൽ നിന്നും ഒഴിവു നല്കും" എന്നു പച്ചയ്ക്കുതന്നെ പറഞ്ഞിട്ടുണ്ട് വിഷൻ 2030 ൽ. വിദ്യാഭ്യാസത്തിനു മാതൃകയാക്കാൻ ഉദ്ദേശിക്കുന്ന രാജ്യങ്ങൾ ഇവയാണ്: ദുബായ്, അബുദാബി, ബഹ്റൈൻ, മലേഷ്യ, ദക്ഷിണ കൊറിയ.

ഈ ഹബ്ബുകളിൽ ഒതുങ്ങുന്നതല്ല പുതിയ വിദ്യാഭ്യാസ ആരോഗ്യ പരിഷ്കാരങ്ങൾ. എല്ലാ ജില്ലകളിലും ഉപഗ്രഹ കേന്ദ്രങ്ങളുമുണ്ടാകും. അങ്ങനെ 2030 ആകുമ്പോഴേക്കും വിദ്യാഭ്യാസ ആരോഗ്യ മേഖലകൾ വാണിജ്യാടിസ്ഥാനത്തിൽ അതിവേഗത്തിൽ വളരുന്ന മേഖലകളായി മാറും. അങ്ങനെയവ കേരളത്തിലെ പുതിയ കുതിപ്പിന്റെ ഡ്രൈവർമാരാകുമത്രേ.

ഇന്ന് 7 – 8 ശതമാനമാണ് കേരളത്തിന്റെ പ്രതിവർഷമുള്ള വളർച്ച. ഈ വളർച്ച ഭാവിയിലും നിലനിർത്താനുള്ള വികസനതന്ത്രമാണ് വിഷൻ 2030 ൽ മുന്നോട്ടുവെക്കുന്നത്. ഇതിനായി ഓരോ മേഖലയ്ക്കും കൃത്യമായ വളർച്ചാനിരക്ക് നിർണ്ണയിച്ചിട്ടുണ്ട്. അതുപ്രകാരം കൃഷി രണ്ടുശതമാനം

വേഗത്തിൽ വളർന്നാൽ മതി. വളർച്ചയിൽ ദേശീയ ശരാശരി പോലും കേരളം ലക്ഷ്യമിടേണ്ടതില്ല! ഓരോ വികസന മേഖലയുടെയും വികസനതന്ത്രം വിസ്തരഭയത്താൽ ഇവിടെ പരിശോധിക്കുന്നില്ല. എങ്കിലും കൃഷിയെക്കുറിച്ച് ചിലതു പറയാതെ വയ്യ. ഹൈടെക് രീതികളിലാണ് ശ്രദ്ധ മുഴുവൻ. രേഖ പ്രകാരം വ്യവസായം പോലെ കൃഷിയും സംരംഭകത്വാധിഷ്ഠിതമാകണം. പക്ഷേ, സ്ഥലജല പരിപാലനത്തിനെയോ ഗ്രൂപ്പ് ഫാമിങ് പോലുള്ള കാർഷിക പരിഷ്കരണങ്ങളെയോ കുറിച്ച് ഒരു പരാമർശവുമില്ല. കേരളത്തിന്റെ കാർഷികഘടനയെയോ പ്ലാന്റേഷൻ മേഖലകളുടെയും പുരയിട കൃഷിയുടെയും പ്രത്യേകതകളോ പാരിസ്ഥിതിക പ്രശ്നങ്ങളോ കണക്കിലെടുത്തിട്ടില്ല. അങ്ങനെയൊരു വികസന തന്ത്രത്തിൽ വളർച്ച 2 ശതമാനമായി ചുരുങ്ങിയതിൽ അത്ഭുതപ്പെടാനില്ല.

ഏറ്റവും വേഗത്തിൽ വളർച്ച പ്രതീക്ഷിക്കുന്ന മേഖല വിദ്യാഭ്യാസവും ആരോഗ്യവുമാണ്. പ്രതിവർഷം 10 ശതമാനം. വ്യവസായവളർച്ച പോലും 9 ശതമാനമേ വരൂ. വിദ്യാഭ്യാസ ആരോഗ്യ മേഖലകൾ വിസ്മയകരമായ ഈ വളർച്ച നേടണമെങ്കിൽ ഒറ്റ വഴിയേ ഉള്ളൂ – കച്ചവടം. ദേശീയ വരുമാനമെന്നാൽ നാട്ടിലെ ജനങ്ങൾക്ക് കൂലി, പലിശ, ലാഭം, പാട്ടം എന്നീ നാലിനങ്ങളിലായി ലഭിക്കുന്ന വരുമാനത്തിന്റെ ആകത്തുകയാണല്ലോ. ഇന്ന് ദേശീയവരുമാനത്തിൽ വിദ്യാഭ്യാസമേഖലയുടെ പങ്ക് ശമ്പളം മാത്രമാണ്. ലാഭം തുച്ഛമാണ്. ശമ്പളവർദ്ധനയുടെ നല്ലപങ്കും വിലക്കയറ്റത്തിൽ ഇല്ലാതാകും. അപ്പോൾ പത്തുശതമാനം വെച്ചു വളരണമെങ്കിൽ എന്തുവേണം? സ്ഥാപനങ്ങളുടെ എണ്ണം കൂടണം, ലാഭം ഗണ്യമായി ഉയരണം. ചുരുക്കിപ്പറഞ്ഞാൽ, കച്ചവടം പൊടിപൊടിച്ചാലേ ഈ ലക്ഷ്യം കൈവരിക്കാനാകൂ.

രേഖയിൽനിന്ന് ഉദ്ധരിക്കട്ടെ: "കേരള സമ്പദ്ഘടനയുടെ പുതിയ ഡ്രൈവർമാർ കേരളത്തിന് വളരെയേറെ മത്സരശേഷിയുള്ള വിദ്യാഭ്യാസ– ആരോഗ്യ മേഖലകളായിരിക്കും. ഇവിടെ മുന്നോട്ടുവെക്കുന്ന കേരളത്തിനായുള്ള വികസന തന്ത്രം ഈ മേഖലകളിലുള്ള നമ്മുടെ മത്സരക്കഴിവുകളെ അടിസ്ഥാനമാക്കി പടുത്തുയർത്തിയിട്ടുള്ളതാണ്. ഇതിനായി ഈ മേഖലകളിലെ നമ്മുടെ കഴിവുകളെ പുതിയ ഉല്പന്നങ്ങളും സേവനങ്ങളുമാക്കി പായ്ക്കു ചെയ്ത് ദേശീയ അന്തർദ്ദേശീയ തലത്തിൽ നിലയുറപ്പിക്കണം. അങ്ങനെ ഇന്ന് ഉപഭോഗം ലക്ഷ്യമിടുന്ന ഈ മേഖലകളെ വാണിജ്യാടിസ്ഥാനത്തിലുള്ള ഉല്പന്നങ്ങളാക്കി മാറ്റണം. ഈ മേഖലയിൽ സൃഷ്ടിക്കുന്ന ഉല്പാദനശേഷി ആഗോളവല്ക്കരണവും ഐ ടി വിപ്ലവവും സൃഷ്ടിക്കുന്ന വാണിജ്യസാദ്ധ്യതകളെ പ്രയോജനപ്പെടുത്താൻ നമ്മെ സഹായിക്കും". ഇതിനുപുറമെ കേരളം ഇതുവഴി വിജ്ഞാനസമൂഹമായി മാറുന്നത് മറ്റ് ഉല്പാദനത്തുറകളെയും ഉത്തേജിപ്പിക്കും. ഇങ്ങനെ പോകുന്നു, ഭാവന.

ഈ രേഖ പ്ലാനിങ് ബോർഡിനു വേണ്ടി തയ്യാറാക്കിയത് ഡൽഹി

യിലെ നാഷണൽ കൗൺസിൽ ഫോർ അപ്ലൈഡ് ഇക്കണോമിക് റിസർച്ച് (എൻ സി എ ഇ ആർ) എന്ന സ്ഥാപനമാണ്. കേരള വികസനവുമായി ബന്ധപ്പെട്ട പണ്ഡിത സമൂഹത്തിന് ഈ രേഖ തയ്യാറാക്കുന്നതിൽ നേരിട്ടൊരു പങ്കുമില്ല. അതുകൊണ്ടാണ് കേരളത്തിന്റെ വികസന – രാഷ്ട്രീയ – രാഷ്ട്രീയ പാരമ്പര്യവുമായി പുലബന്ധമില്ലാത്ത തന്ത്രങ്ങൾ രൂപപ്പെട്ടത്. കേരളത്തെക്കുറിച്ച് പഠിക്കാനും അഭിപ്രായം പറയാനും പുറത്തുള്ളവർക്ക് അവകാശമില്ല എന്നല്ല വാദിക്കുന്നത്. പണ്ട് ഈ സ്ഥാപനം കേരളത്തിനു വേണ്ടി ഒരു സർവെ തയ്യാറാക്കിയിട്ടുണ്ട്. 1960 ലെ 'കേരളം – ടെക്നോ ഇക്കണോമിക് സർവ്വേ' എന്ന പ്രാമാണികപഠനം. പക്ഷേ, അന്നത്തെ കാലമല്ല ഇന്ന്. ഓരോ വികസനമേഖലയെക്കുറിച്ചും പഠിക്കാൻ ഉന്നത വിദ്യാപീഠങ്ങളും ഒട്ടനവധി പണ്ഡിതരും ഇന്ന് കേരളത്തിലുണ്ട്. ഇവരുടെയെല്ലാം സംവാദങ്ങളിലൂടെ കേരള വികസനത്തെക്കുറിച്ച് ഏറക്കുറെ ഒരു അഭിപ്രായസമന്വയം ഉരുത്തിരിയുന്നുണ്ട്. ഇനി പുതുതായി ചക്രം കണ്ടുപിടിക്കാൻ പുറത്തുനിന്നൊരാളിന്റെ ഇടപെടലെന്തിന്? അതിവിപുലമായ കേരള വികസനസാഹിത്യത്തിലെ അപൂർവ്വം റഫറൻസേ വിഷൻ 2030 തയ്യാറാക്കുന്നതിൽ പരിഗണിച്ചിട്ടുള്ളൂ.

കേരളത്തിലെ വിദഗ്ദ്ധരുടെ പങ്കാളിത്തത്തോടെ ജനകീയ വികസന പരിപ്രേക്ഷ്യത്തിനു രൂപം നല്കിയ മുൻ അനുഭവം കേരളത്തിലുണ്ട്. സാമ്പത്തിക വളർച്ചയുടെ അടിത്തറ ഗൾഫ് പണവരുമാനത്തെ ആശ്രയിച്ചുകൊണ്ടുള്ള കെട്ടിടനിർമ്മാണ വ്യാപാരാദി മേഖലകളിൽ നിന്നു മാറി പുതുക്കിപ്പണിയുന്നതിന് ഒറ്റമൂലിയായി പരിപ്രേക്ഷ്യം 2030 കാണുന്നത് വിദ്യാഭ്യാസ ആരോഗ്യാദി മേഖലകളുടെ വാണിജ്യവല്ക്കരണമാണ്.

2

വേരുകളറുത്ത കാർഷികമേഖല

യു ഡി എഫ് സർക്കാരിന്റെ വിഷൻ 2030 കാർഷികമേഖലയോടു പുലർത്തുന്ന സമീപനത്തിന് അടിസ്ഥാനപരമായ ദൗർബല്യങ്ങളുണ്ട്. കേരളത്തിന്റെ കാർഷികപാരമ്പര്യം, ഭൂപരിഷ്കരണ അനുഭവങ്ങൾ, പാരിസ്ഥിതിക പ്രത്യേകതകൾ, നിലവിലുള്ള വിളക്രമം എന്നിവയുമായൊന്നും ഒരു ജൈവബന്ധവുമില്ലാത്ത നിർദ്ദേശങ്ങളാണ് ഏറെയും. നാട്ടിൽ വേരുകളില്ലാത്ത ഒരു കാഴ്ചപ്പാടാണിത്. കെങ്കേമമായി വിളിമ്പിയിരിക്കുന്നത്, ഇന്റർനെറ്റിൽ നിന്നു ലഭിച്ച, പലരാജ്യങ്ങളിൽ നിന്നുമുള്ള ഏറ്റവും നല്ല മാതൃകകളുടെ (ബെസ്റ്റ് പ്രാക്ടീസസ്) ഒരു അവിയലാണ്. നെറ്റു പരതുന്ന ആർക്കും തയ്യാറാക്കാവുന്ന ഒരു സാധാരണരേഖ മാത്രമാണിത് എന്നു തുറന്നു പറഞ്ഞാൽ യു ഡി എഫുകാർ പിണങ്ങരുത്. ചില സാമ്പിളുകൾ നോക്കുക.

- പോളിഹൗസ് ഹൈടെക് കൃഷിയുടെ വളരെ ഉയർന്ന രൂപമായ ടണൽ ടെക്നോളജി (പാശ്ചാത്യരാജ്യങ്ങളിൽനിന്ന്)
- മണ്ണിലല്ലാതെ പോഷക ലായനികളിൽ കൃഷി ചെയ്യുന്ന ഹൈഡ്രോപോണിക് ഫാമിങ് (സിങ്കപ്പൂർ, ജപ്പാൻ എന്നിവിടങ്ങളിൽനിന്ന്)
- ബഹുനില കെട്ടിടത്തിന്റെ ഫ്രെയിമുകളിൽ മുകളിലേക്ക് തട്ടുതട്ടായുള്ള വെർട്ടിക്കൽ ഫാമിങ് (സിങ്കപ്പൂർ മാതൃക)
- ഒരു ഗ്രാമം ഒരുല്പന്നത്തിൽ കേന്ദ്രീകരിച്ചുകൊണ്ടുള്ള വൺ പ്രോഡക്റ്റ്, വൺ വില്ലേജ് മോഡൽ (ജപ്പാനിലെ ഒയിത്ത പ്രവിശ്യയിലെ മാതൃക)
- പ്ലാസ്റ്റിക് മുഖ്യസാമഗ്രിയായുള്ള സ്ഥലജല മാനേജ്മെന്റ് – കാർഷിക സംവിധാനങ്ങൾ ഉപയോഗിച്ചുകൊണ്ടുള്ള പ്ലാസ്റ്റിക് കൾച്ചർ (എവിടെ നിന്ന് എന്നു വ്യക്തമല്ല)

- ഹൈബ്രിഡ് വിത്തുകളുടെ ഉയർന്ന രൂപമായ മിനി ക്രോമസോം ടെക്നോളജി
- ജല ലഭ്യത, പോഷക നില, സസ്യങ്ങളുടെ ആരോഗ്യം ഇവയൊക്കെ ഓട്ടോമാറ്റിക് ആയി അറിയിക്കുന്ന സോയിൽ ആൻഡ് ക്രോപ്പ് സെൻസർ
- ഐ ടി വിദ്യകളുടെ നീണ്ട നിര – മൊബൈൽ കമ്പ്യൂട്ടിങ്, 4ജി ആപ്ലിക്കേഷൻസ്, ടെലിമാറ്റിക് പ്രോഡക്ട്സ് എന്നിങ്ങനെ

ഇവയിൽ പലതിനും ഇന്നത്തെ കേരളത്തിന്റെ കാർഷികമേഖലയുമായി എന്തു ബന്ധമാണുള്ളത്? രേഖ വായിക്കുന്നവരെ ആദ്യമൊന്ന് അമ്പരപ്പിക്കാനല്ലാതെ ഈ വിദ്യകൾക്ക് കേരളത്തിലെന്തു പ്രസക്തി? ഈ അത്യാധുനിക സങ്കേതങ്ങൾക്ക് കേരളത്തിന്റെ മുഖ്യവിളകളുമായി പറയത്തക്ക ബന്ധമൊന്നുമില്ല. ഹോർട്ടികൾച്ചർ, പൂക്കൃഷി, ഔഷധ ച്ചെടികൾ തുടങ്ങിയ മേഖലകളെ ഉന്നംവെച്ചല്ല കാർഷിക വികസന തന്ത്രം രൂപപ്പെടുത്തേണ്ടത്. നെല്ല്, തെങ്ങ്, പ്ലാന്റേഷൻ വിളകൾ എന്നിവയുടെ പ്രത്യേകതകൾ വിസ്മരിക്കുന്ന പരിപ്രേക്ഷ്യത്തിന് കേരളത്തിൽ ഒന്നും ചെയ്യാനാവില്ല.

വിളകളുമായി ബന്ധമില്ലാത്ത പ്രതിവിധികൾ

കേരളത്തിലെ നാളികേര കൃഷിയുടെ ഉല്പാദനക്ഷമത കുത്തനെ താഴ്ത്തുന്ന ഏറ്റവും വലിയ പ്രശ്നം കാറ്റുവീഴ്ചയാണ്. കഴിഞ്ഞ ഒരു നൂറ്റാണ്ടിലേറെയായി ഈ രോഗം മദ്ധ്യകേരളത്തിൽനിന്ന് ഇരുവശങ്ങളിലേക്കും വ്യാപിച്ചുകൊണ്ടിരിക്കുന്നു. ആധുനികശാസ്ത്രത്തിന്റെ സഹായത്തോടെ പ്രതിവിധി കണ്ടെത്തിയേ തീരൂ. നിലവിൽ സാങ്കേതികവിദ്യയൊന്നും ലഭ്യമല്ലെങ്കിലും ഭാവിയിൽ കണ്ടെത്തിയേ മതിയാകൂ. എന്നാൽ ഇക്കാര്യത്തെക്കുറിച്ച് വിഷൻ 2030 ൽ പരാമർശമേയില്ല.

നെൽകൃഷിക്ക് സങ്കര വിത്തുകളാണ് കേരളത്തിൽ വ്യാപകമായി ഉപയോഗിക്കുന്നത്. തൊണ്ണൂറ്റി ഒന്ന് ശതമാനം വയലുകളിലും ഉപയോഗിക്കുന്നത് ഉയർന്ന ഉല്പാദനശേഷിയുള്ള ഇത്തരം വിത്തുകളാണ്. എന്നിട്ടും താരതമ്യേന താഴ്ന്നതാണ് കേരളത്തിൽ നെല്ലിന്റെ ഉല്പാദനക്ഷമത. ഇതെന്തുകൊണ്ടു സംഭവിക്കുന്നു? തണ്ണീർത്തടങ്ങളുടെയും ഏലകളുടെയും ആവാസവ്യവസ്ഥയിലുണ്ടായ പാരിസ്ഥിതികത്തകർച്ച ഒരു മുഖ്യകാരണമാണ്. ഇതിനു പരിഹാരം സമഗ്രമായ നീർത്തടവികസന പദ്ധതികൾ ആവിഷ്കരിക്കലാണ്. എന്നാൽ നീർത്തട വികസന പരിപാടിയെക്കുറിച്ച് ഒരു വാചകം പോലും കൃഷിയെക്കുറിച്ച് 43 പേജ് നീളുന്ന അദ്ധ്യായത്തിൽ ഇല്ല.

നീർത്തട വികസന പരിപാടിയെക്കുറിച്ച് മൗനം

ഓരോ നീർത്തടത്തിലുമുള്ള പുരയിടങ്ങളെയും വയലേലയെയും ഒരൊറ്റ യൂണിറ്റായാണ് പരിഗണിക്കേണ്ടത്. കുന്നിൻചരിവുകളിൽനിന്നും

പുരയിടങ്ങളിൽനിന്നും ഒലിച്ചുവരുന്ന വെള്ളം വയലേലകളിലേക്കാണല്ലോ എത്തുന്നത്. ചരിവുകളിലെ വെള്ളത്തിന്റെ ഒഴുക്കു പരമാവധി സാവധാനത്തിലാക്കുന്നതിനും മണ്ണിലേക്ക് ഊർന്നിറങ്ങുന്നതിനും സഹായകരമായ സ്ഥലമാനേജ്മെന്റുണ്ടാകണം. ഏലയിലെത്തുന്ന വെള്ളം പരമാവധി തലക്കുളങ്ങളിലും മറ്റും സംഭരിക്കുന്നതിനും അധികമായി വരുന്നവ ഒഴുകിപ്പോകുന്നതിനും സംവിധാനമുണ്ടാകണം. മണ്ണൊലിപ്പു തടയണം. മണ്ണിന്റെ സ്വഭാവവും ജലത്തിന്റെ ലഭ്യതയും കണക്കിലെടുത്ത് ഉചിതമായ വിളക്രമവും കാർഷിക അനുബന്ധ പ്രവർത്തനങ്ങൾക്കും രൂപംനല്കണം. കേരളത്തിലെ ഭൂരിപക്ഷം തദ്ദേശസ്വയംഭരണ സ്ഥാപനങ്ങൾക്കും റിസോഴ്സ് മാപ്പുകൾ ലഭ്യമാണ്. ഇവയെ സാറ്റലൈറ്റ് ഇമേജുകളുമായി ബന്ധപ്പെടുത്തി സമഗ്രമായ വിഭവഭൂപടം തയ്യാറാക്കണം. അതനുസരിച്ചുള്ള പ്രവൃത്തികൾക്കു വേണ്ടി വലിയതോതിൽ തൊഴിലുറപ്പുപദ്ധതി ഉപയോഗപ്പെടുത്തുന്നതിന് യാതൊരു തടസ്സവുമില്ല. ഇങ്ങനെ ഒരിടപെടലിന്റെ അടിസ്ഥാനത്തിലേ തെങ്ങിന്റെയും നെല്ലിന്റെയും ഉല്പാദനക്ഷമത വർദ്ധിപ്പിക്കാനാകൂ. ഇന്റർനെറ്റ് പരതിയാൽ കിട്ടുന്ന പുത്തൻ സാങ്കേതികവിദ്യകൾ അച്ചടിച്ചു വീർപ്പിച്ചതുകൊണ്ട് ഈ പ്രതിസന്ധിക്കൊന്നും പരിഹാരം കാണാനാവില്ല.

ഇനിയും കേരളത്തിൽ വൻകിട ജലസേചന പദ്ധതികൾ വേണോ? ഇത്തരം പദ്ധതികളുടെ നേട്ടകോട്ട വിശ്ലേഷണമെന്ത്? നിർമ്മിക്കപ്പെട്ട ഡാമുകളുടെയും കനാലുകളുടെയും പൂർണ്ണവിനിയോഗം എങ്ങനെ ഉറപ്പുവരുത്താം? നമ്മൾ ഊന്നേണ്ടത് നീർത്തട വികസനപദ്ധതികളിലും ചെറുകിട ജലസേചനങ്ങളിലുമല്ലേ? നിർമ്മിക്കപ്പെട്ട ആസ്തികളുടെ പൂർണ്ണ വിനിയോഗത്തിനല്ലേ ശ്രദ്ധിക്കേണ്ടത്? ഏറ്റവും ഉയർന്ന സർക്കാർ നിക്ഷേപം നടക്കുന്ന ഈ മേഖലയെ യു ഡി എഫിന്റെ പദ്ധതി പരിപ്രേക്ഷ്യം സ്പർശിക്കുന്നേയില്ല. "മൈക്രോ ഇറിഗേഷൻ, പ്രിസിഷൻ ഫാമിങ്, കൺസെർവേഷനൽ അഗ്രിക്കൾച്ചർ.... വാട്ടർ യൂസേഴ്സ് അസോസിയേഷൻ, പാർട്ടിസിപ്പേറ്ററി ഇറിഗേഷൻ മാനേജ്മെന്റ്," ഇവയെക്കുറിച്ചുള്ള ഒരു വാചകത്തിൽ ജലമാനേജ്മെന്റ് ഒതുങ്ങുന്നു.

നാണ്യവിളകളും ബോർഡുകളും

റബ്ബറിന് ഇപ്പോൾത്തന്നെ ഉയർന്ന ഉല്പാദനക്ഷമതയുണ്ട്. കൃഷിയുടെ സാങ്കേതികവിദ്യകൾ നിർദ്ദേശിക്കാൻ റബ്ബർബോർഡുണ്ട്. അതുകൊണ്ട്, പരിപ്രേക്ഷ്യത്തിൽ റബ്ബറിന്റെ ഉല്പാദനക്ഷമതയെക്കുറിച്ച് പ്രത്യേകം ഊന്നൽ നല്കേണ്ടതില്ല. പക്ഷേ, അതല്ലല്ലോ മറ്റു പ്ലാന്റേഷൻ വിളകളുടെ അവസ്ഥ. തേയിലയുടെയും കാപ്പിയുടെയും മറ്റും റീപ്ലാന്റിങ്, ഏലക്കാടുകളിലെ ആവാസവ്യവസ്ഥ, കുരുമുളകിന്റെ ദ്രുതവാട്ടം ഇവയെക്കുറിച്ചൊക്കെ പൂർണ്ണ നിശ്ശബ്ദതയാണ്. നെല്ലിനോടും നാളികേരത്തോടും മാത്രമല്ല, പ്ലാന്റേഷൻ മേഖലയോടും പരിപ്രേക്ഷ്യം മുഖംതിരിച്ചു നില്ക്കുന്നു. നമ്മുടെ വിളകൾ ഇന്നു നേരിടുന്ന മൂർത്തമായ

ഒരു പ്രശ്നത്തോടും പ്രതികരിക്കാത്ത സൈബർ ഭാവനകളുടെ സമാഹാരമാണ് യു ഡി എഫിന്റെ പരിപ്രേക്ഷ്യം.

കേരളത്തിലെ നാണ്യവിളകളുടെ വളർച്ച പരിഗണിക്കുമ്പോൾ ചർച്ച ചെയ്യപ്പെടേണ്ട ഏറ്റവും പ്രധാനപ്പെട്ട കാര്യം സംസ്ഥാന സർക്കാരിന് ഇവയുടെ വളർച്ചയിൽ പരിമിതമായ സ്ഥാനമേയുള്ളൂ. കോക്കനട്ട് ബോർഡ്, ടീ ബോർഡ്, റബ്ബർ ബോർഡ്, സ്പൈസസ് ബോർഡ് എന്നു തുടങ്ങി സംസ്ഥാന സർക്കാരുകളിൽ നിന്ന് സ്വതന്ത്രമായി കേന്ദ്രസർക്കാരിനു കീഴിൽ പ്രവർത്തിക്കുന്ന ബോർഡുകൾക്കാണ് ഈ മേഖലകളുടെ ചുമതല. ഇത്തരം സ്ഥാപനങ്ങളുടെ അസ്തിത്വത്തെക്കുറിച്ചു പോലും പരിപ്രേക്ഷ്യം തിരിച്ചറിഞ്ഞിട്ടില്ല. ഇവയുടെ പ്രവർത്തന രീതിയിൽ ഗൗരവമായ തിരുത്തലുകൾ അത്യന്താപേക്ഷിതമാണ്.

മലയോര മേഖലയിലെ വനങ്ങൾ സംരക്ഷിക്കപ്പെടണം. ഇനിമേൽ കൈയേറ്റങ്ങൾ അനുവദിക്കാനും പാടില്ല. കേരളത്തിലെ കൃഷിയുടെ നിലനില്പിന് ഇത് അത്യന്താപേക്ഷിതമാണ്. പക്ഷേ, 1977 നു മുമ്പുള്ള കൃഷിക്കാരുടെ പട്ടയം നല്കുകയും വേണം. ഭൂപ്രശ്നം എന്ന ഒന്ന് കേരളത്തിലുണ്ടെന്ന് യു ഡി എഫ് പരിപ്രേക്ഷ്യം തിരിച്ചറിയുന്നില്ല. എസ്റ്റേറ്റുകളുടെ ഭൂവിനിയോഗത്തിൽ വരുത്താൻ ശ്രമിക്കുന്ന മാറ്റങ്ങൾ, വനഭൂമിയുടെമേലുള്ള വമ്പന്മാരുടെ കൈയേറ്റം, ഭൂപരിധി ലംഘിച്ച് ബിനാമി പേരുകളിൽ ഭൂമി വാങ്ങിക്കൂട്ടുന്നത്, നെൽവയൽ നികത്തുന്നത് ഇത്തരത്തിൽ ഭൂമിയെയും ഭൂവിനിയോഗത്തെയുംക്കുറിച്ചുള്ള നിയമങ്ങൾക്ക് കാർഷികവികസന തന്ത്രത്തിലുള്ള സ്ഥാനമെന്ത്?

സാങ്കേതികവിദ്യ സംബന്ധിച്ച നിർദ്ദേശങ്ങൾ പലതും പരസ്പര വിരുദ്ധങ്ങളാണ്. ഓർഗാനിക് ഫാമിങ്ങിനെക്കുറിച്ച് പറയുന്നവർ തന്നെ രാസവള ഉപയോഗം താഴ്ന്നിരിക്കുന്നതിനെക്കുറിച്ച് വിലപിക്കുന്നു. സമ്മിശ്രകൃഷിയെ പ്രോത്സാഹിപ്പിക്കണമെന്നു പറയുന്ന അതേ ശ്വാസത്തിൽ ഒരു ഗ്രാമത്തിൽ ഒരുവിള എന്ന മുദ്രാവാക്യത്തെ മാതൃകയാക്കുന്നു. താഴ്ന്ന ജലസേചിത ഭൂമിയെക്കുറിച്ച് വിമർശനം ഉന്നയിക്കുന്നവർ എന്തുവേണം എന്നതിനെക്കുറിച്ച് ഉരിയാടുന്നില്ല. കാർഷികവായ്പ പോര എന്നു ശരിയായ നിരീക്ഷണമുണ്ട്. പക്ഷേ, സഹകരണസംഘങ്ങൾ പൊളിക്കുന്ന നയത്തെക്കുറിച്ച് ഒന്നും പറയുന്നില്ല. കേരള ഫിനാൻഷ്യൽ കോർപ്പറേഷൻ അവരുടെ വായ്പയുടെ 0.01 ശതമാനം മാത്രമേ കൃഷിക്കു നല്കുന്നുള്ളൂ എന്ന എമണ്ടൻ വിമർശനവും നടത്തുന്നുണ്ട്.

ആഗ്രിപ്രനോഴ്സും പ്രൊഡ്യൂസർ കമ്പനികളും

അത്യുന്നത സാങ്കേതിക വിദ്യകളുടെ ഇറക്കുമതി കഴിഞ്ഞാൽ, പിന്നെ കാർഷിക ഭാവനാസൗധത്തിന്റെ അടുത്ത തൂണാണ് കൃഷിയുടെ സംഘാടനത്തിലും കൃഷിക്കാരുടെ സ്വഭാവത്തിലും വരുത്തേണ്ട മാറ്റം. "കൃഷിയോടുള്ള സമീപനത്തിൽ അടിസ്ഥാനപരമായ മാറ്റം വരേണ്ടതുണ്ട്. ഉപജീവനത്തിനുള്ള ഉപാധിയെന്നുള്ളതു വിട്ട് വിജ്ഞാനതീവ്രവും

മത്സരാധിഷ്ഠിതവുമായ കൃഷിയിലേക്കു മാറണം. കൃഷിക്കാരെയല്ല കാർഷികസംരംഭകരെയാണ് വേണ്ടത്. എങ്ങനെ ആധുനികവിജ്ഞാനം സ്വായത്തമാക്കുന്നു, ഉപയോഗിക്കുന്നു എന്നതിനെ ആസ്പദമാക്കിയായിരിക്കും അവരുടെ പ്രകടനത്തെ അളക്കേണ്ടത്. കൃഷി ഉപജീവനത്തിന്റെ ഉപാധിയല്ല, സാമ്പത്തികസമൃദ്ധിക്കുള്ള ഉപാധിയാണ്". കൃഷി ഇന്ന് ഉപജീവനത്തിനുള്ള ഉപാധിയാണെന്നും അതിനുപകരം മത്സരാധിഷ്ഠിതമായ സംരംഭകത്വ കൃഷിയാണ് വേണ്ടതെന്നുമുള്ള സന്ദേശം കൃഷിയെക്കുറിച്ചുള്ള പ്രതിപാദനത്തിലുടനീളം കാണാം. കൃഷിക്കാർക്ക് ഒരു പുതിയ പേരും കൊടുത്തിട്ടുണ്ട്. അഗ്രിപ്രെനോഴ്സ് (). കൃഷിയുടെ (അഗ്രിക്കൾച്ചറിന്റെ) അഗ്രിയും സംരംഭകത്വത്തിന്റെ (എന്റർപ്രണേഴ്സ്) പ്രണേഴ്സും ചേർത്തുണ്ടാക്കിയ ഈ പേര് ഭാഷാവിജ്ഞാനീയത്തിനുള്ള യു ഡി എഫിന്റെ ഒരു മൗലികസംഭാവനയായി കരുതാം.

എന്താണ് മേല്പറഞ്ഞ പ്രസ്താവനകളുടെ അടിസ്ഥാന പിശക്? കേരളത്തിലെ കൃഷിയുടെ അടിസ്ഥാനസ്വഭാവം അത് ഉപജീവനത്തൊഴിലല്ല, കമ്പോളത്തിനായി വാണിജ്യവല്ക്കരിക്കപ്പെട്ട കൃഷിയാണ് എന്നതാണ്. സ്വന്തം ഉപയോഗത്തിനുള്ള കൃഷി വിസ്തൃതി ഇരുപതു ശതമാനത്തോളമേ വരൂ. വാണിജ്യകൃഷിയിലേക്കുള്ള പത്തൊമ്പതാം നൂറ്റാണ്ടിൽ ആരംഭിച്ച ഈ പരിവർത്തനം ഒരുകാലത്തും ബലപ്രയോഗത്തിന്റെയോ സർക്കാർ തീരുമാനങ്ങളുടെയോ അടിസ്ഥാനത്തിൽ ഉണ്ടായിട്ടുള്ളതല്ല. കേരളത്തിലെ കൃഷിയുടെ വാണിജ്യവല്ക്കരണം പൂർണ്ണമായി വിളകളുടെ താരതമ്യവിലയിൽ വന്ന മാറ്റങ്ങളുടെ അടിസ്ഥാനത്തിൽ നടന്നിട്ടുള്ളതാണ്. കമ്പോളസൂചനകളോട് ഏറ്റവും ഉൽക്കർഷേച്ഛയോടെ പ്രതികരിച്ചിട്ടുള്ള കർഷകരാണ് കേരളത്തിലുള്ളത്. സമീപകാലത്ത് എന്തെല്ലാം വിളകളാണ് കേരളത്തിൽ മിന്നിമറഞ്ഞുപോയത്. കൊക്കോയുടെയും വാനിലയുടെയും കഥകൾ സമീപകാലത്തുള്ളവയാണല്ലോ. നല്ലവിലയും ആദായവും കിട്ടുന്ന കൃഷിയിൽ മുതൽ മുടക്കാനും അത്തരം വിളകൾ കൃഷിചെയ്യാനും ഒരു മടിയും കേരളം കാണിച്ചിട്ടില്ല. അപ്പോൾ മുഖ്യപ്രശ്നം കൃഷി ആദായകരമല്ല, അല്ലെങ്കിൽ മറ്റു നിക്ഷേപമേഖലകളെ അപേക്ഷിച്ച് ആദായകരമല്ല എന്നുള്ളതാണ്.

കാർഷികാദായത്തെക്കുറിച്ച് ചർച്ച ചെയ്യുമ്പോൾ ആദ്യം മനസ്സിൽ ഉയർന്നുവരുന്ന പ്രശ്നം കാർഷിക ഉല്പന്നങ്ങളുടെ വിലയാണ്. എൺപതുകളുടെ അവസാനംമുതൽ തൊണ്ണൂറുകളുടെ അവസാനംവരെ കേരളത്തിലെ കൃഷി ഏതാണ്ട് മൂന്നു ശതമാനത്തിനടുത്താണ് പ്രതിവർഷം വളർന്നത്. തൊണ്ണൂറുകളുടെ അവസാനത്തോടെയാണ് കാർഷികമേഖല കടുത്ത മുരടിപ്പിലേക്കു നീങ്ങിയത്. റിപ്പോർട്ടിൽ നല്കിയ കണക്കുപ്രകാരം 1990–91 മുതൽ 1999–2000 വരെയുള്ള കാലത്ത് രണ്ടര ശതമാനം നിരക്കിൽ വളർന്ന കൃഷി 2001 മുതൽ 2010 വരെയുള്ള കാലയളവിൽ 0.27 ശതമാനം വീതമാണ് പ്രതിവർഷം വളർന്നത്. എന്തുകൊണ്ട് ഈ തകർച്ച?

കൃഷി ആദായകരമല്ലാത്തത് എന്തുകൊണ്ട്?

മുഖ്യകാരണം വിലത്തകർച്ചയാണ്. ആഗോളവല്ക്കരണ നയങ്ങൾ 1991 ൽ ആരംഭിച്ചെങ്കിലും തൊണ്ണൂറുകളുടെ അവസാനത്തോടെയാണ് കാർഷികവിളകൾ തകരാൻ തുടങ്ങിയത്. ഏതെങ്കിലും ഒരു വിളയുടേതല്ല, എല്ലാ വിളകളുടെയും വിലകൾ കുത്തനെ ഇടിഞ്ഞു. ഇതോടെ കാർഷികവളർച്ചയും നിലച്ചു. ഈ തിരിച്ചറിവിൽനിന്ന് പിന്നെ കാർഷിക മേഖല കരകയറിയിട്ടില്ല. വിലകൾ പിന്നീട് മെച്ചപ്പെട്ടെങ്കിലും വിലകളുടെ ചാഞ്ചാട്ടം അതീവഗൗരവമായ പ്രശ്നമായി മാറി. ഈ അനിശ്ചിതത്വം കാർഷികനിക്ഷേപത്തെ വളരെ പ്രതികൂലമായി ബാധിച്ചു എന്നുള്ളതാണ് വസ്തുത. സ്വാതന്ത്ര്യാനന്തരകാലത്ത് 1990 വരെ പൊതുവിൽ വാണിജ്യവിളകളുടെ വിലകൾ മെച്ചപ്പെടുക മാത്രമല്ല, അവയുടെ ചാഞ്ചാട്ടവും വളരെ പരിമിതമായിരുന്നു. ഈ സ്ഥിതിവിശേഷം അട്ടിമറിഞ്ഞിരിക്കുന്നു. ഈ അവസ്ഥയെക്കുറിച്ച് ഒരു പരാമർശംപോലും റിപ്പോർട്ടിൽ ഇല്ല. ഇത്തരമൊരു പ്രശ്നമുണ്ടെന്നു തിരിച്ചറിഞ്ഞാലല്ലേ പ്രതിവിധിയെക്കുറിച്ചു ചിന്തിക്കൂ. കാർഷികവിപണന സംവിധാനം മെച്ചപ്പെടുത്തുന്നതിനെക്കുറിച്ച് ഒരു പേജുണ്ട്. ഹോർട്ടികോർപ്പും വി എഫ് പി സി കെയുമാണ് മാതൃകകൾ. പിന്നെ പ്രാദേശിക സർക്കാരുകളുടെ ഇടപെടൽ, ഐ ടി വിദ്യ ഉപയോഗപ്പെടുത്തി ഉപഭോക്താക്കൾക്ക് നേരിട്ടുള്ള വിപണനം തുടങ്ങിയ കാര്യങ്ങളെക്കുറിച്ചാണ് പകുതിയിലേറെ സ്ഥലം ചർച്ചയ്ക്കായി നീക്കിവെച്ചിട്ടുള്ളത്. താങ്ങുവിലയെക്കുറിച്ച് പരാമർശമേയില്ല.

എന്തുകൊണ്ട് കേരളത്തിലെ കൃഷി ഇൻഷ്വറൻസ് പദ്ധതികൾ പരാജയപ്പെടുന്നു? ഇൻഷ്വറൻസ് ശക്തിപ്പെടുത്തണമെന്നല്ലാതെ നിലവിലുള്ള ഇൻഷ്വറൻസ് സ്കീമുകളുടെ പരിമിതികളെക്കുറിച്ചൊരു വിശകലനമില്ല. കേന്ദ്രസ്കീമുകളിൽ മാറ്റം വരുത്താൻ കഴിഞ്ഞില്ലെങ്കിലും അവയോടൊപ്പം സംസ്ഥാന സർക്കാരിന്റെ പ്രത്യേക വിഹിതവും കൂടി സംയോജിപ്പിച്ച് നിലവിലുള്ള ഇൻഷ്വറൻസ് സ്കീമിനെ എങ്ങനെ മെച്ചപ്പെടുത്താം എന്നതിനെക്കുറിച്ചുള്ള ചിന്തയും ഇല്ല.

കേരളത്തിന്റെ കാർഷികഘടനയെക്കുറിച്ച് ചർച്ച ചെയ്തിട്ടുവേണം, കാർഷിക സംഘാടനത്തെക്കുറിച്ച് പറയേണ്ടത്. കാർഷികഘടനയെക്കുറിച്ച് ആകെ പറയുന്നത് ചെറുകിട ഉല്പാദകരുടെ ആധിക്യമാണ്. ഇതോടൊപ്പം പരിഗണിക്കേണ്ട രണ്ടുകാര്യങ്ങളുണ്ട്. കൃഷി ചുരുക്കംപേരുടെ മാത്രം മുഖ്യവരുമാനമാർഗ്ഗമാണ്. അതുപോലെ ചെറുകിട കൃഷിക്കാരിൽ മുഖ്യപങ്കും കൂലിവേലക്കാരെ ആശ്രയിച്ചാണ് കൃഷി നടത്തുന്നത്. കാർഷികഘടനയ്ക്ക് പ്രകടമായ പ്രാദേശിക അന്തരങ്ങളുമുണ്ട്. ഇതൊക്കെ പരിഗണിച്ചുവേണം ഓരോ പ്രദേശത്തെയും കാർഷികസ്ഥാപനങ്ങളെന്തുവേണം എന്നു തീരുമാനിക്കാൻ. പ്രൊഡ്യൂസർ കമ്പനികളാണ് റിപ്പോർട്ടിൽ ഏറ്റവും മുന്നിൽ. സഹകരണമേഖലയെക്കുറിച്ച് പുച്ഛമാണ്. ഗ്രീൻ ആർമി, ലേബർ ബാങ്ക്, ഗ്രൂപ്പ് ഫാമിങ്,

പാടശേഖരസമിതികൾ തുടങ്ങിയ നിലവിലുള്ള സംവിധാനങ്ങളെ എങ്ങനെ മെച്ചപ്പെടുത്താം എന്നു പരിശോധിക്കുന്നേയില്ല.

എന്തുകൊണ്ട് നിക്ഷേപം കുറയുന്നു?

കാർഷികമേഖലയിൽ നിക്ഷേപം കുറയുന്നു എന്നതു വസ്തുതയാണ്. കൃഷി ആദായകരമല്ലാത്തതുകൊണ്ടും ഭൂമിയുടെ ഉയർന്ന വില മൂലവും സ്വകാര്യനിക്ഷേപം താഴ്ന്ന തോതിലേ നടക്കുന്നുള്ളൂ. പക്ഷേ, സർക്കാരിന്റെ നിക്ഷേപം എന്തിനു കുറയണം? ഇതുസംബന്ധിച്ച യു ഡി എഫ് പരിപ്രേക്ഷ്യത്തിന്റെ കാഴ്ചപ്പാട് അതീവനിരാശാജനകമാണ്. പഞ്ചവത്സര പദ്ധതി അടങ്കലിന്റെ നാലിലൊന്ന് കൃഷിക്കായിരുന്നു. ഇപ്പോഴത് 6 – 7 ശതമാനമായി താഴ്ന്നു. യു ഡി എഫ് ഭരണം ആരംഭിക്കുന്നതുവരെ തദ്ദേശസ്ഥാപനങ്ങളുടെ വിഹിതവും കൂടിചേരുമ്പോൾ 10 ശതമാനം കൃഷിക്കുണ്ടെന്ന് അവകാശപ്പെടാമായിരുന്നു. എന്നാൽ തദ്ദേശസ്ഥാപനങ്ങളുടെ സ്വാതന്ത്ര്യത്തെ ഹനിക്കുന്നുവെന്നു പറഞ്ഞ് കാർഷിക മേഖലയ്ക്കു വിഹിതം നീക്കിവെക്കണമെന്ന നിബന്ധന ഇല്ലാതാക്കി. ഇതിന്റെ ഫലമായി 2012–13 ൽ തദ്ദേശസ്വയംഭരണ സ്ഥാപനങ്ങളുടെ പദ്ധതി അടങ്കലിന്റെ ഒരു ശതമാനത്തിൽ താഴെയാണ് കാർഷിക മേഖലയുടെ വിഹിതം. ചരിത്രത്തിലേറ്റവും താഴ്ന്ന വിഹിതമാണ് ഈ വർഷം കൃഷിക്കുള്ളത്. കാർഷികമേഖലയിലെ പൊതുനിക്ഷേപം ഗണ്യമായി ഉയർത്തണമെന്ന കാഴ്ചപ്പാട് പരിപ്രേക്ഷ്യം മുന്നോട്ടുവെക്കുന്നില്ല.

കേവലം രണ്ടുശതമാനം നിരക്കിലാണ് 2010 വരെ കാർഷികമേഖല വളരുമെന്ന് പരിപ്രേക്ഷ്യം ലക്ഷ്യമിടുന്നത്. ദേശീയവരുമാന വളർച്ചയേക്കാൾ താഴ്ന്നതാണിത് എന്നു മാത്രമല്ല, തൊണ്ണൂറുകളിൽ കേരളത്തിൽ കൈവരിച്ചതിനേക്കാൾ ഗണ്യമായി കുറഞ്ഞ ഒരു നിരക്കാണിത്. ഈ വേഗതയിലാണ് കാർഷിക മേഖല വളരുന്നതെങ്കിൽ കാർഷികമേഖലയുടെ വിഹിതം സംസ്ഥാന ഉല്പാദനത്തിൽ അഞ്ചോ ആറോ ശതമാനമായി താഴും. ഇതിന്റെ പ്രത്യാഘാതം രൂക്ഷമായിരിക്കും.

1990–91 നും 2010–11 നും ഇടയ്ക്ക് കാർഷികമേഖലയുടെ വരുമാന വിഹിതം 21.5 ശതമാനത്തിൽ നിന്ന് 8.3 ശതമാനമായി താണു എന്നാണ് അദ്ധ്യായത്തിന്റെ ആമുഖത്തിൽ വ്യക്തമാക്കിയിരുന്നത്. എന്നാൽ കൃഷിയെ ആശ്രയിച്ചു ജീവിക്കുന്നവരുടെ എണ്ണം 41 ശതമാനത്തിൽ നിന്ന് 23.3 ശതമാനമായി മാത്രമേ താഴ്ന്നിട്ടുള്ളൂ. എന്നുവെച്ചാൽ 23.3 ശതമാനം ജനങ്ങൾക്ക് സംസ്ഥാന വരുമാനത്തിന്റെ 10 ശതമാനമേ ലഭിക്കുന്നുള്ളൂ. തന്മൂലം അഖിലേന്ത്യാ അടിസ്ഥാനത്തിൽ കാർഷിക മേഖലയുടെ പ്രതിശീർഷ വരുമാനം 5084 രൂപയായിരിക്കുമ്പോൾ കേരളത്തിൽ അത് 4674 രൂപ മാത്രമാണ്. യഥാർത്ഥനില ഇതിനേക്കാൾ വളരെ താഴ്ന്നതാണ്. കാരണം കാർഷിക ജനസംഖ്യ കണക്കാക്കിയിരിക്കുന്നതിൽ നാളികേരം, റബ്ബർ, തേയില, കാപ്പി തുടങ്ങിയവയുടെ എണ്ണം ഉൾപ്പെടുത്തിയിട്ടില്ല.

സെൻസസിൽ പ്ലാന്റേഷൻ മേഖലയിലെ കർഷകരെ കൃഷിക്കാരായിട്ടല്ല കരുതുക. ഇതുകൂടി കണക്കിലെടുക്കുകയാണെങ്കിൽ കാർഷികമേഖലയുടെ പ്രതിശീർഷവരുമാനം എത്രയോ താഴ്ന്നതായിരിക്കും. യു ഡി എഫിന്റെ പരിപ്രേക്ഷ്യം നടപ്പാവുകയാണെങ്കിൽ പിന്നെ കൃഷി ചെയ്യാൻ ആരും നാട്ടിലുണ്ടാവില്ല.

3

തുറന്ന കടലും തുലയുന്ന മത്സ്യമേഖലയും

നോർഡിക് രാജ്യങ്ങളാണ് യു ഡി എഫിന്റെ വിഷൻ 2030 ന്റെ ഇഷ്ടദേശം. വടക്കൻ അറ്റ്ലാന്റിക് തീരദേശ രാജ്യങ്ങളായ സ്വീഡൻ, നോർവെ, ഡെന്മാർക്ക്, ഫിൻലന്റ്, ഐസ്‌ലാന്റ് തുടങ്ങിയ രാജ്യങ്ങളെ സ്കാൻഡിനേവിയൻ രാജ്യങ്ങളെന്നും നോർഡിക് രാജ്യങ്ങളെന്നും വിളിക്കും. പലകാര്യങ്ങളിലും ഈ രാജ്യങ്ങളുടെ മാതൃക പിന്തുടരണം എന്നാണ് വിഷൻ 2030 ൽ പറയുന്നത്. ഏതായാലും മത്സ്യമേഖലയുടെ കാര്യത്തിൽ നോർവെയുമായുള്ള നമ്മുടെ ബന്ധം പ്രസിദ്ധമാണ്. അറുപതുകളുടെ മദ്ധ്യത്തിൽ നോർവീജിയൻ പ്രോജക്ട് നീണ്ടകരയിൽ ആരംഭിക്കുന്നതുവരെ കേരളത്തിലെ മത്സ്യബന്ധനം പൂർണ്ണമായും പരമ്പരാഗത രീതിയിലുള്ളതായിരുന്നു. യന്ത്രവല്ക്കൃത ബോട്ടുകളും ആധുനികവലകളും ശീതീകരിച്ച മത്സ്യവുമെല്ലാം ഏതാനും ദശാബ്ദം കൊണ്ട് കേരളത്തിന്റെ മത്സ്യമേഖലയെ മാറ്റിമറിച്ചു. 1950–51 ൽ കേവലം 0.75 ലക്ഷം ടൺ ആയിരുന്ന മത്സ്യ ഉല്പാദനം 6–7 ലക്ഷം ടണ്ണായി എഴുപതുകളുടെ അവസാനമായപ്പോഴേക്കും ഉയർന്നു. ഇതുപോലെ ഇനി അത്യാധുനിക സാങ്കേതികവിദ്യകൾ കേരളത്തിലെ മത്സ്യമേഖലയിലേക്കു കൊണ്ടുവരണം എന്നുള്ളതാണ് കാഴ്ചപ്പാട്.

പുതിയ വിദ്യകളുടെ നീണ്ട പട്ടികതന്നെയുണ്ട് മാരി കൾച്ചർ, കോൾഡ് വാട്ടർ അക്വാ കൾച്ചർ, കടൽപ്പായൽ കൃഷി, സീ റാഞ്ചിങ്, റിക്രിയേഷണൽ ഫിഷറി, ക്രിപ്സ് ട്രോൾ, മത്സ്യമേഖലയിൽ ഐടി ടെക്നോളജിയുടെ വിവിധ ഉപയോഗങ്ങൾ, ഇങ്ങനെ ഏതാണ്ട് മൂന്നു ഡസൻ വരും പട്ടിക. ഇവയിൽ പലതും നമുക്കു സ്വീകാര്യമാണ്. പക്ഷേ, കൂടുതൽ വിശദമായ പരിശോധന വേണം. നമ്മുടെ പ്രകൃതിക്കും സാമ്പത്തികസ്ഥിതിക്കും കമ്പോളത്തിനും ഇവയോരോന്നും എത്രമാത്രം ഉചിതമാണെന്നു പരിശോധിക്കണം. സാങ്കേതികവിദ്യ മാത്രം പോരാ.

അതിന്റെ സംഘാടനവും പ്രധാനമാണ്.

നോർവീജിയൻ അനുഭവം

ആധുനികം എന്നപേരിൽ അന്ധമായി എന്തും സ്വീകരിക്കുന്നത് ശരിയായിരിക്കുകയില്ല. നോർവേയിൽനിന്നു നാം കൊണ്ടുവന്ന വലകളും സാങ്കേതികവിദ്യകളും പലതും ഏകമത്സ്യപ്രധാനമായ ടെംപറേറ്റു മേഖലകൾക്ക് ഉപയോഗിക്കുന്നതായിരുന്നു. ജൈവവൈവിദ്ധ്യത്തിന്റെ കലവറയായ നമ്മുടെ ഉഷ്ണമേഖലാ സമുദ്രങ്ങളിൽ ഇവ അടക്കം കൊല്ലി വലകളായി. അനിയന്ത്രിതമായ യന്ത്രവല്ക്കരണം മത്സ്യത്തൊഴിലാളികളെ പലേടത്തുനിന്നും പുറന്തള്ളി. പുറത്തുള്ളവർ യന്ത്രവല്ക്കരണ മേഖലയിലേക്കു തള്ളിക്കയറി. മത്സ്യ ഉല്പാദനം കൂടി. പക്ഷേ, മത്സ്യബന്ധനം നഷ്ടക്കച്ചവടമായി.

ഒരുവശത്ത്, പുതിയ സാങ്കേതികവിദ്യകൾ പാരിസ്ഥിതിക തകർച്ചയ്ക്ക് വഴി വെക്കുന്നു. അമിത മത്സ്യബന്ധനം, സംഹാരപരമായ മത്സ്യബന്ധന ഉപകരണങ്ങളുടെ ഉപയോഗം, ഉൾക്കടലിൽ പ്രവർത്തിക്കുന്ന വിദേശ മത്സ്യബന്ധന ട്രോളറുകളുടെ തീരദേശത്തേക്കുള്ള നിയമവിരുദ്ധമായ കടന്നുകയറ്റം, മത്സ്യബന്ധനം തുടങ്ങിയവ മത്സ്യവിഭവ ശോഷണത്തിലേക്കു നയിച്ചു. എഴുപതുകളുടെ ആദ്യം മുതൽ മത്സ്യ ഉല്പാദനം കേരളത്തിൽ ഇടിയാൻ തുടങ്ങി. എഴുപതുകളുടെ അവസാനം വരെ ഈ പ്രവണത തുടർന്നു. പിന്നീട് പ്രജനനകാലമായ മഴക്കാലത്ത് ട്രോളിങ് നിരോധനം ഏർപ്പെടുത്തി. മത്സ്യഉല്പാദനത്തിന്റെ ഇടിവ് തടയാൻ കഴിഞ്ഞെങ്കിലും മത്സ്യഉല്പാദനം ഇപ്പോഴും ആറ് - ഏഴു ടണ്ണിൽ തളംകെട്ടി നില്ക്കുകയാണ്.

മറുവശത്ത്, രണ്ടു കാരണങ്ങളാൽ മത്സ്യബന്ധനച്ചെലവ് കുതിച്ചുയരുകയാണ്. ആദ്യത്തേത് പരിമിതമായ മത്സ്യവിഭവം സ്വായത്തമാക്കാൻ മത്സ്യബന്ധന യൂണിറ്റുകൾ തമ്മിലുള്ള കടുത്ത കിടമത്സരം, കൂടുതൽ വലിയ ബോട്ടുകൾ, കൂടുതൽ കരുത്തുറ്റ യന്ത്രങ്ങൾ, വലിയ വലകൾ എന്നിങ്ങനെ മത്സ്യബന്ധന സാങ്കേതികവിദ്യ നിരന്തരം നവീകരിച്ചുകൊണ്ടിരിക്കാൻ അവയെ നിർബ്ബന്ധിതമാക്കുന്നു. ഇത് അമിത മൂലധനവല്ക്കരണത്തിന് മത്സ്യബന്ധന മേഖലയെ വിധേയമാക്കുന്നു. മത്സ്യബന്ധന ബോട്ടുകളുടെ യന്ത്രവല്ക്കരണം ഗണ്യമായ പുരോഗതി കൈവരിച്ചിട്ടുണ്ട്. ഔട്ട് ബോർഡ് എഞ്ചിനിൽനിന്ന് ഇൻബോർഡ് എഞ്ചിനിലേക്കുള്ള മാറ്റത്തിന്റെ പ്രവണതയാണ് ഇപ്പോൾ കാണുന്നത്. രണ്ടാമത്തേത്, റേഷൻ മണ്ണെണ്ണയുടെ വിതരണം കുറയുകയും ഇന്ധന ച്ചെലവ് കുത്തനെ കൂടുകയും ചെയ്തതാണ്.

മേല്പറഞ്ഞ സാഹചര്യങ്ങൾ മിക്കവാറും എല്ലാ മത്സ്യബന്ധന യൂണിറ്റുകളെയും ദയനീയമായ സാഹചര്യത്തിൽ എത്തിച്ചിരിക്കുകയാണ്. ഇന്ധനം, കൂലി, മുതൽമുടക്കിന്റെ പലിശ എന്നിവയിലുണ്ടാകുന്ന വർദ്ധനമൂലം മൊത്തം മത്സ്യബന്ധനച്ചെലവ് ഉയരുന്നതിനാൽ

മത്സ്യബന്ധന മേഖലയിൽ നിന്നുള്ള അറ്റാദായം, തേയ്മാനച്ചെലവ് കൂടി കണക്കിലെടുക്കുമ്പോൾ ഗണ്യമായി കുറയുകയാണ്. ഇത് മത്സ്യത്തൊഴിലാളി വിഭാഗങ്ങളുടെ കടം പെരുകാൻ ഇടയാക്കുന്നു. പണം പലിശയ്ക്ക് കൊടുക്കുന്ന വ്യാപാരികളും തമ്മിലുള്ള ഇടപാടുകളിലൂടെ ഉല്പന്ന കമ്പോളവും വായ്പാ കമ്പോളവും തമ്മിൽ നിലനില്ക്കുന്ന പരസ്പരാശ്രിത ബന്ധംമൂലം മത്സ്യത്തൊഴിലാളികൾക്ക് മത്സ്യക്കമ്പോളത്തിന്റെ ഗുണപരമായ ഉണർവ്വിന്റെ നേട്ടം ലഭ്യമാകുന്നില്ല. മിച്ചമുണ്ടാകുന്ന ആദായത്തിന്റെ ഏറിയപങ്കും കയറ്റുമതിക്കാരും ഇറക്കുമതിക്കാരും ചേർന്ന് തട്ടിയെടുക്കുകയാണ്.

അക്വേറിയം റിഫോംസ്

മേല്പറഞ്ഞ സ്ഥിതിവിശേഷം നേരിടുന്നതിന് നോർവേയിൽ നിന്നു തന്നെ ഒരു പാഠം കേരളം പഠിക്കാൻ ശ്രമിച്ചു. സ്കാൻഡിനേവിയൻ രാജ്യങ്ങളിൽ തീരപ്രദേശ കടൽ അവിടത്തെ മത്സ്യത്തൊഴിലാളി വിഭാഗങ്ങൾക്കു വേണ്ടി റിസർവ്വു ചെയ്തിരിക്കുകയാണ്. അവർക്കേ മത്സ്യബന്ധന ഉരുക്കൾക്ക് ഉടമസ്ഥാവകാശമുള്ളൂ. ഇതുപോലൊരു പരിഷ്കാരം കേരളത്തിലും കൊണ്ടുവരുന്നതിന് എല്ലാ മത്സ്യത്തൊഴിലാളി യൂണിയനുകളുടെയും പ്രതിനിധി സംഘം ഒന്നാം നായനാർ സർക്കാരിന്റെ കാലത്ത് സ്കാൻഡിനേവിയൻ രാജ്യങ്ങൾ സന്ദർശിച്ചു. രണ്ടാം നായനാർ സർക്കാരിന്റെ കാലത്ത് ഒരു കരടു നിയമവും ഉണ്ടാക്കി. ഈ പരിഷ്കാരങ്ങൾക്ക് അക്വേറിയം റിഫോംസ് എന്നു പേരും നല്കി.

കൃഷിഭൂമി കൃഷിക്കാരന് എന്നപോലെ കടൽ മത്സ്യത്തൊഴിലാളിക്ക് എന്നുള്ളതാണ് മുദ്രാവാക്യം. മത്സ്യബന്ധന യാനങ്ങളുടെ ഉടമസ്ഥാവകാശം മത്സ്യത്തൊഴിലാളികൾക്കു മാത്രമായിരിക്കും. പരമ്പരാഗത സാമൂഹ്യനിയന്ത്രണ സംവിധാനങ്ങൾ നിയമപരമാണ്. കടൽത്തീരത്ത് വെച്ചുള്ള ആദ്യവില്പനയ്ക്കുള്ള അവകാശം മത്സ്യത്തൊഴിലാളികൾക്കുള്ളിൽ നിക്ഷിപ്തമാക്കും. നിലവിൽ മത്സ്യബന്ധന യാനങ്ങളുള്ളവർ നിശ്ചിതസമയത്തിനുള്ളിൽ അവ മത്സ്യത്തൊഴിലാളികൾക്കു കൈമാറുകയോ പിൻവാങ്ങുകയോ ചെയ്യണം. ഇതോടെ കടൽ ആർക്കും കൈയേറി എന്തും ചെയ്യാവുന്ന പൊതുസ്ഥലമല്ലാതാകും. പാരിസ്ഥിതിക സംരക്ഷണപ്രവർത്തനങ്ങളും സാമൂഹ്യനിയന്ത്രണങ്ങളും നടപ്പിലാക്കുന്നതിനു കഴിയും. ഈ അക്വേറിയം റിഫോംസ് നിർദ്ദേശങ്ങളെക്കുറിച്ച് നോർഡിക് രാജ്യങ്ങളുടെ അപ്പോസ്തലന്മാർക്കു ഒരു വാചകം പോലും ഉരിയാടാനില്ല. അക്വേറിയം റിഫോംസിനെ യു ഡി എഫിന്റെ വിഷൻ 2030 കുഴിച്ചുമൂടിയിരിക്കുന്നു.

ആരാണ് ശത്രു?

കേരളത്തിലെ മത്സ്യമേഖലയുടെ ഇന്നത്തെ പ്രധാനവൈരുദ്ധ്യങ്ങൾ ഇവയാണ്: ഒന്ന്, വിദേശക്കപ്പലുകളും ട്രോളറുകളും തീരദേശത്തു

മത്സ്യബന്ധനം നടത്തുന്നു. വിദേശ ട്രോളറുകളെ പ്രോത്സാഹിപ്പിക്കുന്ന നയമാണ് കേന്ദ്രസർക്കാർ സ്വീകരിച്ചിട്ടുള്ളത്. ശക്തമായ പ്രക്ഷോഭത്തിന്റെ ഫലമായി ഇതിനു നിരോധനം ഏർപ്പെടുത്തിയെങ്കിലും പിൻവാതിലിലൂടെ വിദേശ ട്രോളിങ് അനുവദിച്ചിരിക്കുകയാണ്. വിദേശ കപ്പലുകൾ ഇന്ത്യയിൽ ബിനാമിപ്പേരിൽ രജിസ്റ്റർ ചെയ്ത് തീരദേശത്ത് മത്സ്യബന്ധനം നടത്തുകയാണ്. തീരദേശ വിഭവശോഷണത്തിന്റെ മുഖ്യകാരണം ഇതാണ്.

രണ്ട്, കേന്ദ്രസർക്കാരിന്റെ സബ്സിഡി വെട്ടിക്കുറയ്ക്കൽ നയം മത്സ്യമേഖലയ്ക്ക് തിരിച്ചടിയായിട്ടുണ്ട്. മണ്ണെണ്ണയ്ക്കു ക്യാഷ് ട്രാൻസ്ഫറാക്കിയതോടെ മത്സ്യമേഖലയ്ക്കു കിട്ടിയിരുന്ന മണ്ണെണ്ണ റേഷൻ ഇല്ലാതായി. ഉയർന്നവിലയ്ക്കു കമ്പോളത്തിൽനിന്നും കരിഞ്ചന്തയിൽ നിന്നും മണ്ണെണ്ണ വാങ്ങേണ്ടി വരുന്നതുമൂലം മത്സ്യബന്ധനച്ചെലവ് ഉയർന്നു.

മൂന്ന്, മത്സ്യസമ്പത്തിന്റെ നല്ലൊരു പങ്ക് കയറ്റുമതി ചെയ്യപ്പെടുകയാണ്. ഇവർക്കാണ് ഈ മേഖലയിലെ ലാഭത്തിന്റെ സിംഹപങ്കും ലഭിക്കുന്നത്. പക്ഷേ, മീൻപിടിക്കുന്നവരെ പരോക്ഷമായിപ്പോലും അംഗീകരിക്കാൻ അവർ തയ്യാറല്ല. മത്സ്യത്തൊഴിലാളി ക്ഷേമനിധിക്ക് കയറ്റുമതിക്കാരിൽനിന്നുള്ള സെസിനു സുപ്രീംകോടതിയിൽ കേസിനു പോയി സ്റ്റേ വാങ്ങിയിരിക്കുകയാണ്. മത്സ്യത്തൊഴിലാളികളുമായി ഈ കുത്തകകൾക്കു യാതൊരു ബന്ധവുമില്ല എന്ന വാദത്തിന്റെ നിയമവശം സുപ്രീംകോടതി ഇപ്പോഴും പരിശോധിച്ചുകൊണ്ടിരിക്കുകയാണ്.

ഒരു ദീർഘകാല വികസനപരിപ്രേക്ഷ്യത്തിൽ ഇവയൊക്കെ മുഖ്യപ്രതിപാദന വിഷയങ്ങളാക്കി മാറ്റേണ്ടതുണ്ടോ എന്ന ചോദ്യം അപ്രസക്തമാണെന്നു പറയില്ല. പക്ഷേ, മേല്പറഞ്ഞവയെക്കുറിച്ചൊക്കെ നിശ്ശബ്ദത പാലിക്കുന്ന ആസൂത്രണബോർഡ് മത്സ്യമേഖലയുടെ സുപ്രധാനമായ പ്രശ്നങ്ങളിൽ ഒന്നായി കണ്ടിരിക്കുന്നത് ട്രേഡ് യൂണിയനുകളെയാണ്. ആ മണിമുത്തുകൾ ഉദ്ധരിക്കുന്നത് വിജ്ഞാനപ്രദമായിരിക്കും. “മത്സ്യമേഖലയിൽ ശക്തമായി തൊഴിലാളി യൂണിയനുകൾ ഉണ്ടായിട്ടുണ്ട്. ലാൻഡിങ് കേന്ദ്രങ്ങളിൽ യൂണിയനുകൾ പ്രധാനപ്പെട്ട ഒരു പങ്കുവഹിക്കുന്നുണ്ട്. ഐസ് ഇടുന്നതിനും ട്രക്കുകൾ ലോഡു ചെയ്യുന്നതിനും നിശ്ചിതകൂലി അവർ ഈടാക്കുന്നു . പലപ്പോഴും പലദിനങ്ങൾ കടലിൽ കഴിയേണ്ടി വരുന്ന മത്സ്യത്തൊഴിലാളികളേക്കാൾ കൂടുതൽ കൂലി ഇവർ വാങ്ങുന്നു. എല്ലാ തൊഴിലാളികളും മത്സ്യത്തൊഴിലാളി സമുദായത്തിൽനിന്നു തന്നെ ആണെന്നു വന്നാലും ട്രേഡ് യൂണിയനുകൾക്ക് തൊഴിൽനിയമങ്ങൾക്കു കീഴിൽ പ്രത്യേക പദവിയുണ്ട്. ആത്യന്തികമായി പാവപ്പെട്ട മത്സ്യത്തൊഴിലാളിയുടെ പോക്കറ്റിൽ നിന്നാണ് ഈ പണമെടുക്കുന്നത്. ട്രേഡ് യൂണിയൻ പ്രവർത്തനങ്ങൾ വർദ്ധിക്കുന്തോറും പുറത്തുനിന്നുള്ളവർ ഇവിടെ കൂലിക്കു വരുന്ന സ്ഥിതിയാണ് കേരളത്തിലുള്ളത്.”

മുപ്പതുവർഷത്തെ ഒരു പരിപ്രേക്ഷ്യത്തിൽ ലാൻഡിങ് സെന്ററിലെ

യൂണിയൻ തർക്കത്തിന് എന്തു പ്രസക്തി? മത്സ്യക്കയറ്റുമതിക്കാരുടെ കൊള്ളലാഭത്തിനു നേരെ കണ്ണടയ്ക്കുന്നവർക്ക് തൊഴിലാളിയുടെ കൂലിയെക്കുറിച്ച് എന്തൊരു വേവലാതി? കയറ്റുമതിക്കാരെക്കുറിച്ചു മാത്രമല്ല, ലേലം നടത്തുന്ന തരകന്മാരെക്കുറിച്ചോ ഹുണ്ടികക്കാരെക്കുറിച്ചോ ഒരു വിമർശനവും പരിപ്രേക്ഷ്യക്കാർക്കില്ല. എന്നു മാത്രമല്ല, വിദേശ ട്രോളറിനെക്കുറിച്ചല്ല വിമർശനം, മറിച്ച് നാടൻ യന്ത്രവല്ക്കൃത ബോട്ടുകളും പരമ്പരാഗത മത്സ്യത്തൊഴിലാളികളും തമ്മിലുള്ള തർക്കത്തെക്കുറിച്ചാണ് ഒരു ഖണ്ഡിക നീക്കിവെച്ചിട്ടുള്ളത്. രണ്ടുകിലോമീറ്റർ തീരപ്രദേശം പരമ്പരാഗത വള്ളങ്ങൾക്കുള്ളതാണ് തുടങ്ങിയ നിബന്ധനകൾ നടപ്പാക്കണമെങ്കിൽ അക്വേറിയം റിഫോംങ് വേണം എന്നുള്ളത് സൗകര്യപൂർവ്വം വിട്ടുകളയുന്നു.

പിന്നാക്കാവസ്ഥയ്ക്കു പരിഹാരമെന്ത്?

മത്സ്യമേഖലയുടെ വികസനം ആസൂത്രണം ചെയ്യുമ്പോൾ അവശ്യം വേണ്ടുന്ന ഒരു ബോധമാണ് ഈ മേഖലയുടെ ഇന്നത്തെ പരിതാപകരമായ സ്ഥിതി. ആദിവാസികോളനികൾ കഴിഞ്ഞാൽ മത്സ്യത്തൊഴിലാളി ഗ്രാമങ്ങളാണ് ഭൂരാഹിത്യത്തിന്റെയും പാർപ്പിടമില്ലായ്മയുടെയും ശുചീകരണവും കക്കൂസുമില്ലായ്മയുടെയും വീടുകൾ വൈദ്യുതീകരിക്കാത്തതിന്റെയും കുടിവെള്ളം കിട്ടാത്തതിന്റെയും പ്രശ്നങ്ങൾ ഏറ്റവുമധികം നേരിടുന്നത്. മത്സ്യത്തൊഴിലാളികൾക്കിടയിൽ ശിശുമരണ നിരക്ക് സംസ്ഥാന ശരാശരിയുടെ ഇരട്ടിയാണ്. സ്ത്രീപുരുഷാനുപാതം പൊതുസ്ഥിതിയേക്കാൾ താഴെയാണ്. ആയുർദൈർഘ്യം സംസ്ഥാനത്തെ ഇതര ജനവിഭാഗങ്ങളേക്കാൾ വളരെ താഴെയാണ്. മത്സ്യത്തൊഴിലാളി ഗ്രാമങ്ങൾ ദാരിദ്ര്യത്തിന്റെ തുരുത്തുകളും വികസനത്തിനെതിരെയുള്ള വെല്ലുവിളികളുമായി തുടരുകയാണ്.

ഇതൊക്കെയാണ് സ്ഥിതിയെങ്കിലും പരിപ്രേക്ഷ്യം 2030 പ്രതിവർഷം 0.5 ശതമാനം വെച്ചേ മത്സ്യബന്ധനമേഖലയുടെ വരുമാനം ഉയരുമെന്നു കണക്കാക്കുന്നുള്ളൂ. വിഭവപരിമിതിയുടെ പശ്ചാത്തലത്തിൽ ഈ മേഖലയിൽ കുതിച്ചുകയറ്റം സാദ്ധ്യമല്ല. പക്ഷേ, കൂടുതൽ മൂല്യവർദ്ധിത ഉല്പന്നങ്ങൾ ഉല്പാദിപ്പിച്ചുകൊണ്ടും മാർക്കറ്റിങ് ശക്തിപ്പെടുത്തിക്കൊണ്ടും ഈ മേഖലയിലെ വരുമാനം കൂടുതൽ വേഗത്തിൽ ഉയരുമെന്ന് ഉറപ്പുവരുത്താനാവും. എങ്കിലും വളരെ ഉയർന്ന ഒരു വളർച്ചാനിരക്ക് യാഥാർത്ഥ്യബോധത്തോടു കൂടിയുള്ളതല്ല എന്നു സമ്മതിക്കുന്നു. പക്ഷേ, ഇതിന്റെ ഫലമെന്തായിരിക്കും? സംസ്ഥാനവരുമാനത്തിൽ മത്സ്യബന്ധന മേഖലയുടെ വിഹിതം കുറഞ്ഞുകൊണ്ടേയിരിക്കും. 1970–71 ൽ മത്സ്യബന്ധന മേഖലയുടെ വിഹിതം 4.7 ശതമാനമായിരുന്നു. 2009–10 ൽ ഇത് ഒരു ശതമാനമായി ഉയർന്നു. അതിവേഗത്തിൽ മത്സ്യബന്ധന മേഖലയിൽ പുതിയ തലമുറയിൽ നിന്ന് തൊഴിലെടുക്കാൻ വരുന്നവരിൽ ഗണ്യമായ വിഭാഗത്തെ മറ്റു മേഖലയിൽ തൊഴിൽമേഖലയിലേക്കു

നീക്കാൻ കഴിഞ്ഞാൽ മാത്രമേ മത്സ്യത്തൊഴിലാളിയുടെ വരുമാനത്തിൽ ഗണ്യമായ വളർച്ച ഉറപ്പാക്കാൻ കഴിയൂ. 1980–81 ൽ മത്സ്യബന്ധന മേഖലയിലെ പ്രതിശീർഷ വരുമാനം സംസ്ഥാന പ്രതിശീർഷ വരുമാനത്തിന്റെ 66 ശതമാനമായിരുന്നു. ഇത് 2003–04 ൽ അമ്പതു ശതമാനമായി കുറഞ്ഞു. ഇന്ന് ഏതാണ്ട് 40 ശതമാനമേ വരൂ. മത്സ്യബന്ധന മേഖലയിലെ വരുമാനം മൊത്തത്തിൽ താഴ്ന്ന തോതിലേ ഉയരുകയുള്ളൂ എന്ന വാദം അംഗീകരിച്ചാൽ പിന്നെ പ്രതിശീർഷ വരുമാനം ഉയർത്താനുള്ള ഏകമാർഗ്ഗം മറ്റു തൊഴിലവസരങ്ങൾ തീരദേശത്തു തുറക്കുകയാണ്. ഇത്തരമൊരു ദിശാബോധം പരിപ്രേക്ഷ്യം 2030 ന് ഇല്ല.

പുതിയ തൊഴിൽമേഖലകളിൽ മത്സ്യമേഖലയിലുള്ള പുതിയ തലമുറയ്ക്ക് അവസരം ലഭിക്കണമെങ്കിൽ ഏക പോംവഴി വിദ്യാഭ്യാസമാണ്. സാധാരണഗതിയിലുള്ള വിദ്യാഭ്യാസ പ്രോത്സാഹന നടപടികൾ പോരാ എന്ന ബോദ്ധ്യമുള്ളതുകൊണ്ടാണ് പട്ടികജാതി പട്ടികവർഗ്ഗക്കാർക്കുമുള്ള എല്ലാ വിദ്യാഭ്യാസ ആനുകൂല്യങ്ങളും മത്സ്യത്തൊഴിലാളികൾക്കും നല്കുമെന്ന് കഴിഞ്ഞ എൽ ഡി എഫ് സർക്കാർ തീരുമാനമെടുത്തത്. സ്വാശ്രയ കോളേജുകളിലെ വിദ്യാഭ്യാസത്തിന്റെ ചെലവ് സർക്കാരാണ് വഹിക്കേണ്ടത്. എന്നാൽ ഇന്ന് ഈ തീരുമാനങ്ങൾ അട്ടിമറിക്കപ്പെട്ടിരിക്കുന്നു. അതുപോലെതന്നെ മൂല്യവർദ്ധിത വ്യവസായങ്ങൾ ആരംഭിക്കുന്നതിന് മത്സ്യത്തൊഴിലാളികൾക്ക് പ്രത്യേക പ്രോത്സാഹനം നല്കേണ്ടതാണ്. ഇതിന് മത്സ്യക്ഷേമ സംഘങ്ങളെ പ്രാപ്തമാക്കണം.

ക്ഷേമപ്രവർത്തനങ്ങൾ

പരിപ്രേക്ഷ്യം 2030 ന്റെ വികസനതന്ത്രത്തിന് മൂന്നു ഭാഗങ്ങളാണുള്ളത്. അതിലൊന്നാമത്തേത് ഉല്പാദനക്ഷമത ഉയർത്തുന്നതിനുവേണ്ടിയുള്ള സാങ്കേതികവിദ്യകളും മൂല്യവർദ്ധിത ഉല്പന്നങ്ങളുമാണ്. രണ്ടാമത്തേത് പരിസ്ഥിതി സംരക്ഷണ നടപടികളാണ്. ഈ രണ്ടുകാര്യങ്ങളിലും വലിയ തർക്കമുണ്ടാകേണ്ടതില്ല. എന്നാൽ മൂന്നാമത്തെ ഭാഗമായ ക്ഷേമപ്രവർത്തനങ്ങൾ സംബന്ധിച്ച നിർദ്ദേശങ്ങൾ തികച്ചും അപര്യാപ്തമാണ്. ഒന്നാമതായി മത്സ്യത്തൊഴിലാളികളെ ദാരിദ്ര്യരേഖയ്ക്കു കീഴിലുള്ളവരും മുകളിലുള്ളവരുമെന്ന് വേർതിരിക്കുന്നതു ശരിയാണോ? എന്തടിസ്ഥാനത്തിൽ ആനുകൂല്യങ്ങൾ ബി പി എൽ വിഭാഗങ്ങൾക്കു മാത്രമാക്കും? എൽ ഡി എഫ് സർക്കാർ റേഷൻ, ആരോഗ്യ ഇൻഷ്വറൻസ്, പഞ്ഞമാസ സമാശ്വാസ പദ്ധതി തുടങ്ങിയവയെല്ലാം എ പി എൽ, ബി പി എൽ വ്യത്യാസമില്ലാതെ ലഭ്യമാക്കുന്നതിനുള്ള നടപടികൾ സ്വീകരിച്ചു. രണ്ട്, പെൻഷൻ വർദ്ധിപ്പിക്കുന്നതിനും ഒരു സമ്പൂർണ്ണ സുരക്ഷിതത്വവലയം സൃഷ്ടിക്കുന്നതിനും എന്താണ് പരിപാടി? മൂന്ന്, വരുമാന ഉറപ്പുപദ്ധതി മത്സ്യമേഖലയിൽ നടപ്പാക്കുന്നതെങ്ങനെ? പഞ്ഞമാസ സമാശ്വാസ പദ്ധതിയുടെ ആനുകൂല്യം ഇരട്ടിയായി ഉയർത്തിക്കൊണ്ട് ഇതു നടപ്പാക്കാമെന്നാണ് എൽ ഡി എഫ് സർ

ക്കാർ പറഞ്ഞത്. ഇത് അട്ടിമറിക്കപ്പെട്ടിരിക്കുന്നു. നാല്, കഴിഞ്ഞ സർക്കാർ കൊണ്ടുവന്ന ഏറ്റവും വിപ്ലവകരമായ പദ്ധതിയായിരുന്നു, കടാശ്വാസ പദ്ധതി. ഈ പദ്ധതി പാതിവഴിവെച്ച് അട്ടിമറിക്കപ്പെട്ടു. ഇതൊക്കെ വിസ്മരിച്ചുകൊണ്ട് ക്ഷേമപദ്ധതികളെക്കുറിച്ചുള്ള പരിപ്രേക്ഷ്യത്തിന് എങ്ങനെയാണ് രൂപം നല്കുക?

ഉൾക്കടൽ മത്സ്യബന്ധനത്തെക്കുറിച്ച് പരിപ്രേക്ഷ്യത്തിൽ ചില പരാമർശങ്ങളേയുള്ളൂ. തീരദേശ മത്സ്യബന്ധന മേഖല പ്രയോജനപ്പെടുത്തുന്നത് പരമാവധിയിലെത്തി നില്ക്കുകയാണെന്ന് നിസ്സംശയം പറയാം. അതുകൊണ്ട് നമുക്കിനി ആഴക്കടൽ മത്സ്യബന്ധനത്തിൽ ഊന്നേണ്ടതുണ്ട്. ഇന്ന് തീരദേശത്ത് മത്സ്യബന്ധനത്തിലേർപ്പെട്ടുകൊണ്ടിരിക്കുന്ന തീവ്രയന്ത്രവല്ക്കൃത മത്സ്യബന്ധന യാനങ്ങളിൽ ഒരു വിഭാഗത്തെ കൂടുതൽ ആധുനികവല്ക്കരിച്ച് ആഴക്കടൽ മത്സ്യബന്ധനത്തിന് ഉപയോഗപ്പെടുത്തേണ്ടതാണ്. മാതൃയാനങ്ങളും മറ്റു സാങ്കേതിക സഹായങ്ങളും ഉറപ്പുവരുത്താൻ ഒരു ഉൾക്കടൽ മത്സ്യബന്ധന കോർപ്പറേഷൻ രൂപീകരിക്കണം. അക്വേറിയം പരിഷ്കാരങ്ങൾ നടപ്പാക്കിക്കഴിഞ്ഞാൽ ഇപ്പോൾ തീരദേശത്ത് മത്സ്യബന്ധനത്തിലേർപ്പെട്ടിരിക്കുന്ന കമ്പനികളും മറ്റു വൻകിടക്കാരും ആഴക്കടലിലേക്കു നീങ്ങേണ്ടതാണ്.

ഉൾനാടൻ മത്സ്യകൃഷിക്ക് ശരിയായ ഊന്നൽ രേഖയിലുണ്ട്. ഇതിനായി ജലമലിനീകരണം തടയാനും നശീകരണപരമായ മത്സ്യബന്ധന രീതികൾ തടയുന്നതിനുമുള്ള കർശന നിയമനടപടികൾ അടിയന്തരമായി ഏർപ്പെടുത്തണം. എണ്ണമറ്റ കുളങ്ങളും തോടുകളും ഫലപ്രദമായി മത്സ്യകൃഷിക്ക് ഉപയോഗപ്പെടുത്തണം. അതോടൊപ്പം തടാകങ്ങളിലും നദികളിലും കായലുകളിലും വലിയതോതിൽ മത്സ്യക്കുഞ്ഞുങ്ങളെ നിക്ഷേപിക്കണം. മത്സ്യങ്ങളുടെ പ്രജനന ആവാസവ്യവസ്ഥ വലിയതോതിൽ നശിപ്പിക്കപ്പെടുന്ന കാലത്ത് ഇത് അത്യന്താപേക്ഷിതമാണ്.

കടൽഭിത്തി സംബന്ധിച്ച് വ്യക്തമായൊരു നയം പരിപ്രേക്ഷ്യത്തിലില്ല. പരമ്പരാഗത കടൽഭിത്തി ഫലപ്രദമല്ല. എങ്കിൽപ്പിന്നെ എന്ത്? ടെട്രാപോഡ് സാങ്കേതികവിദ്യയെക്കുറിച്ചാണ് രേഖ പറയുന്നത്. എന്നാൽ ഇവയുടെ സാങ്കേതികത്തികവ് സംബന്ധിച്ച് വ്യക്തതയില്ല. ടൂറിസം വ്യവസായത്തിന്റെ തീരദേശവ്യാപനത്തിന്റെ പ്രത്യാഘാതങ്ങൾ രേഖ പരിശോധിക്കുന്നില്ല. പുതിയ ഫിഷിങ് ഹാർബറുകൾക്കും വേണ്ടത്ര പ്രാധാന്യം നല്കുന്നില്ല.

ചുരുക്കത്തിൽ മത്സ്യബന്ധനമേഖലയിലെ പ്രശ്നങ്ങൾക്കും സാങ്കേതികവിദ്യയിൽ മുഖ്യമായും ഊന്നിക്കൊണ്ടുള്ള ഒരു പരിഹാരമാണ് യു ഡി എഫിന്റെ രേഖയിലുള്ളത്. ഘടനാപരമായ പരിഷ്കാരങ്ങൾ പൂർണ്ണമായി അവഗണിച്ചിരിക്കുന്നു. സംഘാടനത്തെ പ്രൊഡ്യൂസർ കമ്പനികളിൽ ഒതുക്കിയിരിക്കുന്നു. ക്ഷേമകാഴ്ചപ്പാടിന് സമഗ്രതയില്ല. പരിസ്ഥിതിസംരക്ഷണം സംബന്ധിച്ച കാഴ്ചപ്പാടിൽ ജനപങ്കാളിത്തത്തിന് അത്യന്താപേക്ഷിതമായ അക്വേറിയം റിഫോം ഇല്ല.

4

പശുവെന്നാൽ പാൽ ചുരത്തുന്ന യന്ത്രം

"ഉയർന്ന ഉല്പാദനക്ഷമതയും മെച്ചപ്പെട്ട പരിസ്ഥിതിയും ഉറപ്പു വരുത്തുന്നതിനായി യന്ത്രവല്ക്കരണത്തെ പ്രോത്സാഹിപ്പിക്കുക. പശുക്കളുടെ തീറ്റ ചിട്ടപ്പെടുത്തുന്നതിനു തീറ്റ സ്റ്റേഷനുകൾ സഹായിക്കും. തന്മൂലം വിഭവവിനിയോഗം കാര്യക്ഷമമാകും. സ്റ്റേഷനിൽ പശു കയറുന്ന നിമിഷം അതിന്റെ കഴുത്തിൽ തൂക്കിയിട്ടിരിക്കുന്ന ഇലക്ട്രോണിക് ട്രാൻസ്പോണ്ടർ വഴി ഓരോ പശുവിനും ഓരോ സമയത്തും വേണ്ട റേഷൻ എത്രയെന്നു കമ്പ്യൂട്ടർ കണക്കുകൂട്ടും. അതുകൊണ്ട് നിമിഷനേരത്തിനുള്ളിൽ പശുവിന് എത്ര തീറ്റ വേണം, അതെത്രയായിരിക്കണം എന്നു തിട്ടപ്പെടുത്താൻ കഴിയുന്നു. തീറ്റ കഴിക്കാൻ ഓരോ പശുവും എടുക്കുന്ന സമയം പരിഗണിച്ചു തീറ്റകൾ മിക്സ് ചെയ്ത് സമീകൃതമാക്കി പശുവിന്റെ വായിൽത്തന്നെ എത്തിക്കുന്നു. കറന്ന പാൽ ശീതീകരണടാങ്കിൽ എത്തും മുമ്പുതന്നെ പാൽ ഗണ്യമായി തണുക്കുമെന്ന് പാൽ കറക്കൽ യന്ത്രങ്ങൾ ഉറപ്പുവരുത്തും" (പേജ് 261)

ഒരു സയൻസ് ഫിക്ഷൻ നോവലിലെ വിവരണംപോലെ തോന്നുന്നുണ്ടോ? 2030 ആകുമ്പോഴേക്കും നമ്മുടെ യന്ത്രവല്ക്കൃത മൃഗസംരക്ഷണമേഖല കഴുത്തിൽ മണിക്കുപകരം കമ്പ്യൂട്ടറും തൂക്കിയിട്ടു കമ്പ്യൂട്ടറിന്റെ തീർപ്പുപ്രകാരം വായിൽ തീറ്റ കൊടുക്കുന്ന കൊച്ചു യന്ത്രങ്ങളാകും. യു ഡി എഫിന്റെ യന്ത്രവല്ക്കരണ ഭ്രാന്ത് ഏതറ്റംവരെ പോകാം എന്നതിന് ഒന്നാംതരം ദൃഷ്ടാന്തമാണിത്. ഇപ്രകാരം മൃഗപരിപാലന മേഖലയുടെ "മത്സരശേഷിയും പദവിയും" ഉയർത്തുന്നതിന് "ക്ലാസിക്കൽ സഹകരണ സംഘങ്ങൾക്കു പകരം കേരളത്തിനു സ്വീകരിക്കാവുന്ന അന്തർദ്ദേശീയ മാതൃകകളെ താഴെ പറയും പ്രകാരം പട്ടികപ്പെടുത്തുമെന്നാണ് രേഖ പറയുന്നത്.

- പ്രൊഡ്യൂസർ കമ്പനി മോഡൽ
- കോൺട്രാക്ട് ഫാമിങ് മോഡൽ (ഇതിനു പാകിസ്ഥാനാണ് മാതൃക)
- ചൈന ഡയറി പാർക്ക് മോഡൽ ഓരോ പാർക്കിലും 300 മുതൽ 1000 വരെ പശുക്കൾ ഉണ്ടാകും. പാൽ സംസ്കരണ കമ്പനികളോ ചെറുകിട ഉല്പാദകർ നേരിട്ടോ പണം മുടക്കും.
- ഫിലിപ്പൈൻ ഡയറി സോൺ മോഡൽ – നഗരപ്രാന്തങ്ങളിൽ 300 മൃഗങ്ങൾ വരെയുള്ള 100 കാർഷിക സംരംഭകരെയാണ് ഓരോ സോണിലും ഉൾപ്പെടുത്തുക. ഓരോ 30 ചതുരശ്ര കിലോമീറ്റർ ചുറ്റളവിലും ഒരു സംസ്കരണ ഫാക്ടറി വീതം ഉണ്ടാകും.
- മംഗോളിയ ഡയറി ചെയിൻ മോഡൽ – ആറുവീതം സംരംഭക കൂട്ടങ്ങളായാണ് കൃഷിക്കാരെ സംഘടിപ്പിക്കുക. പാലിന്റെ മാത്രമല്ല, മൂല്യവർദ്ധിത ഉല്പന്നങ്ങളുടെയും ചങ്ങലയിൽ ഉപഭോക്താക്കളെ കണ്ണിചേർക്കുന്നു.
- ചൈനയിലെ വിള – മത്സ്യം – മൃഗ സംയോജിത മാതൃക
- ഗ്രാമീൺ – സാനോനെ ഭക്ഷ്യ എൻജിഒ – സ്വകാര്യ പങ്കാളിത്ത സാമൂഹ്യ മോഡൽ (ഇതെന്തെന്ന് രേഖയിൽനിന്നു വ്യക്തമല്ല).
- ഇതുപോലൊരു ചവറ്!

ക്ലാസിക്കൽ സഹകരണ പ്രസ്ഥാനത്തിന്റെ കാലം കഴിഞ്ഞുവെന്നാണ് വിഷൻ 2030 പരിപ്രേക്ഷ്യം വാദിക്കുന്നത്. ഇനി മേല്പറഞ്ഞതുപോലുള്ള അന്തർദ്ദേശീയ മാതൃകകളാണ് കേരളം അനുകരിക്കേണ്ടതുപോലും. കേരളത്തിന്റെ ഭൂവിനിയോഗവും കൃഷിക്കാരുടെ സ്വഭാവവുമൊക്കെ മറന്നു ഇന്റർനെറ്റിൽനിന്ന് പരതിയെടുത്ത ഡയറി മാതൃകകളുടെ ഓക്കാനിപ്പിക്കുന്ന വിവരണങ്ങളാണ് മൃഗപരിപാലനമേഖലയിലെ പരിപ്രേക്ഷ്യത്തിൽ കുത്തി നിറച്ചിരിക്കുന്നത്.

കേരളത്തിലെ മൃഗപരിപാലന സാമ്പത്തികവിദഗ്ദ്ധരിൽ അഗ്രഗണ്യനാണ് സി ഡി എസിന്റെ ഡയറക്ടറായിരുന്ന പ്രൊഫ. കെ എൻ നാരായണൻ നായർ. കഴിഞ്ഞ ദിവസം അദ്ദേഹത്തെ കണ്ടപ്പോൾ ഞാൻ ചോദിച്ചു: "ആസൂത്രണബോർഡിന്റെ വികസന പരിപ്രേക്ഷ്യ രേഖ കണ്ടോ? പ്രതികരണം അറിയിച്ചോ?" മറുപടി ഇതായിരുന്നു, "ചവറ്! ഇതിനൊക്കെ പ്രതികരണം അറിയിക്കുക എന്നതു തന്നെ അപമാനകരമാണ്. ഞങ്ങളെ പോലുള്ള സാമൂഹ്യശാസ്ത്രജ്ഞന്മാരു പോകട്ടെ, വെറ്ററിനറി സർവ്വകലാശാലയുമായോ എന്തിന് മൃഗസംരക്ഷണ വകുപ്പുമായിപ്പോലുമോ രേഖ ചമച്ചവർ ചർച്ച ചെയ്തിട്ടുണ്ടാകുമെന്നു തോന്നുന്നില്ല. എങ്കിൽ ഇത്തരം വിഡ്ഢിത്തങ്ങൾ വിളമ്പില്ലായിരുന്നു".

31 പേജുള്ള അദ്ധ്യായത്തിന്റെ 17 പേജ് കേരളത്തിന്റെ മൃഗപരിപാലന മേഖലയെക്കുറിച്ചുള്ള പൊതുവിവരണമാണ്. കോളേജ് മാഗസിൻ ലേഖനത്തിന്റെ നിലവാരത്തിനപ്പുറത്തേക്ക് ഈ വിശകലനം കടക്കുന്നില്ല.

പാൽ, പാലുല്പന്നങ്ങൾ, ഇറച്ചി, മുട്ട എന്നിവയുടെ ആവശ്യം 2030

വരെ എത്ര കണ്ടു വർദ്ധിക്കും? ഇതിനായുള്ള ലഭ്യത എത്രകണ്ടു വർദ്ധിപ്പിക്കാം? കാര്യങ്ങൾ ഇങ്ങനെ മുന്നോട്ടു പോവുകയാണെങ്കിൽ ആവശ്യത്തിന്റെ പകുതിപോലും കേരളത്തിൽ ഉല്പാദിപ്പിക്കാനാവില്ല; മെച്ചമായ രീതിയിൽ ഇടപെടുകയാണെങ്കിൽ 2030 ആകുമ്പോഴേക്കും ആവശ്യത്തിനുള്ള ഏതാണ്ടൊക്കെ കേരളത്തിൽത്തന്നെ ഉല്പാദിപ്പിക്കാനാവും; നന്നായിട്ടിടപെടുകയാണെങ്കിൽ മിച്ചം ഉല്പാദിപ്പിക്കാൻ കഴിയും എന്നൊക്കെയുള്ള അതിഗഹനമായ നിഗമനങ്ങളാണ് പരിപ്രേക്ഷ്യം മുന്നോട്ടു വെക്കുന്നത്. "മെച്ചമായ രീതിയിലുള്ള ഇടപെടൽ" അല്ലെങ്കിൽ "നന്നായിട്ടുള്ള ഇടപെടൽ" നടത്തിയാൽ ആവശ്യമായ ഏതാണ്ടൊക്കെ ഉല്പാദിപ്പിക്കാൻ കഴിയുമെന്നു പറയാൻ വിദഗ്ദ്ധരുടെ ആവശ്യമില്ല. അത്തരം ഇടപെടൽ എങ്ങനെ നടത്താം എന്നാണ് അവർ പറയേണ്ടത്. പക്ഷേ, അതുമാത്രം എവിടെയും വിശദീകരിക്കുന്നില്ല.

ലക്ഷ്യങ്ങൾ കൃത്യമായിത്തന്നെ നിർവ്വചിച്ചിട്ടുണ്ട്. 1. പാലിന്റെ കാര്യത്തിൽ സ്വയംപര്യാപ്തത. 2. മുട്ടയുടെ ആവശ്യത്തിന്റെ 80 ശതമാനം കേരളത്തിൽത്തന്നെ ഉല്പാദിപ്പിക്കുക. 3. 2030 ആകുമ്പോഴേക്കും പാലുല്പന്നങ്ങളും ഇറച്ചിയും കയറ്റുമതി ചെയ്യാനാകണം.

ഇതിനായുള്ള വികസനതന്ത്രത്തിന്റെ ഒന്നാമത്തെ തൂണ് മത്സരശേഷി വർദ്ധിപ്പിക്കുകയാണ്. ഇന്ന് കന്നുകാലി വളർത്തൽ നാമമാത്ര – ചെറുകിട കൃഷിക്കാരുടെ ഉപജീവന മാർഗ്ഗമാണ്. ഇതു മാറ്റി വ്യവസായ സംരംഭകത്വത്തിനടിസ്ഥാനത്തിൽ ഈ മേഖലയെ പുനഃസംഘടിപ്പിക്കണം. ഇതിനുള്ള സൂത്രവിദ്യകളുടെ പട്ടികയാണ് ഈ ലേഖനത്തിന്റെ തുടക്കത്തിൽ നല്കിയത്.

എന്തുകൊണ്ട് ആനന്ദ് മാതൃകയല്ല?

ആനന്ദ് മാതൃകയിലുള്ള സഹകരണ സംഘങ്ങളുടെ ദൗർബല്യങ്ങൾ പരിഹരിക്കണമെന്നു പറഞ്ഞാൽ അംഗീകരിക്കാം. പക്ഷേ, ആനന്ദ് മാതൃക മത്സരശേഷിയില്ലാത്തതാണെന്നു പറയുന്നത് വിവരക്കേടാണ്. നമ്മുടെ നാടിന്റെ കാർഷിക ഘടനയ്ക്ക് അനുയോജ്യമായ സഹകരണ സംവിധാനം എന്നതു മാത്രമല്ല, ആനന്ദ് പാറ്റേണിന്റെ മേന്മ. ബഹുരാഷ്ട്ര കുത്തക കമ്പനികളുമായി സാങ്കേതികവിദ്യയിലും ഉല്പന്ന വൈവിദ്ധ്യവല്ക്കരണത്തിലും ഉല്പാദനക്ഷമതയിലും എന്തിന് വിപണനതന്ത്രത്തിലും വിജയം കൈവരിച്ച ഒരു സംവിധാനത്തെ ഏതാനും വരികൾ കൊണ്ടു തള്ളിപ്പറയാൻ യു ഡി എഫ് മാനേജ്മെന്റ് വിദഗ്ദ്ധർക്കേ കഴിയൂ.

ഹരിതവിപ്ലവംപോലെ ഇന്ത്യയുടെ ഒരു വിജയഗാഥയാണ് ധവളവിപ്ലവവും. ഇതു നയിച്ചതാവട്ടെ ആനന്ദ് സഹകരണ അനുഭവവും. അമുൽപോലെ കേരളത്തിലെ മിൽമ വിജയകരമല്ല എന്നതു ശരി. ഇതിന്റെ കാരണങ്ങൾ കണ്ടുപിടിച്ചു പരിഹരിക്കുന്നതിനു പകരം തൊട്ടിയിലെ വെള്ളത്തോടെ കുഞ്ഞിനെയും വലിച്ചെറിയുകയാണ് 2030 ന്റെ പരിപ്രേക്ഷ്യക്കാർ.

അന്തർദ്ദേശീയ നിലവാരത്തിനൊപ്പിച്ച സാങ്കേതികവിദ്യകൾ പരിചയപ്പെടുത്തിയശേഷം രേഖ പിന്നെ കടക്കുന്നത് പശുക്കളുടെ ജനുസ്സിലേക്കാണ്. നാടൻ പശുക്കളാണ് അഭികാമ്യം എന്നാണ് പ്രസ്താവന. കേരളത്തിലെ 94 ശതമാനം പശുക്കളും (2007) സങ്കരയിനങ്ങളാണ്. മൊത്തം പശുക്കളുടെ എണ്ണം കുറഞ്ഞിട്ടും ഉല്പാദനം ഇടിയാതിരിക്കാനുള്ള കാരണം സങ്കരയിനം പശുക്കളിലേക്കുള്ള മാറ്റവും അവയുടെ ഉയർന്ന ഉല്പാദനക്ഷമതയുമാണ്. പക്ഷേ, സങ്കരയിനങ്ങളുടെ രോഗാതുരത, ഉയർന്ന തീറ്റച്ചെലവ് തുടങ്ങിയവ കണക്കിലെടുക്കുമ്പോൾ രേഖതന്നെ ചൂണ്ടിക്കാണിക്കുന്നതുപോലെ "നാടൻ പശുക്കളാണ് പാരിസ്ഥിതികമായും സാമ്പത്തികമായും ദീർഘനാളിൽ കൂടുതൽ സ്ഥായിയായവ" (പേജ് 251).

എനിക്ക് ഇക്കാര്യത്തിൽ തർക്കമില്ല. പക്ഷേ, അത്യുല്പാദന സമ്പ്രദായങ്ങളെയും കൃഷിയെ വ്യവസായംപോലെ കാണുന്ന സംരംഭകരെയും വാനോളം പുകഴ്ത്തിയശേഷം നാടൻ പശുക്കളിലേക്കുള്ള മടങ്ങിപ്പോകലിനെക്കുറിച്ചു പറയുന്നതിലെ വൈരുദ്ധ്യം രേഖാകർത്താക്കൾ തിരിച്ചറിയുന്നേയില്ല. ചർച്ചയ്ക്കായി ആദ്യം വിതരണം ചെയ്ത കരടിൽ ഈയൊരു ഭാഗം ഉണ്ടായിരുന്നില്ല. ആരുടെയോ വിമർശനത്തിന്റെ അടിസ്ഥാനത്തിൽ പിന്നീട് കൂട്ടിച്ചേർത്ത ഭാഗമാണിത്. രേഖയുടെ അടിസ്ഥാന വികസനതന്ത്രത്തിനു കടകവിരുദ്ധമാണ് ഈ കൂട്ടിച്ചേർക്കൽ. ഏതായാലും ഞങ്ങൾ ഈ ഭേദഗതിയോടൊപ്പമാണ്. ഇന്നത്തെ നിലയിൽ ഏതാനും വർഷങ്ങൾക്കുള്ളിൽ നമ്മുടെ തനതു ഇനങ്ങളെല്ലാം ഉന്മൂലനം ചെയ്യപ്പെടും. ഈ സ്ഥിതി വരാൻ പാടില്ല. സങ്കരയിനങ്ങൾക്കുള്ള പരിപാലനസംവിധാനങ്ങൾ ശക്തിപ്പെടുത്തുന്നതോടൊപ്പം ഒരു നിശ്ചിതശതമാനം നാടൻ പശുക്കളെയെങ്കിലും പരിപാലിക്കാൻ ലക്ഷ്യമിടണം.

തീറ്റപ്പുല്ലുകൃഷി വികസിപ്പിക്കണമെന്ന പൊതുപ്രസ്താവനയല്ലാതെ മൂർത്തമായ ഒരു നിർദ്ദേശവും ഇല്ല. നീർത്തടപദ്ധതി വികസനത്തിന്റെ ഭാഗമായി തെങ്ങിനു തടമെടുക്കുന്നതിനും തടത്തിനു ചുറ്റും ഇടവിളയായി തീറ്റപ്പുൽ വെച്ചുപിടിപ്പിക്കുന്നതിനും എന്തുകൊണ്ട് തൊഴിലുറപ്പു പദ്ധതിയെ ഉപയോഗപ്പെടുത്തിക്കൂടാ? ഈ പുല്ല് പരിപാലിക്കുന്നതിന് ഭൂവുടമയ്ക്കു താല്പര്യമില്ലെങ്കിൽ പച്ചക്കറിയിലെന്നപോലെ കുടുംബശ്രീ അയൽക്കൂട്ടങ്ങളെ ഏല്പിച്ചുകൂടേ. ചെലവു കുറഞ്ഞ കാലിത്തീറ്റ കേരളത്തിൽ വൻതോതിൽ ഉല്പാദിപ്പിക്കുന്നതിന് ഒരു നിർദ്ദേശവും രേഖയിലില്ല.

അടുത്ത നിർദ്ദേശമാണ് ഏറ്റവും വലിയ തമാശ. "ഏറ്റവും നല്ല കഴിവും വാസനയും (talent) ഒത്തുചേരുന്നവരെ" മൃഗപരിപാലനമേഖലയിലേക്ക് ആകർഷിക്കണം പോലും! ഇതിന് സംരംഭകരെ കണ്ടെത്താൻ വ്യത്യസ്തമേഖലാ വിദഗ്ദ്ധരുടെ സംഘങ്ങൾ മേഖലാടിസ്ഥാനത്തിൽ രൂപം നല്കണം. ഇതിനാവശ്യമായ പരിശീലന പരിപാടിക്ക്

മംഗോളിയയിലെ "സംരംഭകോന്മുഖമായ ക്ഷീരത്തൊഴിൽ പരിശീലന" മാണ് മാതൃകയായി തെരഞ്ഞെടുത്തിട്ടുള്ളത്. ഇന്തോനേഷ്യയിൽ ഡച്ചു കാർ നടപ്പാക്കിയ പരിശീലന പരിപാടിയായാലും കുഴപ്പമില്ല. തങ്ങളുടെ എക്സ്ടെൻഷൻ പ്രവർത്തനങ്ങളുടെ ഭാഗമായി 94 ശതമാനം സാങ്കേതിക വിദ്യ വ്യാപിച്ച കേരളത്തിലെ മൃഗസംരക്ഷണ – ക്ഷീരവകുപ്പിനെ എങ്ങനെ കൂടുതൽ കാര്യക്ഷമമാക്കാം എന്നതിനെക്കുറിച്ചല്ല ആലോചന. ഈ മാനംനോക്കികളുടെ (കേസരിയോടു കടപ്പാട്) മുന്നിൽ നമസ്കരിക്കുകയല്ലാതെ നിർവ്വാഹമില്ല.

സാമൂഹ്യക്ഷേമമെന്നാൽ മൃഗക്ഷേമം

വികസനതന്ത്രത്തിന്റെ അടുത്ത തൂണ് സാമൂഹ്യക്ഷേമമാണ്. നാം വിചാരിക്കുക ക്ഷീരകൃഷിക്കാരുടെ സാമൂഹ്യക്ഷേമത്തെക്കുറിച്ചാണ് ചർച്ച ചെയ്യാൻ പോകുന്നതെന്നല്ലേ. അല്ല. കേട്ടോളൂ.

ഒന്ന്, എങ്ങനെ ഉല്പന്നങ്ങളുടെ ഗുണമേന്മയും സുരക്ഷിതത്വവും ഉറപ്പുവരുത്താം. രണ്ട്, മൃഗങ്ങളുടെ വംശാവലി കൃത്യമായി സൂക്ഷിക്കാനെന്താണു വഴി. മൂന്ന്, ഉല്പന്നങ്ങളുടെ നിലവാര അക്രഡിറ്റേഷനു എന്താണ് സംവിധാനം വേണ്ടത്? നാല്, മൃഗങ്ങളുടെ ക്ഷേമത്തിന് എന്തൊക്കെ വേണം? അഞ്ച്, ബ്രീഡിങ്ങിന് പേറ്റന്റ് അവകാശങ്ങൾക്കുള്ള നിയമചട്ടക്കൂട് സൃഷ്ടിക്കുക. ആറ്, മലിനീകരണ നിയന്ത്രണ നടപടികൾ. ഏഴ്, മൃഗങ്ങളുടെ ശുചിത്വം ഉറപ്പുവരുത്താനുള്ള യന്ത്രവല്ക്കരണം (ഇതിനായി ഓട്ടോമാറ്റിക്കായി മൃഗപാദസംവിധാനം, ഫീഡ് ടെക് സിലേജ്, ഹെർഡ് നാവിഗേറ്റർ, പശു തൊട്ടാൽ സാവധാനം കറങ്ങി പശുവിനെ തുടച്ചു വൃത്തിയാക്കാനുള്ള സ്വിങ് കൗ ബ്രഷ്.. ഇങ്ങനെ പോകുന്നു സങ്കേതങ്ങൾ). സാമൂഹ്യക്ഷേമം എന്നു പറഞ്ഞാൽ മൃഗത്തിന്റെയും ഉപഭോക്താവിന്റെയും ക്ഷേമമാണെന്ന് വായന കഴിയുമ്പോഴാണ് തിരിച്ചറിയുക. ഇവ പ്രധാനം തന്നെ. പക്ഷേ, ലക്ഷക്കണക്കായ ക്ഷീരകൃഷിക്കാരുടെ ക്ഷേമത്തെ മറികടക്കാൻ എങ്ങനെ കഴിയുന്നു?

ഏറ്റവും അവസാനം അരപ്പേജ് "സംയോജിത കൃഷി"ക്കായി നീക്കിവെച്ചിരിക്കുന്നു. അതുപോലെതന്നെ "അടുക്കള മുറ്റ കോഴി കൃഷി" യെക്കുറിച്ചും പരാമർശമുണ്ട്. ഒഴിവാക്കാൻ പറ്റാത്തതുകൊണ്ട് പറഞ്ഞു പോവുക മാത്രം. പുരയിടകൃഷിയെ അടിസ്ഥാനമാക്കിയുള്ള പശു, കോഴി വളർത്തലിനെക്കുറിച്ച് പരാമർശിക്കാതെ ഒരു റിപ്പോർട്ടു തയ്യാറാക്കാനാവുമോ? പക്ഷേ, ഈ മേഖലയ്ക്കുള്ള വികസനതന്ത്രം നമ്മുടെ പരമ്പരാഗത മാതൃകയ്ക്കു പകരം വാണിജ്യ മാതൃക സ്ഥാപിക്കലാണല്ലോ.

പുരയിടകൃഷിയിൽ ഊന്നുക

കേരളത്തിലെ മൃഗസംരക്ഷണ മേഖലയുടെ പ്രധാന സവിശേഷത വ്യാപാരാടിസ്ഥാനത്തിൽ വലിയ തോതിലുള്ള ഡയറി ഫാമുകളുടെ വികസനത്തിന്റെ അഭാവമാണ്. വീട്ടുവളപ്പിൽ ചെറുകിട ഇടത്തരം കർഷ

കർ വളർത്തുന്നവയാണ് കേരളത്തിലെ കറവമാടുകളിൽ ഏറിയ പങ്കും. 85 ശതമാനത്തോളം കന്നുകാലികൾ മൂന്നോ അതിൽത്താഴെയോ മാടുകൾ സ്വന്തമായിട്ടുള്ള കൃഷിക്കാരുടേതാണ്. മൃഗപരിപാലനത്തിനാശ്യമായ അദ്ധ്വാനശേഷി സംഭാവന ചെയ്യുന്നത് അധികവും വീട്ടമ്മമാരുമാണ്. കേരളത്തിലെ മൃഗസംരക്ഷണത്തിന്റെ സംഘടനാചട്ടക്കൂട് കടുത്ത സമ്മർദ്ദമാണ് നേരിടുന്നത്.

സംസ്ഥാനത്തിന്റെ വികസനപരിപാടി ഈ യാഥാർത്ഥ്യം കണക്കിലെടുത്തു കൊണ്ടാവണം. സാങ്കേതികവിദ്യയിലും സംസ്കരണ രംഗത്തും പൊതുനിക്ഷേപം വർദ്ധിപ്പിക്കണം. പുരയിടകൃഷിയുടെ ഭാഗമായി പുൽക്കൃഷിയും മറ്റു കാലിത്തീറ്റകളും ഉല്പാദിപ്പിക്കണം. കർഷകർ കന്നുകുട്ടികളെ ഉപേക്ഷിക്കുന്നതു തടയാനുള്ള ഒരു പ്രചോദനമെന്ന നിലയിൽ നിർണ്ണായക ഘട്ടത്തിൽ ആവശ്യമായ മൃഗചികിത്സാസൗകര്യങ്ങളും സൗജന്യനിരക്കിൽ കൃത്രിമ കാലിത്തീറ്റയും ലഭ്യമാക്കേണ്ടതാണ്. പ്രാഥമിക സഹകരണ സംഘങ്ങളെ നവീകരിക്കണം. മിൽമയെ അടിമുടി പുനഃസംഘടിപ്പിക്കണം. എന്നാൽ ഇന്ന് കേരളത്തിൽ വ്യാവസായികാടിസ്ഥാനത്തിലുള്ള വൻകിട ക്ഷീരവികസന പദ്ധതികളെക്കുറിച്ചാണ് ചർച്ച ചെയ്യുന്നത്. വ്യാപാരാടിസ്ഥാനത്തിലുള്ള വൻകിട ക്ഷീരവികസന പദ്ധതികൾ അതിനു പറ്റിയ ഭൂമിയും മുടക്കുമുതലും ലഭ്യമായ സ്ഥലങ്ങളിൽ പ്രോത്സാഹിപ്പിക്കുമ്പോൾത്തന്നെ, സമീപഭാവിയിൽ കേരളം മുൻഗണന കൊടുക്കേണ്ടത് വീട്ടുവളപ്പിലെ കാലിവളർത്തലിനു തന്നെയാണ്. ജൈവകൃഷിയുടെ ജനകീയത വർദ്ധിപ്പിക്കുന്നതിന് അനുസരിച്ച്, മൃഗസംരക്ഷണം കാർഷികവൃത്തിയുടെ അനുപേക്ഷണീയ ഭാഗമാവുകയാണ്.

പുരയിടകൃഷിയുടെയും അതിന്റെ ഭാഗമായുള്ള കന്നുകാലി വളർത്തലിന്റെയും സംരക്ഷണം കൃഷിക്കാരുടെ ക്ഷേമത്തിന്റെ മാത്രമല്ല, കേരളത്തിന്റെ പരിസ്ഥിതി സംരക്ഷിച്ചുകൊണ്ടുള്ള സ്ഥായിയായ വികസന ലക്ഷ്യത്തിന്റെയും ഭാഗമാണ്. മത്സരശേഷിയെക്കുറിച്ച് ഗീർവാണം നടത്തുന്ന വിദഗ്ദ്ധർ പാശ്ചാത്യരാജ്യങ്ങളിൽ കൃഷിക്കും കന്നുകാലി വളർത്തലിനും നല്കുന്ന ഭീമമായ സബ്സിഡിയുടെ കാര്യം മറച്ചുവെക്കുകയാണ്. നമ്മുടെ രാജ്യത്തെപോലെ കാലിത്തീറ്റയ്ക്കോ അല്ലെങ്കിൽ പാലിനോ നല്കുന്ന സബ്സിഡി അല്ല. കൃഷിക്കാരുടെ ഭൂമിയുടെ വിസ്തൃതിയുടെയും കന്നുകാലികളുടെ എണ്ണത്തിന്റെയും കൃഷിക്കാരുടെ തന്നെ തലയെണ്ണിയോ ആണവരുടെ സബ്സിഡി നല്കുന്നത്. അതുകൊണ്ടാണ് ലോകവ്യാപാരക്കരാറിന്റെ സബ്സിഡി നിയന്ത്രണത്തിൽനിന്ന് അവർക്ക് രക്ഷപ്പെടാൻ കഴിയുന്നത്. ഈ യാഥാർത്ഥ്യം മനസ്സിലാക്കാതെ സബ്സിഡികളൊന്നുമില്ലാതെ മത്സരശേഷിയുള്ള കന്നുകാലി വളർത്തലിനെക്കുറിച്ച് ദിവാസ്വപ്നം കാണുകയാണ് പരിപ്രേക്ഷ്യക്കാർ. സ്വകാര്യമൂലധനം ഈ മേഖലയിലേക്കു കടന്നുവരുന്നതിനും പൊതുനിക്ഷേപം ഗണ്യമായി ഉയർത്തിയേ തീരൂ.

5

പിരിയുടഞ്ഞ കയർ

പരിപ്രേക്ഷ്യം 2030 ന്റെ ഒരു പൊതുസ്വഭാവം വിദൂരഭാവിയെക്കുറിച്ചുള്ള സ്വപ്നങ്ങളാണ്. ഇന്നത്തെ മൂർത്തപ്രശ്നങ്ങളെക്കുറിച്ചുള്ള വിശകലനമോ പരിഹാരമോ ഇല്ല എന്നതാണ്. കയർ വ്യവസായത്തെ സംബന്ധിക്കുന്ന പ്രതിപാദനത്തിന്റെ സ്ഥിതി നേരേ മറിച്ചാണ്. ഇന്നത്തെ സ്ഥിതിവിശേഷത്തെക്കുറിച്ചാണ് വിവരണം മുഴുവൻ. അതും 2004–2009 കാലത്തെക്കുറിച്ച് പത്തു പേജിൽ എട്ടുപേജും ഈ വിവരണമാണ്. 2030ലേക്കുള്ള ലക്ഷ്യം കൈവരിക്കാൻ എന്തുവേണം? കഷ്ടിച്ച് രണ്ടു പേജ് ഒറ്റവാചക നിർദ്ദേശങ്ങൾ. പേജു നിറയ്ക്കാൻ എന്തൊക്കെയോ കുത്തി നിറച്ചിരിക്കുന്നു. കയർ വ്യവസായ ചരിത്രത്തെക്കുറിച്ച് എത്രയോ ആഴത്തിലുള്ള അക്കാദമിക് പഠനങ്ങൾ ഉണ്ട്. ഒന്നുപോലും വായിച്ചതിന്റെ ലക്ഷണം യു ഡി എഫിന്റെ രേഖയിലില്ല. ഈയൊരു വാചാടോപമാണ് നമ്മൾ ചർച്ച ചെയ്യേണ്ടത്.

കയറിനെക്കുറിച്ചുള്ള പരിപ്രേക്ഷ്യം 2030 ആരംഭിക്കുന്നത് 2004–2009 കാലത്തെ കണക്കുകളിൽനിന്നാണ്. ലോക ഉല്പാദനത്തിൽ 80 ശതമാനവും കയറ്റുമതിയിൽ 40 ശതമാനവും ഇന്ത്യയുടേതായി മാറ്റമില്ലാതെ തുടരുന്നു എന്നാണ് കണക്ക്. പക്ഷേ, കുറച്ചുകൂടി പിന്നോട്ടു പോയാലേ യഥാർത്ഥചിത്രം വ്യക്തമാകൂ. 1967 ൽ ലോകവ്യാപാരത്തിന്റെ 81 ശതമാനം ഇന്ത്യയിൽനിന്നായിരുന്നു. അതാണിപ്പോൾ 40 ശതമാനമായി കുറഞ്ഞിരിക്കുന്നത്. മറ്റു നാളികേര രാജ്യങ്ങൾ പ്രത്യേകിച്ച് ശ്രീലങ്ക ഇന്ത്യയുടെ ലോകകമ്പോളം പിടിച്ചടക്കിക്കൊണ്ടിരിക്കുകയാണ്.

മാറുന്ന കേരളത്തിന്റെ കുത്തക

ഇന്ത്യയിലാവട്ടെ, രേഖയിൽത്തന്നെ പറയുന്നതു പ്രകാരം കയർ

ഉല്പാദനത്തിൽ കേരളത്തിന്റെ കുത്തക തകർത്ത് തമിഴ്നാട്ടിലെയും മറ്റു നാളികേര ഉല്പന്ന രാജ്യങ്ങളിലെയും ഉല്പാദനം അതിവേഗം വളരുകയാണ്. സംസ്ഥാനം രൂപീകൃതമായ വേളയിൽ നാളികേര ഉല്പാദനത്തിന്റെ 75 ശതമാനം കേരളത്തിൽനിന്നായിരുന്നു. ഇന്നു കേരളത്തിന്റെ വിഹിതം 50 ശതമാനത്തിൽ താഴെയും (രേഖയിൽ നല്കിയിരിക്കുന്ന പട്ടികയുടെ തലക്കെട്ടായി നാളികേരത്തിന്റെ വിളവിസ്തൃതി എന്തിനു പകരം കയറിന്റെ വിസ്തൃതി എന്നാണ് പേരിട്ടിരിക്കുന്നത്!). എന്താണ് ഇതിനു കാരണം? ഈ സുപ്രധാന സംഭവവികാസം സംബന്ധിച്ച വിശകലനം തമിഴ്നാട്ടിലെ യന്ത്രവല്ക്കരണത്തിനപ്പുറം പോകുന്നില്ല. ചകിരിനാരിന്റെ സ്വഭാവത്തിൽ വന്നുചേർന്ന സാങ്കേതികമാറ്റമാണ് ഇതിന്റെ പിന്നിലെ പ്രധാനഘടകം.

നാളിതുവരെ ചീക്കത്തൊണ്ടിൽനിന്നുള്ള വെള്ളിക്കയർ കേരളത്തിന്റെ കുത്തകയായിരുന്നു. മറ്റു സംസ്ഥാനങ്ങളിലും രാജ്യങ്ങളിലും ഉണക്കത്തൊണ്ടിൽനിന്നുള്ള തവിട്ടുകയറേ ഉല്പാദിപ്പിച്ചിരുന്നുള്ളൂ. അങ്ങനെ രണ്ടുതരത്തിലുള്ള ചകിരിയാണുണ്ടായിരുന്നത്. ചീക്കത്തൊണ്ടിൽനിന്നുള്ള കയറുണ്ടാക്കുന്നതിനായി അനിവാര്യമായ കായലുകൾ കേരളത്തിലേ ഉണ്ടായിരുന്നുള്ളൂ. പക്ഷേ, ഇന്ന് മൂന്നാമത് ഒരു ചകിരി ഇനം കൂടെ രംഗപ്രവേശനം ചെയ്തിരിക്കുന്നു – പച്ചത്തൊണ്ടിൽനിന്നുള്ള ചകിരി. തവിട്ടുകയർ കയറുപിരിക്കാൻ ഉപയോഗിക്കാൻ കഴിയില്ല. എന്നാൽ പച്ചത്തൊണ്ടു ചകിരികൊണ്ടു കഴിയും. ഇത് ഉപയോഗിച്ചാണ് കേരളത്തിൽ ഇന്നു കയർ പിരിക്കുന്നത്. മാത്രമല്ല ഈ ചകിരിയാവട്ടെ ഗണ്യമായ പങ്കും തമിഴ്നാട്ടിൽ ഉല്പാദിപ്പിച്ചു കേരളത്തിലേക്കു കൊണ്ടുവരികയാണ്. കേരളത്തിൽ ചീക്കത്തൊണ്ടു ചകിരിയുല്പാദനം അനുദിനം കുറഞ്ഞുവരികയാണ്. തമിഴ്നാട്ടിലും പച്ചത്തൊണ്ടു ചകിരി ഉപയോഗിച്ചു യന്ത്രങ്ങളിൽ കയർ പിരിക്കുന്നുണ്ട്. കയറു പിരിക്കുന്നതിന് അനുയോജ്യമായ ചകിരി ഉല്പാദിപ്പിക്കുന്നതിന് കേരളത്തിലേതു പോലുള്ള ഉപ്പുരസമുള്ള കായലുകൾ അനിവാര്യമല്ലാതായിരിക്കുന്നു. അങ്ങനെ കയർ വ്യവസായത്തിന് സംസ്ഥാനത്തുണ്ടായിരുന്ന കുത്തക തകർന്നു.

അതുപോലെതന്നെ ലോകവ്യാപാരത്തിൽ കയറുല്പന്നങ്ങളുടെയും കയർ യാണിന്റെയും പ്രാധാന്യം കുറയുകയാണ്. ചകിരിയുടെയും ചകിരിച്ചോറിന്റെയും ആവശ്യമാണ് അന്തർദ്ദേശീയമായി ഉയരുന്നത്. ഇത് ഇന്ത്യയിൽനിന്നുള്ള കയറ്റുമതിയിലും പ്രതിഫലിച്ചു കാണാം. 2010–11 ൽ ഇന്ത്യയിൽ മൊത്തം കയർ കയറ്റുമതി 2.08 ലക്ഷം ടൺ ആയിരുന്നു. പക്ഷേ, ഇതിൽ 1.6 ലക്ഷം ടൺ ചകിരിച്ചോർ ആയിരുന്നു. ചകിരിച്ചോർ ഇപ്പോൾ മണ്ണു കണ്ടീഷണറായി കൃഷിക്ക് വ്യാപകമായി പാശ്ചാത്യ രാജ്യങ്ങളിൽ ഉപയോഗിച്ചുവരുന്നു. ചകിരിയാകട്ടെ മെത്തയുണ്ടാക്കാൻ ചൈന വലിയതോതിൽ ഇറക്കുമതി ചെയ്യുകയാണ്. ഇതിന് കയറു പിരിക്കത്തക്ക ഗുണനിലവാരമുള്ള ചകിരി വേണ്ട. അതുപോലെതന്നെ

കേരളത്തിലെ ചീക്കത്തൊണ്ടിൽ നിന്നുള്ള ചകിരിച്ചോറിൽ ഉപ്പിന്റെ അംശം കൂടുതലായതുകൊണ്ട് അതു കൃഷിയാവശ്യത്തിന് അനുയോജ്യമല്ല. ഇതു രണ്ടും തമിഴ്നാട്ടിലെ കയർവ്യവസായ വികസനത്തിന് അനുകൂലമായി. ഈ സങ്കീർണ്ണതകളെക്കുറിച്ച് പരിപ്രേക്ഷ്യം 2030 രചിച്ചവർക്ക് ധാരണയില്ല.

കയർ വ്യവസായത്തിലെ തൊഴിലെടുക്കുന്നവരുടെ എണ്ണവും സാങ്കേതികവിദ്യയെയുംകുറിച്ചുള്ള ഏതൊരു ചർച്ചയിലും അനിവാര്യമായി മനസ്സിൽ വെക്കേണ്ടുന്ന ഒരു പ്രധാനകാര്യം കേരള സമ്പദ്ഘടനയിൽ കയർപോലുള്ള പരമ്പരാഗത വ്യവസായങ്ങൾ വഹിച്ചിരുന്ന ധർമ്മമാണ്. വളരെയേറെ ജനസാന്ദ്രതയുള്ള സംസ്ഥാനമാകയാൽ ചരിത്രപരമായിത്തന്നെ വലിയൊരു ശതമാനം മിച്ച ജനസംഖ്യയുള്ള സംസ്ഥാനമായിരുന്നു കേരളം. കാർഷിക മേഖലയുടെ വാണിജ്യവല്ക്കരണവും കൂലിവേല ബന്ധങ്ങളുടെ വ്യാപനവുംമൂലം സ്വയം തൊഴിലെന്നപേരിൽ മിച്ച ജനസംഖ്യയെ കാർഷിക മേഖലയിൽ സ്വയം തൊഴിലുകാരായി ഉൾക്കൊള്ളിച്ച് ഉപജീവനം നല്കുക പ്രയാസമായിരുന്നു. മറ്റു സംസ്ഥാനങ്ങളിൽ കാർഷിക മേഖലയിലാണ് തൊഴിലില്ലാത്ത മിച്ചജനസംഖ്യ ചടഞ്ഞു കൂടിയിരുന്നത്. കേരളത്തിലാവട്ടെ ഈ ധർമ്മം നിറവേറ്റിയിരുന്നത് കയർപോലുള്ള പരമ്പരാഗത വ്യവസായങ്ങളാണ്. ഈ മേഖലകളിലെ കൈവേലയെ അടിസ്ഥാനമാക്കിയുള്ള പരമ്പരാഗത സാങ്കേതികവിദ്യക്ക് വലിയ തോതിൽ തൊഴിലാളികളെ ആവശ്യമായിരുന്നു. മാത്രമല്ല, പരമ്പരാഗത സമൂഹ്യ ആചാരമര്യാദകൾ, ഉള്ള തൊഴിൽ എല്ലാവർക്കും ഇടയിൽ വീതം വയ്ക്കാൻ സഹായിച്ചു. വർഷത്തിൽ ഭൂരിപക്ഷം ദിവസം ജോലി ലഭിക്കാത്ത അർദ്ധപട്ടിണിക്കാരായ പാവങ്ങളായിരുന്നു ഈ വ്യവസായങ്ങളിലെ തൊഴിൽസേന. ഉദാഹരണത്തിന് 5 ലക്ഷം പേരാണ് 60കളുടെ ആദ്യം കയർ വ്യവസായത്തിൽ പണിയെടുക്കുന്നതായി കണക്കാക്കിയിരുന്നത്. യഥാർത്ഥത്തിൽ അന്നു നിലവിലുണ്ടായിരുന്ന പരമ്പരാഗത സാങ്കേതികവിദ്യയുടെ അടിസ്ഥാനത്തിൽപ്പോലും കണക്കാക്കുകയാണെങ്കിൽ അക്കാലത്തെ ഉല്പാദനം കൈവരിക്കാൻ 2.5 – 3.0 ലക്ഷം തൊഴിലാളികൾ മതിയാകുമായിരുന്നു. എന്നാൽ കയർ വ്യവസായത്തിലെ ആചാരമര്യാദകൾമൂലം യഥാർത്ഥത്തിൽ ആവശ്യമുള്ളതിന്റെ ഇരട്ടി ആളുകൾക്ക് ലഭ്യമായ തൊഴിൽവീതം നല്കുന്നതിനു കഴിഞ്ഞു.

യന്ത്രവല്ക്കരണം

ഈ പശ്ചാത്തലത്തിലാണ് 60കളിലും 70കളിലും യന്ത്രവല്ക്കരണത്തോടു ട്രേഡ് യൂണിയനുകൾ സ്വീകരിച്ച സമീപനത്തെ മനസ്സിലാക്കേണ്ടത്. പട്ടിണിക്കൂലിക്കെതിരായി രണ്ടു ദശാബ്ദക്കാലത്തെ സമരങ്ങൾക്കൊടുവിലാണ് 60കളുടെ അവസാനം പിരിമേഖലയിൽ മിനിമം കൂലി വാങ്ങിയെടുക്കാനായത്. സംഘടിത പ്രസ്ഥാനത്തോടുള്ള എതിർപ്പിന്റെ

ഭാഗമായാണ് യന്ത്രവല്ക്കരണം നടപ്പാക്കാൻ തുടങ്ങിയത്. ഇതിനെ ചെറുക്കുകയല്ലാതെ മറ്റു മാർഗ്ഗമില്ലായിരുന്നു. അല്ലാതെ യന്ത്രവല്ക്കരണത്തോടുള്ള അന്ധമായ എതിർപ്പുകൊണ്ടല്ല.

എന്നാൽ, ഇന്നു സ്ഥിതിഗതികൾ മാറിയിരിക്കുന്നു. ഗൾഫ് കുടിയേറ്റത്തോടെയും വിദ്യാഭ്യാസത്തിന്റെ വ്യാപനത്തോടെയും പരമ്പരാഗത തൊഴിലുകളിൽ പണിയെടുക്കാൻ ആളുകളെ കിട്ടാതായിരിക്കുന്നു. മറ്റു സംസ്ഥാനങ്ങളിൽനിന്നുള്ള മത്സരവും ആവിർഭവിച്ചിരിക്കുന്നു. ഈ പശ്ചാത്തലത്തിൽ യന്ത്രവല്ക്കരണം അനിവാര്യമാണ്. 1987 ലെ ഇടതുപക്ഷ സർക്കാരാണ് ഇടനില സാങ്കേതികവിദ്യകൾ വ്യവസായത്തിൽ ഉപയോഗപ്പെടുത്തുന്നതിനുള്ള നിർദ്ദേശം മുന്നോട്ടുവെച്ചത്. ഇന്നാവട്ടെ ഏതു തരത്തിലുള്ള യന്ത്രവല്ക്കരണത്തിനും തങ്ങൾ എതിരല്ല എന്ന് യൂണിയനുകൾ വ്യക്തമാക്കിക്കഴിഞ്ഞു. ഒറ്റ നിബന്ധന മാത്രമേ മുതലാളിമാരോടുള്ളൂ. നെയ്ത്തു മേഖലയിൽ 500 രൂപയും പിരിമേഖലയിൽ 350 രൂപയും കൂലി ഉറപ്പാക്കണം.

എന്നിട്ടും കയർമേഖലയുടെ സാങ്കേതിക നവീകരണം എന്തുകൊണ്ട് നടക്കുന്നില്ല എന്നതിനു ഉത്തരം പറയേണ്ടത് കയർ, സർക്കാർ അധികൃതരും കയർ ഗവേഷണ കേന്ദ്രങ്ങളുമാണ്. കയർ ഗവേഷണം അമ്പേ പരാജയമാണ്. കയർപിരി മേഖലയിൽ പരമ്പരാഗത റാട്ടിനേക്കാൾ അനുയോജ്യവും ഉല്പാദനക്ഷമത കൂടിയതുമായ മോട്ടോർ റാട്ടുകൾ നിർമ്മിക്കാൻ ഇതുവരെ കഴിഞ്ഞിട്ടില്ല. സഹകരണസംഘങ്ങൾക്കു നല്കിയ യന്ത്രവല്കൃത റാട്ടുകൾ ഉപയോഗിക്കാതെ നശിച്ചുപോവുകയാണുണ്ടായത്. ഇപ്പോൾ നല്കുന്ന റാട്ടുകളും തൊഴിലാളികൾക്കു സ്വീകാര്യമല്ല. തൊണ്ടുതല്ലു യന്ത്രത്തിന്റെ സ്ഥിതിയും ഇതുതന്നെ. നാളികേര കേന്ദ്രങ്ങളിൽ വാഹനങ്ങളിൽ കൊണ്ടുചെന്നു തൊണ്ടുതല്ലാവുന്ന ചെറുയന്ത്രങ്ങൾ പ്രതീക്ഷ ഉയർത്തിയതാണ്. പക്ഷേ, ഇവ ഫലപ്രദമല്ല എന്നാണ് അനുഭവം. പുതുതായി കേരള സർക്കാർ രൂപീകരിച്ച കയർ ഗവേഷണ സ്ഥാപനവും (എൻ സി ആർ എം ഐ) വെള്ളാനയായി അധഃപതിച്ചിരിക്കുന്നു. ഈ ദൗർബല്യം തിരുത്തേണ്ടതെങ്ങനെയെന്ന് രേഖ പരിശോധിക്കുന്നേയില്ല.

തൊണ്ടിന്റെ ദൗർബല്യം

മറ്റൊരു അടിസ്ഥാനപ്രശ്നം കേരളത്തിലെ വ്യവസായം നേരിടുന്ന തൊണ്ടിന്റെ ദൗർലഭ്യമാണ്. കേരളത്തിൽ ഉല്പാദിപ്പിക്കുന്ന നാളികേരത്തിന്റെ 20 ശതമാനം മാത്രമേ ഇന്നു സംസ്ഥാനത്തു ചകിരിയായി മാറ്റപ്പെടുന്നുള്ളൂ. ചെറുകിട കൃഷിക്കാരുടെ ബാഹുല്യം, പരമ്പരാഗത വിപണന ശൃംഖലകളുടെ തകർച്ച, യന്ത്രവല്ക്കരണത്തിലുള്ള അമാന്തം എന്നിവയെല്ലാം ഇതിനു കാരണങ്ങളാണ്. നാളികേര ഉല്പാദനത്തിൽ ഗണ്യമായ പങ്കും ഇന്നു കയർമേഖലയ്ക്കു പുറത്താണ്. ഇവിടങ്ങളിൽ അത്യാധുനിക ചകിരിമില്ലുകൾ സ്ഥാപിക്കണം. ഇതിനു പണം മുടക്കു

ന്നതിനു പകരം കയർമേഖലയ്ക്കു പുറത്ത് കോന്നിയിൽ ആധുനിക കയർ ഉല്പന്ന വ്യവസായശാല സ്ഥാപിക്കുന്നതിനാണ് യു ഡി എഫ് സർക്കാർ ഇന്നു സാഹസപ്പെട്ടുകൊണ്ടിരിക്കുന്നത്. മന്ത്രിയുടെ മണ്ഡലത്തിലും ഒരു കയർ ഫാക്ടറി ഇരിക്കട്ടെ എന്നു തീരുമാനിച്ചിരിക്കുകയാണ്.

അതുപോലെതന്നെയാണ് തൊണ്ടു സംഭരിച്ചു മില്ലുകളിൽ എത്തിക്കുക എന്നത്. ഓരോ വീട്ടുമുറ്റത്തും ചെറുകിട കൊപ്രാക്കളങ്ങളിലും കിടക്കുന്ന തൊണ്ടു മുഴുവൻ ശേഖരിച്ചു മില്ലുകളിൽ എത്തിക്കുന്നതിന് സബ്സിഡി അനിവാര്യമാണ്. ഇതിനായി പ്രത്യേക സംഘങ്ങൾ രൂപീകരിക്കാം. കുടുംബശ്രീയെ ഉപയോഗപ്പെടുത്താം. അതുമല്ലെങ്കിൽ നാളികേര ഉല്പാദനകേന്ദ്രങ്ങളിൽ സ്ഥാപിക്കുന്ന അത്യാധുനിക തൊണ്ടുമില്ലുകളെത്തന്നെ ഉപയോഗപ്പെടുത്താം. ഈ സുപ്രധാന കർത്തവ്യം മറന്നുകൊണ്ടുള്ള ഒരു വികസന പരിപ്രേക്ഷ്യം യാഥാർത്ഥ്യമാവില്ല. ചകിരിക്കുവേണ്ടി തമിഴ്നാട്ടിനുമേലുള്ള ആശ്രിതത്വം അവസാനിപ്പിക്കാൻ കഴിയണം. ചകിരിയുടെ അന്യായമായ വിലവർദ്ധനയും ലഭ്യത സംബന്ധിച്ചുള്ള അസ്ഥിരതയും ഇതിൽനിന്നാണ് ഉളവാകുന്നത്.

സഹകരണമേഖല

കയർപിരി മേഖല ഇന്ന് മുഖ്യമായും കയർ സഹകരണസംഘങ്ങളുടെ അടിസ്ഥാനത്തിലാണ് സംഘടിപ്പിച്ചിരിക്കുന്നത്. ആരംഭകാലത്ത് 2 ദശാബ്ദത്തോളം ഫലപ്രദമായി ഇവ പ്രവർത്തിച്ചു. കയർത്തൊഴിലാളികളുടെ സേവന വേതന വ്യവസ്ഥകൾ മെച്ചപ്പെടുത്തുന്നതിന് ഈ സംഘങ്ങൾ നിർണ്ണായകമായ പങ്കുവഹിച്ചിട്ടുണ്ട്. എന്നാൽ ഇന്ന് ഭൂരിപക്ഷവും പ്രവർത്തനക്ഷമമല്ല. എന്നാൽ നല്ല ആസ്തി പലതിനും ഉണ്ട്. ഇവയെ എങ്ങനെ പുനഃസംഘടിപ്പിച്ചു കാര്യക്ഷമമാക്കാം എന്നതു സുപ്രധാന കടമയാണ്. എന്നാൽ യു ഡി എഫിന്റെ പരിപ്രേക്ഷ്യത്തിൽ കയർ സഹകരണ പ്രസ്ഥാനമേയില്ല. "സ്വകാര്യ നിക്ഷേപത്തെ പ്രോത്സാഹിപ്പിക്കണം" എന്നൊരു പരാമർശം മാത്രമേ ഭാവി പരിപാടിയിൽ ഉൾപ്പെടുത്തിയിട്ടുള്ളൂ. സഹകരണമേഖലയെക്കുറിച്ച് ഒറ്റയക്ഷരം ഉരിയാടാതെ സ്വകാര്യ നിക്ഷേപ പ്രോത്സാഹനത്തെക്കുറിച്ചു പറയുന്നതിന്റെ പിന്നിലെ ദുഷ്ടലാക്ക് വ്യക്തമാണ്. സഹകരണ മേഖല തുടച്ചുനീക്കുകയും 2030 ആകുമ്പോഴേക്കും പൂർണ്ണമായി സ്വകാര്യമേഖലയിലേക്ക് വ്യവസായത്തിന്റെ സംഘാടനം മാറ്റണം എന്നതാണ് കാഴ്ചപ്പാട്. ഇത്തരം ഒരു കാഴ്ചപ്പാടു മുന്നോട്ടു വെക്കുമ്പോൾത്തന്നെ പുതുതായി 100 സഹകരണസംഘങ്ങൾ സ്ഥാപിച്ച് കയർവികസന ഫണ്ട് ദുർവ്യയം ചെയ്യുകയാണ് യു ഡി എഫ് സർക്കാർ.

കയർ വ്യവസായത്തിന്റെ പുതിയ വിപണനസാദ്ധ്യതകളെക്കുറിച്ച് പരിപ്രേക്ഷ്യത്തിനു പൂർണ്ണ വിശ്വാസമുണ്ട്. എന്നാൽ ഇന്നു നിലവിലുള്ള വിപണനസംവിധാനത്തിന്റെ ദൗർബല്യങ്ങളെക്കുറിച്ച് മൂർത്തമായൊരു

പരിശോധനയോ ദേശീയ - അന്തർദ്ദേശീയ വിപണികളിലെ പുതിയ സാഹചര്യങ്ങളിൽ അവ എങ്ങനെ പുനഃസംഘടിപ്പിക്കാം എന്നതിനെക്കുറിച്ചു നിർദ്ദേശങ്ങളോ ഇല്ല.

യു ഡി എഫിന്റെ പ്രവർത്തനപരിപാടി

പിന്നെ എന്താണ് കയർ വ്യവസായപുരോഗതിക്കായി പരിപ്രേക്ഷ്യം 2030 മുന്നോട്ടു വെക്കുന്നത്? മൂന്ന് ആക്ഷൻ പ്ലാനുകളാണ് രേഖയിലുള്ളത്. ഒന്നാമത്തേത്, ആക്ഷൻ പ്ലാൻ "പ്രശ്നമേഖലകൾ കണ്ടെത്തുക" എന്നതു സംബന്ധിച്ചാണ്. ഇതു വളരെ വിചിത്രമായ ഒരു സമീപനമാണെന്നു പറയാതെ വയ്യ. നിലവിലുള്ള അവസ്ഥയെക്കുറിച്ചുള്ള ദീർഘവിവരണത്തിനു ശേഷം പ്രവർത്തനപരിപാടിയുടെ ആദ്യ ഇനമായി "പ്രശ്നമേഖലകൾ കണ്ടെത്തുക" എന്നതാകുമ്പോൾ രാമായണകഥ മുഴുവൻ കേട്ടശേഷം രാമനാരെന്ന് ചോദിക്കുന്നതുപോലെയാകും. ഇങ്ങനെ പരിഹാരം കണ്ടെത്തേണ്ട രംഗങ്ങളുടെ ഒരു ലിസ്റ്റു തന്നെ കൊടുത്തിട്ടുണ്ട്. തൊണ്ടു സംഭരണം ഒഴികെ ബാക്കിയെല്ലാം സാങ്കേതിക നവീകരണം സംബന്ധിച്ചുള്ളവയാണ്. തൊണ്ടഴുക്കൽ, നവീകരിക്കൽ, പിരിയന്ത്രവല്ക്കരണം, നെയ്ത്തു യന്ത്രവല്ക്കരണം, ബ്ലീച്ചിങ്, ഡൈയിങ്, പുതിയ ഉല്പന്നങ്ങൾ, പുതിയ പാക്കേജ് എന്നിങ്ങനെ. ഇവയ്ക്ക് മൂർത്തമായ പരിഹാരം അന്വേഷിച്ച് റിപ്പോർട്ടിൽ പരതുന്നവർക്കു നിരാശപ്പെടേണ്ടിവരും.

രണ്ടാമത്തെ ആക്ഷൻ പ്ലാനിന്റെ തലക്കെട്ട് വളരെ വിചിത്രമാണ്. "ഒരുപറ്റം ആക്ഷൻ പ്ലാനുകൾ ഡിസൈൻ ചെയ്യൽ." ഗംഭീരം! ആക്ഷൻ പ്ലാൻ എന്നാൽ ആക്ഷൻ പ്ലാൻ ഉണ്ടാക്കലാണ്. ഇനി എങ്ങനെയാണ് ആക്ഷൻ പ്ലാൻ ഉണ്ടാക്കേണ്ടത്. കേട്ടോളൂ.

- കേരളത്തെ എങ്ങനെ കയർ വ്യവസായത്തിന്റെ ആഗോളകേന്ദ്രമാക്കാം
- സ്വകാര്യനിക്ഷേപത്തെ പ്രോത്സാഹിപ്പിക്കൽ
- സാങ്കേതികനവീകരണവും ഉല്പന്നവൈവിദ്ധ്യവല്ക്കരണവും
- യന്ത്രവല്ക്കരണം വഴി ഉല്പാദനക്ഷമത ഉയർത്തൽ
- പുതിയ തലമുറയെ എങ്ങനെ ആകർഷിക്കാം?
- കയർ വ്യവസായ കോഴ്സുകൾ ആരംഭിക്കൽ

മൂന്നാമത്തെ ആക്ഷൻ പ്ലാൻ ഇതാണ്; "കയർ പ്രത്യേക മേഖല" രൂപീകരിക്കുക. ആലപ്പുഴയാണ് ഇതിനു കണ്ടെത്തിയിരിക്കുന്നത്. എന്തൊരു ഭൂമികുലുക്കൽ നിർദ്ദേശമാണിതെന്നു നോക്കുക! ഇപ്പോൾത്തന്നെ കയർ ഉല്പന്ന വ്യവസായം പൂർണ്ണമായും ആലപ്പുഴയിലാണ്. കയർ യാണിന്റെ 75 ശതമാനവും ഇന്ന് ആലപ്പുഴയിലും ചുറ്റുപാടുള്ള വൈക്കം, ചേർത്തല, കാർത്തികപ്പള്ളി താലൂക്കുകളിലാണ്. ഇനി ആലപ്പുഴയെ പ്രത്യേക സോണായി പ്രഖ്യാപിച്ചിട്ട് എന്തുകാര്യം?

അവസാനമായി, രേഖ പൂർണ്ണനിശ്ശബ്ദത പാലിക്കുന്ന ഒരു പ്രശ്നമുണ്ട് - കയർ തൊഴിലാളികളുടെ സാമൂഹ്യസുരക്ഷിതത്വം. കയർ

വ്യവസായത്തിന്റെ സത്വര നവീകരണം അനിവാര്യമാണ്. ഭാവിയിൽ ഇതു പ്രത്യേകിച്ച് തൊഴിൽപ്രശ്നമൊന്നും സൃഷ്ടിക്കാൻ പോകുന്നില്ല എന്നതു ശരിയാണ്. കാരണം പുതിയ അഭ്യസ്തവിദ്യരായ തലമുറ പരമ്പരാഗത തൊഴിലുകളിൽ ഏർപ്പെടാൻ പോകുന്നില്ല. പക്ഷേ, നിലവിലുള്ള തൊഴിലാളികളുടെ തലമുറ എന്തുചെയ്യും? അവർക്ക് സമ്പൂർണ്ണ സാമൂഹ്യസുരക്ഷിതത്വം ഉറപ്പുവരുത്തിയേ തീരൂ. മിനിമം കൂലി ഉറപ്പുവരുത്തിക്കൊണ്ട് അവർക്കു തൊഴിൽ നല്കാൻ കഴിയണം. ഇല്ലെങ്കിൽ ഇവർക്കു പ്രായം കണക്കാക്കാതെ പെൻഷൻ നല്കി സംരക്ഷിക്കണം. 1000 രൂപയാണ് ഇന്ന് ആവശ്യപ്പെടുന്ന പെൻഷൻ. ബീഡി മേഖലയിൽ കഴിഞ്ഞ ഇടതുസർക്കാർ ഇതു പരീക്ഷിച്ചതാണ്. ഇത്തരത്തിൽ സമ്പൂർണ്ണമായ സാമൂഹ്യസുരക്ഷിതത്വം ഉറപ്പുവരുത്തിക്കൊണ്ടു മാത്രമേ യുദ്ധകാലാടിസ്ഥാനത്തിലുള്ള സാങ്കേതികനവീകരണം യാഥാർത്ഥ്യമാക്കാനാവൂ.

6

കശുവണ്ടി: തലതിരിഞ്ഞ ചരിത്രവും ഭാവിയും

രണ്ടായിരത്തി മുപ്പതിൽ കശുവണ്ടി വ്യവസായം എങ്ങനെയായിരിക്കും? തൊഴിലാളികളുടെ എണ്ണമെടുത്താൽ ഫാക്ടറി തൊഴിലാളികളുടെ ഏതാണ്ട് 40 ശതമാനം ഇന്നും കശുവണ്ടി മേഖലയിലാണ്. തോട്ടണ്ടി വറുക്കുന്നതിനും തല്ലുന്നതിനും പീലിങ്ങിനും ഗ്രേഡിങ്ങിനും പരമ്പരാഗത സാങ്കേതികവിദ്യകൾ തന്നെയാണ് ഇന്നും ഉപയോഗിക്കുന്നത്. ഈ സ്ഥിതി മാറും. യന്ത്രവല്ക്കരണത്തിന്റെ അടിസ്ഥാനത്തിലായിരിക്കും ഫാക്ടറി ഉല്പാദനം. ഉല്പന്നങ്ങൾ വൈവിദ്ധ്യവല്ക്കരിക്കപ്പെടും. ബ്രാൻഡ് ചെയ്യപ്പെടും. ആഭ്യന്തര കമ്പോളത്തിന്റെ പ്രാധാന്യം ഉയരും. പോഷകസമൃദ്ധവും സവിശേഷതകളുമുള്ള കശുവണ്ടിപ്പരിപ്പിന്റെ ഡിമാന്റ് തളരില്ല. കശുവണ്ടി വ്യവസായത്തിന്റെ ഭാവിയെക്കുറിച്ച് പരിപ്രേക്ഷ്യം 2030 രേഖയുടെ ശുഭാപ്തി വിശ്വാസമാണ്. നമ്മൾക്കും തർക്കമില്ല.

പക്ഷേ, മേല്പറഞ്ഞ ഭാവന യാഥാർത്ഥ്യമാകണമെങ്കിൽ വ്യവസായ ഘടനയിൽ ഒരു സുപ്രധാന മാറ്റം വേണമെന്നാണ് യു ഡി എഫ് പറയുന്നത്. പൊതുമേഖല ഇല്ലാതാക്കണം. വ്യവസായത്തെ പൂർണ്ണമായി സ്വകാര്യവല്ക്കരിക്കണം. ഇതു സംബന്ധിച്ച വാദങ്ങളെ രേഖ ഇപ്രകാരമാണ് ഉപസംഹരിച്ചിരിക്കുന്നത്.

"ചുരുക്കിപ്പറഞ്ഞാൽ അടുത്ത 20 വർഷംകൊണ്ട് സർക്കാർ ഉടമസ്ഥതയിലുള്ള ഏജൻസികൾ നേരിട്ടുള്ള സംസ്ക്കരണത്തിൽനിന്നും ഉല്പാദനത്തിൽനിന്നും സാവധാനം പിൻവാങ്ങണം. ഏറ്റവും ലാഭകരമായ യൂണിറ്റുകൾ സ്വകാര്യവല്ക്കരിക്കുന്നതിൽനിന്ന് ഈ പ്രക്രിയയ്ക്കു തുടക്കം കുറിക്കാം. അങ്ങനെ 5 വർഷംകൊണ്ട് വ്യവസായം പൂർണ്ണമായും സ്വകാര്യവല്ക്കരിക്കപ്പെടും.

ഒരു മാതൃകാ തൊഴിലുടമയായി പ്രവർത്തിക്കുന്നു എന്നതാണ് സർക്കാർ ഇടപെടലിന്റെ പ്രാഥമിക ലക്ഷ്യം. പക്ഷേ, കാലക്രമത്തിൽ ഉണ്ടായ ജനസംഖ്യാപരിണാമത്തിന്റെയും തൊഴിൽ കമ്പോളത്തിലെ മാറിയ യാഥാർത്ഥ്യങ്ങളുടെയും പശ്ചാത്തലത്തിൽ ഇത്തരം പ്രവർത്തനങ്ങളിൽ ഏർപ്പെടുന്നതിനു ഇന്നു യാതൊരു യുക്തിയുമില്ല.

അടുത്ത അഞ്ചു വർഷങ്ങൾക്കുള്ളിൽ ചെയ്യേണ്ട അടിയന്തര കടമയാണ്. എങ്കിലേ 20 വർഷങ്ങൾകൊണ്ട് നമ്മുടെ സ്വപ്നങ്ങൾ പൂവണിയൂ. പൂട്ടിക്കിടക്കുന്നതോ ഭീമൻ നഷ്ടത്തിലായതോ ആയ യൂണിറ്റുകളിൽ നിന്നല്ല തുടങ്ങേണ്ടത്. ലാഭകരമായ യൂണിറ്റുകൾ ആദ്യമേ തന്നെ പൂട്ടിയാൽ പൊതുമേഖലയുടെ കഥ പെട്ടെന്നു തന്നെ തീർക്കാമല്ലോ.

കശുവണ്ടിയുടെ ആദിമപാപം

കശുവണ്ടി വ്യവസായചരിത്രത്തിലെ ആദിമപാപം ഫാക്ടറി നിയമം നടപ്പിലാക്കിയതാണ്. "യന്ത്രങ്ങൾ ഉപയോഗിക്കുന്നില്ലായിരുന്നെങ്കിലും" 1945 ൽ കശുവണ്ടി ഫാക്ടറികളെ ഫാക്ടറി നിയമപരിധിയിൽ കൊണ്ടുവന്നു. (യന്ത്രമുണ്ടെങ്കിലേ ഫാക്ടറി നിയമം ബാധകമാകൂ എന്ന് എവിടെ പറഞ്ഞിട്ടുണ്ട്?) 1956 ൽ സർക്കാർ മറ്റൊരു പാതകംകൂടി ചെയ്തു. കശുവണ്ടി ഫാക്ടറികൾ സീസണല്ല വർഷം മുഴുവൻ പണി നടക്കുന്ന ഫാക്ടറികളായി നിർവ്വചിച്ചു. മിനിമം കൂലിയും നിർബ്ബന്ധമാക്കി.

മേല്പറഞ്ഞ നടപടികളുടെ പശ്ചാത്തലം കശുവണ്ടി മേഖലയിൽ വളർന്നുവന്ന സമരോത്സുക ട്രേഡ് യൂണിയൻ പ്രസ്ഥാനമായിരുന്നു എന്ന വസ്തുത എന്തുകൊണ്ടോ രേഖയിൽ വിട്ടുപോയി. പക്ഷേ, ഈ കുറവ് കശുവണ്ടി മേഖലയിൽ ഉണ്ടായി എന്നു പറയുന്ന യന്ത്രവല്കരണ വിരുദ്ധ സമരവിശദീകരണത്തിൽ തീർത്തു. "ഫാക്ടറി നിയമങ്ങൾ സംബന്ധിച്ച പ്രഖ്യാപനങ്ങൾ വ്യവസായത്തിന്റെ താഴ്ന്ന കൂലിയടിത്തറ തകർത്തു. ഫാക്ടറി ഉടമസ്ഥർക്കു സാങ്കേതികവിദ്യകൾ മാറ്റിക്കൊണ്ട് ഈ പ്രതിസന്ധി തരണം ചെയ്യാമായിരുന്നു. എന്നാൽ തൊഴിലാളി യൂണിയനുകളിൽനിന്നുള്ള കടുത്ത എതിർപ്പ് ഇത്തരം ഏതെങ്കിലും നീക്കം അസാദ്ധ്യമാക്കിത്തീർത്തു."

മേലുദ്ധരിച്ച പ്രസ്താവന വസ്തുതാവിരുദ്ധമാണ്. കശുവണ്ടി വ്യവസായത്തിൽ നടപ്പാക്കാൻ കഴിയുന്ന ഒരു സാങ്കേതികവിദ്യയും 50 കളിലോ 60 കളിലോ ലഭ്യമായിരുന്നില്ല. ഒരു മുതലാളിയും യന്ത്രം കൊണ്ടുവരാൻ ശ്രമിച്ചതായി കേട്ടുകേൾവി പോലുമില്ല. വ്യവസായത്തിൽ അതുവരെയുള്ള അരനൂറ്റാണ്ടിനിടയിൽ വന്ന ഏക സാങ്കേതികവിദ്യാമാറ്റം മുപ്പതുകളിൽ രംഗപ്രവേശം ചെയ്ത ഹോട്ട് ഓയിൽ റോസ്റ്റിങ് രീതിയാണ്. അതുവരെ ചൂളയിലാണ് കശുവണ്ടി ചുട്ടിരുന്നത്. കശുവണ്ടി വ്യവസായത്തിലെ സാങ്കേതികനവീകരണത്തെ എതിർത്തുതോല്പിച്ചതിന്റെ ഫലമായുണ്ടായ ദുരന്തം വെറുമൊരു കല്പിതകഥയാണ്.

പിന്നെ എന്താണു സംഭവിച്ചത്? തൊഴിലാളികൾക്കു മിനിമം കൂലി നല്കാതിരിക്കാനും ഫാക്ടറി നിയമത്തിൽനിന്നും രക്ഷപ്പെടാനും മുതലാളിമാർ ഒരു അടവു സ്വീകരിച്ചു. ഫാക്ടറികളിലെ പണി വെട്ടിക്കുറച്ചു. കുടിവറുപ്പിനെ പ്രോത്സാഹിപ്പിക്കാൻ തുടങ്ങി. ആലപ്പുഴയിലെ കയർ ഫാക്ടറികൾ അടച്ചുപൂട്ടി ഉല്പാദനത്തെ വികേന്ദ്രീകരിച്ചതുപോലെയുള്ള ഒരു നടപടിയായിരുന്നു. ആലപ്പുഴയിൽ ഇതു തടയാൻ ട്രേഡ് യൂണിയനുകൾ പരാജയപ്പെട്ടെങ്കിൽ കൊല്ലത്തു വിജയിച്ചു. 1967 ലെ ഇടതുപക്ഷ സർക്കാർ കുടിവറുപ്പ് നിരോധിച്ച് ഉത്തരവിറക്കി. വികേന്ദ്രീകരണം നിയമവിരുദ്ധമാക്കപ്പെട്ടപ്പോഴും സാങ്കേതിക നവീകരണത്തെക്കുറിച്ചല്ല മുതലാളിമാർ ചിന്തിച്ചത്. വ്യവസായത്തെതന്നെ തമിഴ്നാട്ടിലേക്കു പറിച്ചു നടാൻ ശ്രമമായി. രേഖയിൽ പറയുന്നതുപോലെ കന്യാകുമാരി ജില്ലയിൽ 100ൽപ്പരം ചെറുകിട ഫാക്ടറികൾ ഉയർന്നുവന്നു.

ഈ വെല്ലുവിളി നേരിടുന്നതിനു വേണ്ടിയാണ് 1969 ൽ കശുവണ്ടി വികസന കോർപ്പറേഷൻ സ്ഥാപിച്ചത്. സ്വകാര്യ ഫാക്ടറികൾ സർക്കാർ ഏറ്റെടുത്തു കോർപ്പറേഷന്റെ ഭാഗമാക്കി. തോട്ടണ്ടി സംഭരണത്തിനും നടപടി സ്വീകരിച്ചു. 1975 ആയപ്പോഴേക്കും കശുവണ്ടി വികസന കോർപ്പറേഷൻ 30,000 തൊഴിലാളികൾ പണിയെടുക്കുന്ന 35 ഫാക്ടറികൾക്കു മേൽനോട്ടം വഹിക്കുന്ന സ്ഥാപനമായി വളർന്നു. 1978 വരെ കോർപ്പറേഷൻ ലാഭകരമായി പ്രവർത്തിക്കുകയും ചെയ്തു.

1984 ൽ കശുവണ്ടി വികസന കോർപ്പറേഷനു പുറമേ സമാനമായ ലക്ഷ്യങ്ങളോടെ സഹകരണമേഖലയിൽ കാപ്പെക്സിനു രൂപം നല്കി. 1984–85 ൽ കാപ്പെക്സിനു 8 ഫാക്ടറികളും 4000 ജീവനക്കാരും ഉണ്ടായിരുന്നു. 1998 ആയപ്പോഴേക്കും 10 ഫാക്ടറികളും 5100 തൊഴിലാളികളുമായി കാപ്പെക്സ് വളർന്നു.

എങ്കിലും കശുവണ്ടി വ്യവസായത്തിലെ ഭൂരിപക്ഷം തൊഴിലാളികൾക്കും കശുവണ്ടി വികസന കോർപ്പറേഷനും കാപ്പെക്സിനും കീഴിൽ പണി നല്കാൻ കഴിഞ്ഞില്ല. എങ്കിലും വ്യവസായത്തിന്റെ സംഘടിത സ്വഭാവത്തെ നിലനിർത്തുന്നതിൽ ഈ പൊതുമേഖലാ സ്ഥാപനങ്ങൾ നിർണ്ണായക പങ്കുവഹിച്ചു. സ്വകാര്യ മേഖലയിലെ തൊഴിലാളികളുടെ വിലപേശലിന്റെ ഒരു അടിയന്തരമാനദണ്ഡം പൊതുമേഖലയിലെ സേവന വേതന വ്യവസ്ഥകളാണ്. അതുകൊണ്ട് കാലാകാലങ്ങളിൽ അധികാരത്തിൽവന്ന ഇടതുപക്ഷ സർക്കാരുകൾ കശുവണ്ടി വ്യവസായത്തിലെ പൊതുമേഖല സംരക്ഷിക്കുന്നതിന് വലിയ പ്രാധാന്യം കല്പിച്ചിട്ടുണ്ട്. എന്നാൽ യു ഡി എഫ് സർക്കാരുകളാകട്ടെ എക്കാലത്തും പൊതുമേഖലയോട് ഉദാസീനമായ സമീപനമാണ് കൈക്കൊണ്ടിട്ടുള്ളത്.

രണ്ടു മുന്നണികൾ; രണ്ടു സമീപനങ്ങൾ

1988 ലെ നായനാർ സർക്കാരിന്റെ കാലത്ത് വൻകിട മുതലാളിമാർ

തങ്ങളുടെ ഫാക്ടറികൾ അടച്ചിട്ടു. അടച്ചിട്ട 36 ഫാക്ടറികളും എൽ ഡി എഫ് സർക്കാർ ഏറ്റെടുത്ത് കശുവണ്ടി വികസന കോർപ്പറേഷനെ ഏല്പിച്ചു. എന്നാൽ തുടർന്ന് അധികാരത്തിൽവന്ന യു ഡി എഫ് സർക്കാർ കശുവണ്ടി വികസന കോർപ്പറേഷൻ ഫാക്ടറികൾ അടച്ചിട്ട് വ്യവസായത്തെ വീണ്ടും കുത്തകകളുടെ നിയന്ത്രണത്തിനു വിട്ടുകൊടുത്തു. 1988 ൽ ഏറ്റെടുത്ത 36 ഫാക്ടറികളും പഴയ ഉടമകൾക്കു വിട്ടുകിട്ടുന്നതിന് സുപ്രിംകോടതിയിൽനിന്നും വിധി സമ്പാദിക്കാൻ മുതലാളിമാർക്ക് യു ഡി എഫ് സർക്കാർ കൂട്ടുനിന്നു.

എൽ ഡി എഫ് ഭരണകാലത്ത് വർഷത്തിൽ ഇരുനൂറിൽപ്പരം ദിവസം പണി ലഭിച്ച കശുവണ്ടി വികസന കോർപ്പറേഷൻ ഫാക്ടറികളിൽ യു ഡി എഫിന്റെ 5 വർഷത്തെ കാലത്ത് ആകെ 165 ദിവസത്തെ പണി മാത്രമാണ് ലഭിച്ചത്. കശുവണ്ടി വികസന കോർപ്പറേഷനും കാപ്പെക്സും സാമ്പത്തിക അധോഗതിയിലായത് 1991–96 കാലത്തെ യു ഡി എഫ് ഭരണകാലത്താണ്.

യു ഡി എഫ് സർക്കാർ തകർത്തെറിഞ്ഞ കശുവണ്ടി വ്യവസായത്തിലെ പൊതുമേഖലയെ പുനരുജ്ജീവിപ്പിച്ചത് തുടർന്നുവന്ന നായനാർ സർക്കാരും വ്യവസായമന്ത്രി സുശീലാ ഗോപാലനുമാണ്. കശുവണ്ടി വികസന കോർപ്പറേഷനു നല്കിയിരുന്ന വായ്പയെ ഓഹരി മൂലധനമാക്കുകയും ബാങ്കുകളിൽനിന്നും വായ്പയ്ക്ക് ഗ്യാരന്റി നില്ക്കുകയും മറ്റു ധനസഹായങ്ങൾ ലഭ്യമാക്കുകയുംചെയ്തു. വീണ്ടും കശുവണ്ടി തൊഴിലാളികൾക്ക് വർഷത്തിൽ 200 ലധികം ദിവസം പണി കിട്ടി.

നായനാർ സർക്കാർ മാറി ആന്റണി വന്നതോടെ കശുവണ്ടി വ്യവസായത്തിന്റെ ശനിദശ വീണ്ടും ആരംഭിച്ചു. കശുവണ്ടി വികസന കോർപ്പറേഷന് 45 കോടി രൂപയുടെ ബാദ്ധ്യതയുണ്ട് എന്നു പറഞ്ഞ് ഫാക്ടറികളെല്ലാം പൂട്ടി. 2 വർഷം ഈ ഫാക്ടറികൾ പൂട്ടിക്കിടന്നതിന്റെ ഫലമായി കടബാദ്ധ്യത 120 കോടിയായി ഉയർന്നു. അതോടെ കശുവണ്ടി വികസന കോർപ്പറേഷനും കാപ്പെക്സും എന്നെന്നേക്കുമായി ഇല്ലാതാക്കാനുള്ള നീക്കമായി.

ഇതിനെതിരെയാണ് കശുവണ്ടി തൊഴിലാളികൾ ഒരു വർഷത്തിലേറെ നീണ്ട ഐതിഹാസിക സമരം നടത്തിയത്. സി ഐ ടി യുവിന്റെ നേതൃത്വത്തിൽ ആരംഭിച്ച സമരത്തിൽ ഐ എൻ ടി യു സി അടക്കമുള്ള മറ്റു യൂണിയനുകളും പങ്കുചേരുന്നതിന് പ്രേരിതരായതോടെ ഒരു ഒത്തുതീർപ്പിന് സർക്കാർ നിർബ്ബന്ധിതരായി. പൊതുമേഖലാ സ്ഥാപനങ്ങൾക്ക് തോട്ടണ്ടി വാങ്ങുന്നതിനുള്ള പണം ലഭ്യമാക്കാമെന്നും അടച്ചിട്ടിരിക്കുന്ന പൊതുമേഖലാ സഹകരണ ഫാക്ടറികൾ തുറന്നു പ്രവർത്തിപ്പിക്കാമെന്നും സർക്കാരിന് ഉറപ്പു നല്കേണ്ടിവന്നു.

കശുവണ്ടി മേഖലയിൽ ഇന്നു വേണ്ടതു പൊതുമേഖലയുടെ നവീകരണവും പുനഃസംഘടനയുമാണ്. പൊതുമേഖലയുടെ നടത്തിപ്പ്

സമൂലമായി പൊളിച്ചെഴുതണം. പോരായ്മകളെ നിശിതമായി പരിശോധിച്ചു തിരുത്തണം. ഇത്തരമൊരു പരിശോധന രേഖയിലില്ല. ഇതിനായി ഒരു മാനേജ്മെന്റ് വിദഗ്ദ്ധ സമിതിയെക്കൊണ്ട് അവലോകനം നടത്തണമെന്നുപോലും കാഴ്ചപ്പാടില്ല. പിന്നെ ഇവയൊക്കെ അപ്രസക്തമാണല്ലോ.

കഴിഞ്ഞ എൽ ഡി എഫ് സർക്കാർ ഈ ദിശയിൽ നിർണ്ണായകമായ നടപടികളാണ് സ്വീകരിച്ചത്. യഥാർത്ഥ്യം പറഞ്ഞാൽ വ്യവസായത്തിൽ നടപ്പാക്കണമെന്ന് പരിപ്രേക്ഷ്യം 2030 ൽ പറയുന്ന സാങ്കേതിക നിർദ്ദേശങ്ങളും 12–ാം പദ്ധതിയിൽത്തന്നെ നടപ്പാക്കിത്തുടങ്ങി. ഫാക്ടറി കെട്ടിടങ്ങളുടെ നവീകരണം, പുതിയ സാങ്കേതികവിദ്യകൾ, ആകർഷകമായ പാക്കിങ്, ബ്രാൻഡു ചെയ്ത പുതിയ ഉല്പന്നങ്ങൾ, ഉല്പന്ന വൈവിദ്ധ്യവല്ക്കരണം, പുതിയ കമ്പോളങ്ങൾ കണ്ടെത്താനുള്ള ശ്രമം തുടങ്ങിയവയിൽ ശ്രദ്ധേയമായ തുടക്കങ്ങൾ ഉണ്ടായി. രേഖയിലെ ഇത്തരം നിർദ്ദേശങ്ങളോട് യോജിപ്പാണ്. ഇവ നടപ്പാക്കണമെങ്കിൽ പൊതുമേഖല ഇല്ലാതാകണമെന്ന നിലപാടിനോടാണ് വിയോജിപ്പ്. സ്വകാര്യ നിക്ഷേപം പ്രോത്സാഹിപ്പിക്കണം എന്നതിനോടും യോജിപ്പാണ്. പക്ഷേ, തൊഴിലാളികളുടെ ആനുകൂല്യങ്ങൾ നിഷേധിച്ചുകൊണ്ടാവരുത് ഈ നീക്കം.

പൻരുതി മോഡൽ വേണ്ട

ആധുനിക യന്ത്രസാങ്കേതികവിദ്യ വ്യവസായത്തിന്റെ സംഘടിത സ്വഭാവത്തെ ശക്തിപ്പെടുത്തുന്നതാണ്. പക്ഷേ, സമീപകാലത്തേക്കെങ്കിലും വികേന്ദ്രീകൃതമായ ഉല്പാദന സമ്പ്രദായത്തെയാണ് പരിപ്രേക്ഷ്യം 2030 വിഭാവനം ചെയ്യുന്നത്. ഇതിനു ദൃഷ്ടാന്തമാണ് പ്രത്യേക ബോക്സായി രേഖയിൽ കൊടുത്തിരിക്കുന്ന പൻരുതി മോഡൽ.

പൻരുതിയിലെ കശുവണ്ടി കർഷകർ ചെറുകിട ഫാക്ടറികളുടെ ഒരു ക്ലസ്റ്ററിനു രൂപം നല്കി. സ്വന്തം കശുവണ്ടിക്കു പുറമെ കയറ്റുമതിക്കാരിൽനിന്ന് തോട്ടണ്ടി സംസ്കരിക്കുന്നതിന് സബ്കോൺട്രാക്ട് എടുക്കുകയും ചെയ്യുന്നു. കൂട്ടായി തോട്ടണ്ടി കൊണ്ടുവരുന്നതിനും യന്ത്രങ്ങൾ വാടകയ്ക്കെടുക്കുന്നതിനും വില ചാഞ്ചാട്ടത്തിൽനിന്ന് സുരക്ഷ ഉറപ്പുവരുത്തുന്നതിനും ഏകോപനത്തിലൂടെ ഇവർക്കു കഴിയുന്നു. നല്ല കാര്യംതന്നെ. പക്ഷേ, വിജയത്തിനു പിന്നിലെ രഹസ്യം രേഖയിൽ ഇങ്ങനെ വെളിപ്പെടുത്തുന്നു: "ഷെല്ലിങ്ങിനും പീലിങ്ങിനും ഒരു ദിവസത്തെ പണിക്കു 50 രൂപ (ഏതാണ്ട് ഒരു ഡോളർ) ലഭിക്കും. ഗ്രേഡിങ്ങിൽ ഏർപ്പെട്ടിരിക്കുന്ന വിദഗ്ദ്ധ തൊഴിലാളിക്ക് 70 രൂപ (ഏതാണ്ട് 1.5 ഡോളർ) ലഭിക്കും". ഈ പട്ടിണിക്കൂലി കേരളത്തിനു മാതൃകയായി മുന്നോട്ടു വെക്കുന്ന പരിപ്രേക്ഷ്യം സംസ്ഥാനത്തിന്റെ ജനാധിപത്യ പാരമ്പര്യത്തിന് അപമാനമാണ്.

1991 ൽ ഇറക്കുമതി നയം ഉദാരവല്ക്കരിക്കപ്പെട്ടതോടെ ആർക്കും

തോട്ടണ്ടി ഇറക്കുമതി ചെയ്യാം എന്ന നില വന്നിരിക്കുകയാണ്. ഇറക്കുമതിയും ഫാക്ടറിയുടെ ഉടമസ്ഥതയോ ഉല്പാദനശേഷിയോ തമ്മിൽ യാതൊരു ബന്ധവും ഉണ്ടാവണമെന്നില്ല. മുൻകാലങ്ങളിൽ വ്യവസായ പ്രമുഖർ തോട്ടണ്ടി ഇറക്കുമതിയിൽ ഉയർന്ന ക്വാട്ടാ ഉറപ്പുവരുത്തുന്നതിനു വേണ്ടി കൂടുതൽ തൊഴിലാളികളെ മസ്റ്റർ റോളിൽ കാണിക്കുമായിരുന്നു. എന്നാൽ ഇപ്പോൾ അതിന്റെ ആവശ്യമില്ല.

ഇത് ഒരു പുതിയ പ്രവണതയ്ക്കു രൂപം നല്കിയിരിക്കുകയാണ്. വൻകിട ഫാക്ടറികളിലെല്ലാം സ്ഥിരം തൊഴിലാളികളുടെ എണ്ണം കുറച്ചുകൊണ്ടുവരികയും താല്ക്കാലിക ജോലിക്കാരുടെ എണ്ണം ഉയർത്തുകയും ചെയ്യുന്ന സമീപനമാണ് സ്വീകരിക്കുന്നത്. താല്ക്കാലിക ജീവനക്കാർക്ക് ഇ എസ് ഐ, പി എഫ്, കൂലിയോടു കൂടിയ അവധിദിനങ്ങൾ, ബോണസ് തുടങ്ങിയ ആനുകൂല്യങ്ങൾ നല്കാറില്ല. അങ്ങനെ വൻകിട ഫാക്ടറികളിലെ തൊഴിലാളികളിൽ താല്ക്കാലിക ജീവനക്കാരുടെ എണ്ണം ഗണ്യമായി ഉയർന്നു.

ഇറക്കുമതി ഉദാരവല്ക്കരണം മറ്റൊരു പ്രത്യാഘാതംകൂടി സൃഷ്ടിച്ചു. കമീഷൻ വറുപ്പ് ഫാക്ടറികളുടെ ആവിർഭാവമാണത്. ഇറക്കുമതി ചെയ്യുന്ന തോട്ടണ്ടി കുത്തകകൾ ചെറുകിട ഫാക്ടറികൾക്ക് കമീഷൻ വ്യവസ്ഥയിൽ തോട്ടണ്ടി സംസ്കരിക്കാൻ നല്കുന്നു. ഒരു നിശ്ചിത തുക പ്രോസസിങ് ചാർജ്ജ് ആയി നല്കിക്കൊണ്ട് അണ്ടിപ്പരിപ്പ് ഈ കുത്തകകൾ തന്നെ തിരിച്ചുവാങ്ങുന്നു. ചിലപ്പോൾ നിലവിലുള്ള ഫാക്ടറി തന്നെ ഇത്തരം കമീഷൻ വറുപ്പിന് വാടകയ്ക്ക് നല്കുന്നു. കശുവണ്ടി ഫാക്ടറി സ്ഥാപിക്കുന്നതിന് വലിയ മുതൽമുടക്ക് ആവശ്യമില്ലാത്തതിനാൽ കൂണുപോലെ ചെറുകിട ഫാക്ടറികൾ മുളച്ചുവരികയാണ്. ഈ ചെറുകിട ഫാക്ടറികളിൽ ജോലി സ്ഥിരതയോ നിയമാനുസൃത ആനുകൂല്യങ്ങളോ ഇല്ല.

ഐ സി ഐ സി ഐ ബാങ്കിന്റെ മാഹാത്മ്യം

രേഖയിൽ എടുത്തു പറയുന്ന മറ്റൊരു മാതൃക മഹാരാഷ്ട്രയുടേതാണ്. കശുവണ്ടി കൃഷിയിൽ ഇന്ന് ഏറ്റവും മുന്നിൽ നില്ക്കുന്ന സംസ്ഥാനം മഹാരാഷ്ട്രയാണ്. കേരളമായിരുന്നു 90 കളിൽ ഒന്നാമത്. പക്ഷേ, മഹാരാഷ്ട്ര, കർണ്ണാടക, ആന്ധ്ര, ഒഡിഷ എന്നീ സംസ്ഥാനങ്ങൾ കേരളത്തേക്കാൾ കൂടുതൽ തോട്ടണ്ടി ഉല്പാദിപ്പിക്കുന്നുണ്ട്. 1993 –94 ൽ 1.56 ലക്ഷം ഹെക്ടറിൽ കേരളത്തിൽ കശുവണ്ടി കൃഷി ചെയ്തിരുന്നത് 2009–10 ൽ 0.72 ലക്ഷം ഹെക്ടറായി ചുരുങ്ങി. ഇതിനു രണ്ടു കാരണങ്ങളാണ് രേഖയിൽ ചൂണ്ടിക്കാണിച്ചിരിക്കുന്നത്. ഒന്നാമതായി പറയുന്നത് കേരളത്തിലെ ഭൂപരിധി നിയമമാണ്.

“കേരളത്തിൽ നിലനില്ക്കുന്ന ഭൂപരിധി നിയമം ഒരു വ്യക്തിക്കു കൈവയ്ക്കാൻ കഴിയുന്ന വിസ്തൃതി 5 ഏക്കർ കശുവണ്ടിക്കും മറ്റുചില

വിളകൾക്കുമായി നിജപ്പെടുത്തിയിരുന്നു. 2006വരെ ഇതായിരുന്നു സ്ഥിതി". കശുവണ്ടി ഭൂപരിധിയിൽനിന്നു ഇളവുണ്ടായിരുന്നില്ല എന്നതു ശരി. പക്ഷേ, മേലുദ്ധരിച്ചത് വളരെ വിചിത്രമായ ഒരു പ്രസ്താവനയാണ്. രണ്ടാമത്തെ കാരണം ഇതിലേറെ വിചിത്രമാണ്. കേരളത്തിൽ കശുവണ്ടി പരിപ്പിനു മേൽ 12.5 ശതമാനം നികുതി ഉണ്ടായിരുന്നു. മറ്റു സംസ്ഥാനങ്ങളിൽ ഇത് 2–4 ശതമാനം മാത്രമായിരുന്നു. "അതുകൊണ്ട് സ്വകാര്യ ഉല്പാദനം കേരളത്തിൽനിന്നു കൃഷിഭൂമി സുലഭമായിട്ടുള്ള, ഭൂപരിധി നിയമം ബാധകമല്ലാത്ത മഹാരാഷ്ട്ര, കർണ്ണാടക, തമിഴ്നാട്, ഒഡിഷ, ആന്ധ്ര തുടങ്ങിയ സംസ്ഥാനങ്ങളിലേക്കു നീങ്ങുകയാണ്". കശുവണ്ടി പരിപ്പിനുമേൽ നികുതിയുണ്ടെങ്കിൽ കൃഷിയെന്തിനു മറ്റു സംസ്ഥാനങ്ങളിലേക്കു നീങ്ങണം? എന്തൊക്കെ ബാലിശമായ കാര്യങ്ങളാണ് അതിഗഹനമായ നിരീക്ഷണങ്ങളായി തട്ടിവിടുന്നത്.

ഏതായാലും ഇക്കഴിഞ്ഞ ഇടതുപക്ഷ സർക്കാരിന്റെ കാലത്താണ് കേരളത്തിൽ കശുവണ്ടി കൃഷി പുനരുജ്ജീവിപ്പിക്കുന്നതിന് നടപടി സ്വീകരിച്ചത്. 12735 ഹെക്ടറിൽ കശുവണ്ടി നടുന്നതിന് 80,000 കൃഷിക്കാർക്കാണ് ധനസഹായം നല്കിയത്. ഇതുമൂലം കൃഷിഭൂമി വിസ്തൃതി ചുരുങ്ങുന്ന പ്രവണതയ്ക്ക് തടയിടുന്നതിന് കഴിഞ്ഞു എന്നു രേഖ തന്നെ സമ്മതിക്കുന്നുണ്ട്. 2010–11 ൽ ഹോർട്ടികൾച്ചർ മിഷന്റെ ആഭിമുഖ്യത്തിൽ സസ്റ്റയിനബിൾ പ്രൊഡക്ഷൻ ഓഫ് കാഷ്യൂ നട്ട്സ് ഇൻ കേരള എന്ന മെഗാ പ്രോജക്ടിന് തുടക്കം കുറിച്ചു. പക്ഷേ, തരിശു ഭൂമിയിൽ വലിയ തോതിൽ കൃഷി ചെയ്യുന്ന മഹാരാഷ്ട്രപോലുള്ള സംസ്ഥാനങ്ങളിലെ അനുഭവങ്ങൾ നമുക്ക് ഉചിതമായ മാതൃകകളല്ല. നമ്മുടെ തെങ്ങിൻതോപ്പുകളിലും പുരയിടങ്ങളിലും ഇടവിളയായി കൃഷി ചെയ്യാൻ പറ്റുന്ന പൊക്കം കുറഞ്ഞ അത്യുല്പാദന ശേഷിയുള്ള ഇനങ്ങളാണ് നമുക്ക് അഭികാമ്യം. നമുക്ക് അനുയോജ്യമായ എക്സ്ടെൻഷൻ പ്രവൃത്തികളും വേണം.

പ്രായം ചെന്ന കശുവിൻമാവുകൾ വെട്ടിമാറ്റി പുതിയവ നടുന്നതിനും പുതിയ ഭൂമിയിൽ കൃഷി ചെയ്യുന്നതിനും വായ്പാധനസഹായം അത്യന്താപേക്ഷിതമാണ്. ഇവിടെയാണ് ഐ സി ഐ സി ഐ എന്ന നവതലമുറ ബാങ്ക് ഒരു പ്രത്യേക ബോക്സായി വിഷൻ 2030 ൽ കടന്നുവരുന്നത്. ഈ ബാങ്ക്, കാർഷിക മേഖലയിലെ ഒരു പ്രധാന വാണിജ്യ വായ്പാ സ്ഥാപനമാണ് എന്നതാണ് ആദ്യ വാചകം. ഇത് ഒരു പുതിയ അറിവാണ്. മുൻഗണനാ മേഖലാ വായ്പകളിൽ ഏറ്റവും പിന്നിൽ നില്ക്കുന്ന ബാങ്കുകളിൽ ഒന്നാണത്. മൈക്രോ ഫിനാൻസ് ഇൻസ്റ്റിറ്റ്യൂഷൻസ്, സന്നദ്ധ സംഘടനകൾ, സഹകരണ സംഘങ്ങൾ വഴി സേവനങ്ങൾ നല്കുന്നതുകൊണ്ട് ഈ ബാങ്കിന് വളരെ പലിശ കുറച്ച് വായ്പ നല്കാൻ കഴിയുമത്രേ. ഏറ്റവും ഉയർന്ന പലിശനിരക്കു മാത്രമല്ല, കുടിശ്ശിക ഈടാക്കാൻ ഏറ്റവും കർക്കശ നടപടികൾ സ്വീകരിക്കുന്ന

ബാങ്കെന്ന പെരുമയാണ് ഈ ബാങ്കിനുള്ളത്. കശുവണ്ടി കൃഷിക്കാർക്ക് പ്രത്യേക ഉപദേശ സഹായങ്ങൾ നല്കുന്നുണ്ടത്രേ. ഇങ്ങനെ ബാങ്കിന്റെ ഓരോ മഹിമകൾ എണ്ണിയെണ്ണിപ്പറഞ്ഞ് കശുവണ്ടി വ്യവസായത്തിനും കൃഷിക്കും ഏറ്റവും അനുയോജ്യമായ ബാങ്ക് ഈ നവതലമുറ ബാങ്കാണെന്ന് സ്ഥാപിക്കുന്നു. വിസ്തരഭയത്താൽ ഇതുപോലെയുള്ള വങ്കത്തങ്ങൾ ഇനിയും നിരത്തുന്നില്ല. ചരിത്രം മാത്രമല്ല, ഭാവിയും തലതിരിഞ്ഞ ഒരു കശുവണ്ടി വ്യവസായ വിശകലനവും നിഗമനങ്ങളുമാണ് പരിപ്രേക്ഷ്യം 2030 മുന്നോട്ടുവെക്കുന്നത്.

7

കൈത്തറി ദയാവധത്തിന്

“**കൈ**ത്തറി വ്യവസായം, കായികശേഷികൊണ്ടു തിരിക്കുന്ന തറികൾ ഉപയോഗിച്ച് തുണിത്തരങ്ങൾ നെയ്യുന്ന ഒരു പ്രാങ് മുതലാളിത്ത, പ്രാങ് കമ്പോള വ്യവസായമാണ്” എന്ന പ്രസ്താവനയോടെയാണ് വികസന പരിപ്രേക്ഷ്യം 2030 ഈ മേഖലയെക്കുറിച്ചുള്ള ചർച്ചയ്ക്കു തുടക്കം കുറിക്കുന്നത്. ഈ പ്രസ്താവന തികച്ചും അടിസ്ഥാനരഹിതമാണ്. കൈത്തറിയിൽ സ്വന്തം ഉപയോഗത്തിനോ സ്വന്തം ഗ്രാമത്തിന്റെ ഉപയോഗത്തിനോ വേണ്ടിയുള്ളവയല്ല. എത്രയോ പതിറ്റാണ്ടുകളായി കമ്പോളത്തിനു വേണ്ടിയുള്ള ഉല്പാദനമാണ്. നൂലിന്റെ കമ്പോളത്തിലും ഉല്പന്ന കമ്പോളത്തിലുമുള്ള സമ്മർദ്ദങ്ങളാണ് ഇന്നത്തെ പ്രതിസന്ധിക്കു കാരണം. വ്യവസായം മുതലാളിത്ത പൂർവ്വ അവസ്ഥയിലുമല്ല. സ്വാതന്ത്ര്യത്തിനുമുമ്പു തന്നെ മുതലാളിത്ത ബന്ധങ്ങൾ കൈത്തറി മേഖലയിൽ വ്യാപിച്ചുകഴിഞ്ഞിരുന്നു. അല്ലാതുള്ള ഒറ്റത്തറിക്കാരാകട്ടെ, കച്ചവടമൂലധനത്തിനു കീഴ്പ്പെട്ടാണ് പ്രവർത്തിച്ചിരുന്നത്. വ്യവസായത്തിന്റെ ഇന്നത്തെ സ്വഭാവത്തെക്കുറിച്ചുള്ള തികച്ചും തെറ്റായ ധാരണയാണ് മുകളിൽ ഉദ്ധരിച്ച പ്രസ്താവന.

“സർക്കാരിന്റെ പിന്തുണ ഒന്നുകൊണ്ടു മാത്രമാണ് കൈത്തറി വ്യവസായം നിലനില്ക്കുന്നത് എന്നാണ് പൊതുവിശ്വാസം”. സർവ്വതലസ്പർശിയായ ഒരു നീണ്ടനിര സ്കീമുകൾ കേന്ദ്രസംസ്ഥാന സർക്കാരുകൾ നടപ്പാക്കിവരുന്നുണ്ട് എന്നു പറഞ്ഞുകൊണ്ട് കൈത്തറി മേഖലയിലുള്ള സ്കീമുകളുടെ നീണ്ട പട്ടിക റിപ്പോർട്ടിൽ കൊടുക്കുന്നുണ്ട്. പരിപ്രേക്ഷ്യക്കാർ മറന്നുപോകുന്ന ഒരു കാര്യം കഴിഞ്ഞ രണ്ടു പതിറ്റാണ്ടിനിടയിൽ കൈത്തറി മേഖലയ്ക്കുള്ള സർക്കാർ പിന്തുണ ആഗോളവല്ക്കരണ പരിഷ്കാരങ്ങളുടെ ഭാഗമായി ഗണ്യമായി വെട്ടിക്കുറയ്ക്കപ്പെട്ടു എന്ന യാഥാർത്ഥ്യമാണ്.

നെഹ്രുവിന്റെ സംരക്ഷണനയം

കൈത്തറിയുടെയും ഖാദിയുടെയും സംരക്ഷണം സ്വാതന്ത്ര്യസമരത്തിന്റെ സുപ്രധാന മുദ്രാവാക്യമായിരുന്നു. ഈ പശ്ചാത്തലത്തിൽ കൈത്തറി സംരക്ഷണത്തിനു ശുപാർശകൾ സമർപ്പിക്കാൻ 1954 ൽ നിത്യാനന്ദ് കനുംഗോ കമ്മിറ്റിയെ നിയോഗിച്ചു. കൈത്തറി മേഖലയെ ആസ്പദമാക്കി, വർദ്ധിച്ചുവരുന്ന തുണിയുടെ ആവശ്യത്തെ തൃപ്തിപ്പെടുത്തുന്നതിനുള്ള തന്ത്രമാണ് അദ്ദേഹം മുന്നോട്ടുവെച്ചത്. കൈത്തറി സഹകരണാടിസ്ഥാനത്തിൽ പുനഃസംഘടിപ്പിക്കുക, കൈത്തറി ഉല്പന്നങ്ങൾക്കുള്ള സംവരണം, റിബേറ്റ് എന്നിവയൊക്കെ ഈ കമ്മിറ്റിയുടെ ശുപാർശകളായിരുന്നു. എന്നാൽ കൈത്തറിമേഖലയുടെ ഉല്പാദനക്ഷമത ഉയർത്തുന്നതിന് നിയന്ത്രിതമായി പവർലൂമുകളും സ്ഥാപിക്കാം എന്ന് കമ്മിറ്റി അഭിപ്രായപ്പെട്ടിരുന്നു.

രണ്ടാം പദ്ധതിക്കാലത്ത് കനുംഗോ കമ്മിറ്റി പ്രകാരമുള്ള പവർലൂം സ്കീം അംഗീകരിച്ചത് ഒട്ടേറെ ഉപാധികളോടെയായിരുന്നു. സഹകരണമേഖലയിലായിരിക്കണം ഇവ സ്ഥാപിക്കേണ്ടത്. ഇതിൽ നിലവിലുള്ള കൈത്തറി സഹകരണ സംഘങ്ങൾക്ക് പ്രത്യേക പരിഗണന നല്കണം. പരമ്പരാഗത നെയ്ത്തുകാർക്കേ പവർലൂം അനുവദിക്കൂ തുടങ്ങിയ കർശന നിബന്ധനകളുണ്ടായിരുന്നു. പക്ഷേ, നടന്നതു മറ്റൊന്നാണ്.

പവർലൂമിന്റെ അനിയന്ത്രിതമായ വളർച്ചയുടെ വേഗത അത്ഭുതകരമായിരുന്നു. 1953 ൽ 20000 പവർലൂം തറിയുണ്ടായിരുന്നത് 1982 ആയപ്പോഴേക്കും 7.6 ലക്ഷമായി ഉയർന്നു. ഇവയിൽ 1.6 ലക്ഷം അനധികൃതമായി സ്ഥാപിക്കപ്പെട്ടവയായിരുന്നു. പവർലൂമുകളുടെ വർദ്ധന കൈത്തറിക്കു വേണ്ടിയുള്ള നൂലിനെ അപഹരിച്ചുവെന്നു മാത്രമല്ല, കൈത്തറിയുടെ ഉല്പന്ന കമ്പോളത്തെയും പ്രതികൂലമായി ബാധിച്ചു. കൈത്തറിത്തുണിയോടു സാമ്യമുള്ള ഉല്പന്നങ്ങളാണ് പലപ്പോഴും പവർലൂമിൽ നെയ്യുന്നത്. പവർ ലൂമിന്റെ ഉല്പാദനക്ഷമത കൈത്തറിയെ അപേക്ഷിച്ച് ഉയർന്നതാണെന്നതിനാൽ വിലയും കുറവായിരിക്കും. കൈത്തറി ഉല്പന്നങ്ങൾക്ക് കമ്പോളത്തിൽ മത്സരിക്കുക കൂടുതൽ കൂടുതൽ ശ്രമകരമായി.

സർക്കാർ അവകാശപ്പെട്ടതുപോലെ കൈത്തറിക്ക് അനുകൂലമായിട്ടല്ല, വെല്ലുവിളിയായിട്ടാണ് പവർലൂം വളർന്നത്. കച്ചവടക്കാർ, പുതുതായി വ്യവസായത്തിലേക്കു കടന്നുവന്ന സംരംഭകർ തുടങ്ങിയവരായിരുന്നു പവർലൂമുകളുടെ ഉടമസ്ഥർ; പരമ്പരാഗത നെയ്ത്തുകാരല്ല. 70 ശതമാനം പവർലൂമുകൾ മൂന്നു സംസ്ഥാനങ്ങളിൽ പത്തോളം പട്ടണങ്ങളിലായി കേന്ദ്രീകരിച്ചിരിക്കുന്നു. ഈ പട്ടണങ്ങൾ ഒന്നും പരമ്പരാഗതമായി കൈത്തറി വ്യവസായ കേന്ദ്രങ്ങളായിരുന്നില്ല എന്നതും ശ്രദ്ധേയമാണ്.

പില്ക്കാലത്ത് സർക്കാർ നിയോഗിച്ച ശിവരാമൻ കമ്മിറ്റി പവർലൂം പ്രോത്സാഹന നയങ്ങളെ അതിരൂക്ഷമായി വിമർശിച്ചു. അദ്ദേഹത്തിന്റെ

കണക്കു പ്രകാരം പവർലൂം മേഖലയിൽ പുതിയതായി തൊഴിൽ ലഭിക്കുന്ന ഓരോ തൊഴിലാളിക്കും പകരം 12 കൈത്തറി തൊഴിലാളികളുടെ തൊഴിൽ നഷ്ടപ്പെടുന്നു.

രാജീവ്ഗാന്ധിയുടെ ചതി

പക്ഷേ, രാജീവ്ഗാന്ധി ചിന്തിച്ചത് നേരെ മറിച്ചായിരുന്നു. ഉദാരവല്ക്കരണ പരീക്ഷണങ്ങൾക്കു വേണ്ടി അദ്ദേഹം തെരഞ്ഞെടുത്ത മേഖലകളിലൊന്ന് കൈത്തറിയായിരുന്നു. നാട്ടുകാർക്കു ജോലി നല്കാനുള്ള ബാദ്ധ്യത മുഴുവൻ ടെക്സ്റ്റൈൽ വ്യവസായത്തിനുമേൽ കെട്ടിയേല്പിക്കുന്നത് അഭിലഷണീയമല്ല എന്നാണ് 1985 ൽ അദ്ദേഹം പ്രഖ്യാപിച്ച ടെക്സ്റ്റൈൽ നയത്തിൽ പറഞ്ഞത്. ഉപഭോക്താവിന്റെ താല്പര്യങ്ങൾ കൂടി കണക്കിലെടുക്കേണ്ടതുണ്ട്. അതുപോലെ മാറുന്ന അഭിരുചികളോട് വ്യവസായം പ്രതികരിക്കേണ്ടതുണ്ട്. സ്വാതന്ത്ര്യസമ്പാദനത്തിനു ശേഷം കൈത്തറിക്കു നല്കിയ പ്രോത്സാഹനനയം സമൂലമായി തിരുത്തപ്പെട്ടു.

തുണിമില്ലുകളുടെ ഉല്പാദനശേഷിയുടെ മേൽ ഏർപ്പെടുത്തിയിരുന്ന നിയന്ത്രണം നീക്കം ചെയ്തു. മാത്രമല്ല, തുണിമില്ലുകളുടെ നവീകരണത്തിനായി വൻതോതിൽ ധനസഹായവും വാഗ്ദാനം ചെയ്തു. പവർലൂമുകളുടെ എണ്ണത്തിനുമേലുള്ള നിയന്ത്രണങ്ങൾ നീക്കം ചെയ്തു. കൈത്തറിയുടെ സംരക്ഷണത്തിനുള്ള മുഖ്യ ഉപാധിയായി കണ്ടത് ചില ഉല്പന്നങ്ങൾ കൈത്തറിക്കായി റിസർവ്വ് ചെയ്തതാണ്. ഇതിൽ കൺട്രോൾ തുണിത്തരങ്ങൾ കൈത്തറി മേഖലയ്ക്കു വേണ്ടി നീക്കിവെച്ചതിൽ മിൽമേഖലയ്ക്ക് സന്തോഷമേ ഉണ്ടായുള്ളൂ. അതുവരെ ഈ ഭാരം ചുമന്നിരുന്നത് മില്ലുകളായിരുന്നു. ലാഭം കുറവുള്ള ഈ താഴ്ന്നതരം തുണി ഉല്പാദിപ്പിക്കുന്നതിൽ അവർക്കു താല്പര്യമില്ലായിരുന്നു.

നൂലിന്റെ ദൗർലഭ്യം കൈത്തറിമേഖലയെ വേട്ടയാടി. നൂലിന് ഖാദിയിലൊഴികെ കൈത്തറി മേഖല പൂർണ്ണമായും ആശ്രയിക്കുന്നത് യന്ത്രമില്ലുകളെയാണ്. കൈത്തറി മില്ലുകൾക്കാവശ്യമായ ഹാങ്ക് യാൺ ഉല്പാദിപ്പിക്കുന്നതിന് മില്ലുകൾക്ക് താല്പര്യമില്ല. പവർലൂം യന്ത്രത്തറി മില്ലുകൾക്കും കയറ്റുമതിക്കും വേണ്ടിയുള്ള കോൺ യാൺ ഉല്പാദിപ്പിക്കുന്നതാണ് മില്ലുകൾക്ക് ലാഭകരം. അതുകൊണ്ട് കൈത്തറി മേഖലയ്ക്കു നൂൽ ഉറപ്പുവരുത്തുന്നതിനു വേണ്ടി മില്ലുല്പാദനത്തിന്റെ അമ്പതു ശതമാനം ഹാങ്ക് യാൺ ആയിരിക്കണമെന്ന് നിയമവ്യവസ്ഥയുണ്ട്. സഹകരണ മേഖല മാത്രമേ പൂർണ്ണമായും ഈ വ്യവസ്ഥ പാലിക്കാറുള്ളൂ എന്നതാണ് സത്യം.

ബി ജെ പിയും ആഗോളവല്ക്കരണ നയങ്ങളും

തുടർന്നുവന്ന നരസിംഹറാവു സർക്കാർ ആഗോളവല്ക്കരണ പരിഷ്കാരങ്ങൾക്കു തുടക്കം കുറിച്ചു. ബി ജെ പി സർക്കാർ പൂർത്തീ

കരിച്ചു. അവർ നിലവിലുണ്ടായിരുന്ന റിസർവേഷൻ ആക്ട് നിർത്തലാക്കി. ലോക ടെക്സ്റ്റൈൽ വിപണി സമ്പൂർണ്ണമായി സ്വതന്ത്രമാക്കപ്പെടുമെന്നും ഇതു വലിയ കയറ്റുമതി സാദ്ധ്യത തുറക്കുമെന്നുമാണ് ബി ജെ പിയുടെ ടെക്സ്റ്റൈൽ നയത്തിന്റെ ആമുഖത്തിൽ പറഞ്ഞത്. അന്തർദ്ദേശീയ മത്സരശേഷി നേടുന്നതിന് കാര്യക്ഷമത ഉയർത്തണം. ടെക്സ്റ്റൈൽ മേഖലയിലുണ്ടായിരുന്ന നിയന്ത്രണങ്ങൾ ഏതാണ്ടെല്ലാം നീക്കം ചെയ്യപ്പെട്ടു.

ഹാങ്ക് യാൺ വ്യവസ്ഥ പ്രായോഗികമായി ഇല്ലാതായി. ഇത് കൈത്തറി നൂലിന്റെ വിലയിൽ ഗണ്യമായ വർദ്ധന വരുത്തി. ആഗോളവല്ക്കരണ പരിഷ്കാരങ്ങൾ ആരംഭിച്ചതിനുശേഷം നൂലിന്റെ വില കുതിച്ചു കയറുകയുണ്ടായി. ഇന്ത്യയിലെ നൂലിന്റെ ആവശ്യം പരിഗണിക്കാതെ വിദേശത്തേക്ക് പഞ്ഞി കയറ്റുമതി ചെയ്യുന്നത് പ്രോത്സാഹിപ്പിക്കുന്ന നയം കേന്ദ്രസർക്കാർ നടപ്പാക്കിയതുമൂലമാണ് ഇതു സംഭവിച്ചത്. നൂലിന്റെ വിലവർദ്ധനവിന് തുടക്കം കുറിച്ച കൈത്തറി പ്രതിസന്ധിയാണ് ഇന്ത്യയിലുടനീളം കൈത്തറിക്കാരുടെ ആത്മഹത്യകൾക്കു വഴിയൊരുക്കിയത്.

കേരളത്തിലെ സ്പിന്നിങ് മില്ലുകളിലെ അമ്പതു ശതമാനം കപ്പാസിറ്റി കൈത്തറിക്ക് നീക്കിവെച്ചാൽ നമ്മുടെ നൂലാവശ്യം ഏതാണ്ടു തൃപ്തിപ്പെടുത്താനാവും. എന്നിട്ടും നൂലിന് ദൗർലഭ്യം നിലനില്ക്കുന്നതിന് രണ്ടുകാരണങ്ങളുണ്ട്. ഒന്നാമത്തേത്, അമ്പതു ശതമാനം എന്ന നിബന്ധന കേരളത്തിലും പാലിക്കപ്പെടുന്നില്ല. രണ്ടാമത്തേത്, കേരളത്തിൽ ഉല്പാദിപ്പിക്കുന്ന നൂലിന്റെ കൗണ്ട് ചേരുവ നമ്മുടെ കൈത്തറി മേഖലയ്ക്കു ചേരുന്നതല്ല. ഇതുമൂലം കേരളത്തിൽ ഉല്പാദിപ്പിക്കുന്ന നൂലിൽ നല്ലൊരുപങ്കും കേരളത്തിനു പുറത്തേക്കാണ് പോയത്.

റിബേറ്റ് പടിപടിയായി ഇല്ലാതാക്കപ്പെട്ടു. 2000–2001 സാമ്പത്തിക വർഷം വരെ വിവിധ ഉത്സവ കാലയളവിലായി 78 ദിവസം കൈത്തറി ഉല്പന്നങ്ങൾക്ക് റിബേറ്റ് ലഭിച്ചിരുന്നു. ഇതുവഴിയാണ് കൈത്തറി സംഘങ്ങളുടെ ഉല്പന്നങ്ങളുടെ 80 ശതമാനവും വിറ്റഴിച്ചിരുന്നത്. 2002 ആയപ്പോൾ ബക്രീദ്, വിഷു, സ്കൂൾ വർഷാരംഭം എന്നീ ഘട്ടങ്ങളിൽ റിബേറ്റ് അനുവദിച്ചില്ല. ആകെ അനുവദിച്ച റിബേറ്റ് 15 ദിവസത്തേക്കു മാത്രം. പ്രാഥമിക സഹകരണ സംഘങ്ങൾക്ക് റിബേറ്റൊന്നും ലഭിച്ചില്ല.

കച്ചവടം തകരുമെന്ന ഘട്ടത്തിൽ ചില സംഘങ്ങൾ അന്നത്തെ നിലയിൽ വില കുറച്ച് വിറ്റു. ഇവർ കടുത്ത പ്രതിസന്ധിയിലായി. പ്രാഥമിക സംഘങ്ങൾക്ക് സഹായം നല്കില്ലെന്ന സംസ്ഥാന സർക്കാർ നിലപാടുമൂലം ഒട്ടേറെ സംഘങ്ങൾ അടച്ചുപൂട്ടി.

കേന്ദ്രസർക്കാർ റിബേറ്റ് നിർത്തിയിട്ട് വർഷമേറെയായി. അതിനുശേഷം മാർക്കറ്റ് ഡെവലപ്മെന്റ് അസിസ്റ്റന്റ്സ് ആയി പത്തുശതമാനം നല്കിയിരുന്നു. ബാക്കി പത്തുശതമാനം സംസ്ഥാന സർക്കാരും നല്കിയാണ് 2001 മാർച്ചുവരെ 20 ശതമാനം റിബേറ്റ് കേരളത്തിൽ നല്കിയത്.

2000ത്തോടെ കേന്ദ്രസർക്കാർ മാർക്കറ്റ് ഡെവലപ്മെന്റ് അസിസ്റ്റന്റ് നിർത്തി മാർക്കറ്റിങ് ഇൻസെന്റീവാക്കി. ഇതിലൊരു മാറ്റം വരുത്തിയത് കഴിഞ്ഞ ഇടതുപക്ഷ ജനാധിപത്യ മുന്നണി സർക്കാരായിരുന്നു. ഇപ്പോൾ വീണ്ടും തഥാഗതിയായി.

കൈത്തറിക്കു ദയാവധം

1998 ൽ ബി ജെ പി സർക്കാർ നിയോഗിച്ച സത്യം കമ്മിറ്റി കൈത്തറി തൊഴിലാളികളെ തുണിയുടെ ഗുണനിലവാരത്തിന്റെ അടിസ്ഥാനത്തിൽ മൂന്നായി തരംതിരിച്ചു. ഒന്നാമത്തെ വിഭാഗം ഉയർന്ന വിലയുള്ള സവിശേഷവും അന്യാദൃശവുമായ തുണിത്തരങ്ങൾ ഉല്പാദിപ്പിക്കുന്ന നെയ്ത്തുകാരാണ്. രണ്ടാമത്തെ വിഭാഗം അത്ര മേന്മയേറിയ കൗണ്ടു നൂലുകളിൽ നിന്നല്ലാതെ ഇടത്തരം വിലയും ഗുണവുമുള്ള തുണികൾ ഉല്പാദിപ്പിക്കുന്നവർ. മൂന്നാമത്തെ വിഭാഗം, ചെലവു കുറഞ്ഞതും പരുക്കനുമായ തുണിത്തരങ്ങൾ നിർമ്മിക്കുന്നവർ.

ഇന്ന് മൂന്നാമത്തെ വിഭാഗത്തിലാണ് ഭൂരിഭാഗം കൈത്തറിക്കാരും എന്നതിൽ സംശയമില്ല. അവരെ സംരക്ഷിക്കാനാവില്ല എന്നതാണ് സത്യം കമ്മിറ്റി സ്വീകരിച്ച നിലപാട്. ഇവരുടെ വൈദഗ്ദ്ധ്യ പോഷണത്തിന് ഊർജ്ജിത നടപടികൾ സ്വീകരിക്കുകയോ മറ്റു തൊഴിൽ മേഖലകളിലേക്ക് മാറുകയോ ചെയ്യണം എന്നാണ് കമ്മിറ്റി സ്വീകരിച്ച നിലപാട്.

സത്യം കമ്മിറ്റിയുടെ സമീപനം അംഗീകരിച്ചുകൊണ്ട് പുതിയ ടെക്സ്റ്റൈൽ നയത്തിൽ പറയുന്നത് ഇതാണ്: "ആഗോളവല്ക്കരണത്തെ തുടർന്ന് കമ്പോള മത്സരത്തെ അതിജീവിക്കാൻ കഴിയാതെ പോകുന്ന പരുക്കൻ തുണിത്തരങ്ങളുടെ നെയ്ത്തുകാർക്കുവേണ്ടി പ്രത്യേക പരിശീലന പരിപാടികൾ തയ്യാറാക്കും. അതുവഴി അവരുടെ വൈദഗ്ദ്ധ്യത്തെ ഉയർത്തിക്കൊണ്ട് ടെക്സ്റ്റൈൽ മേഖലയിൽ തന്നെയോ അനുബന്ധ മേഖലകളിൽത്തന്നെയോ ബദൽ തൊഴിൽ കണ്ടെത്താൻ അവരെ സഹായിക്കും".

ഇപ്പോൾത്തന്നെ നാട്ടിൻപുറങ്ങളിൽ പുതിയ തൊഴിൽ അവസരങ്ങൾ ഉണ്ടാകുന്നില്ലെന്നതാണ് അവസ്ഥ. അത്രയ്ക്കു രൂക്ഷമാണ് കാർഷിക തകർച്ച. അപ്പോൾ തൊഴിൽ നഷ്ടപ്പെടുന്ന ലക്ഷക്കണക്കിന് കൈത്തറിക്കാർക്ക് ഏതു പുതിയ തൊഴിൽമേഖലയിലാണ് തൊഴിൽ ലഭിക്കുക?

പുതിയ നയം ഏറ്റവും രൂക്ഷമായി ബാധിച്ച സംസ്ഥാനങ്ങളിലൊന്നു കേരളമാണ്. കേരളത്തിലെ കൈത്തറി വ്യവസായത്തിന്റെ പ്രധാന സവിശേഷതയും ന്യൂനതയും വൈവിദ്ധ്യവല്ക്കരണത്തിന്റെ അഭാവമാണ്. കേരളം മൊത്തത്തിലെടുത്താൽ കൈത്തറി വ്യവസായം വില കുറഞ്ഞ പരുക്കൻ സാധാരണ ഉപഭോക്തൃ ഉല്പന്നങ്ങളിൽ കേന്ദ്രീകരിച്ചിരിക്കുന്നു എന്നു കാണാം. കേരളത്തിലെ കൈത്തറി വ്യവസായത്തിന്റെ എഴുപതു ശതമാനത്തോളം മുണ്ട്, ലുങ്കി, തോർത്ത് എന്നീ മൂന്നിനങ്ങളാണെന്നു കാണാം. ഇന്ത്യ മൊത്തത്തിലെടുത്താൽ

ഈ മൂന്നിനങ്ങളുടെ വിഹിതം അമ്പത്തൊന്നു ശതമാനമേ വരൂ. കേരളത്തിന്റെ ഉല്പാദനത്തിൽ അഞ്ചു ശതമാനമേ സാരി വരുന്നുള്ളൂ. ഇന്ത്യയിലെ ശരാശരിയാകട്ടെ 25 ശതമാനമാണ്. കണ്ണൂർ, കോഴിക്കോട് ജില്ലകൾ മാറ്റി നിർത്തിയാൽ കൈത്തറി ഉല്പാദനം ചില മാമൂൽ തുണിത്തരങ്ങളായി മാത്രം ഒതുങ്ങി നില്ക്കുന്നതായി കാണാം. തിരുവനന്തപുരത്തെ സഹകരണ സംഘങ്ങൾ തോർത്ത്. മുണ്ട്, സെറ്റുമുണ്ട് എന്നിവയെ കാര്യമായി നെയ്യുന്നുള്ളൂ. ബേസൽ മിഷന്റെയുമെല്ലാം പാരമ്പര്യവും പുറംകമ്പോളങ്ങളിലുള്ള ഊന്നലും കണ്ണൂർ മേഖലയിലെ ഉല്പന്ന ഘടന കൂടുതൽ വൈവിദ്ധ്യപൂർണ്ണമാക്കിയെങ്കിലും അടുത്തകാലത്തായി മാമൂൽ ഉല്പന്നങ്ങളിലേക്കു കേന്ദ്രീകരിക്കുന്ന പ്രവണത പ്രത്യക്ഷപ്പെട്ടിട്ടുണ്ട്. കേരളത്തിലെ ഈ ഉല്പന്ന പ്രവണതയുടെ ഫലം കൈത്തറി വ്യവസായം കൂടുതൽ കൂടുതൽ പ്രാദേശിക പരമ്പരാഗത അഭിരുചി കമ്പോളത്തെ ഏതാണ്ട് പൂർണ്ണമായും ആശ്രയിക്കേണ്ടി വരുന്നു എന്നുള്ളതാണ്.

ഇതിന്റെ ഫലമായി കേരളത്തിലെ കൈത്തറി അതിവേഗത്തിൽ ക്ഷയിച്ചുകൊണ്ടിരിക്കുകയാണ്. പരിപ്രേക്ഷ്യം 2030 ൽ പറയുന്നതുപോലെ "ഇന്ത്യയിലെ കൈത്തറി വ്യവസായത്തിൽ കേരളത്തിന്റെ സ്ഥാനം വളരെ ചെറുതാണ്. മൊത്തം തറികളുടെ 0.6 ശതമാനവും (13097) തൊഴിലെടുക്കുന്നവരുടെ 0.3 ശതമാനവുമേ (14679) കേരളത്തിലുള്ളൂ". സംസ്ഥാന ആസൂത്രണ ബോർഡിന്റെ കണക്കുപ്രകാരം 50,000 പേരാണ് ഈ മേഖലയിൽ തൊഴിലെടുക്കുന്നത്. ഈ മേഖലയിൽ നില്ക്കുന്ന രൂക്ഷമായ തൊഴിലില്ലായ്മ ആയിരിക്കാം ഈ കണക്കുകൾ തമ്മിലുള്ള വ്യത്യാസത്തിന്റെ അടിസ്ഥാനം. 2030 ആകുമ്പോഴേക്കും കൈത്തറി വ്യവസായം ഏതാണ്ട് നാമാവശേഷമാകുമെന്നാണ് രേഖ കണക്കാക്കുന്നത്.

അപൂർവ്വമായ ഒരു പൈതൃകം എന്ന നിലയിൽ വളരെ ഗുണമേന്മയേറിയ തുണിത്തരങ്ങൾ സൃഷ്ടിക്കുന്ന ഒരു ചെറുവ്യവസായമായി കൈത്തറി ചുരുങ്ങുന്നു. ഈ രീതിയിലുള്ള നിലനില്പുപോലും ഉറപ്പുവരുത്തണമെങ്കിൽ ഒരു പൊളിച്ചെഴുത്ത് അനിവാര്യമാണ്. ഇതിനായി ആദ്യം ചെയ്യേണ്ടതായി പറഞ്ഞിരിക്കുന്നത് മത്സരശേഷി ഉയർത്തുന്നതിനു വേണ്ടി "സംഘടനാപരമായ രൂപാന്തരത്തെ പ്രോത്സാഹിപ്പിക്കുക എന്നതാണ്. ആശയം വളരെ ലളിതമാണ്. ഇന്ന് കേരളത്തിലെ 85 ശതമാനം കൈത്തറി ഉല്പാദനവും നടക്കുന്നത് സഹകരണ മേഖലയിലാണ്. പക്ഷേ, ഒരു ചെറു സ്വകാര്യമേഖലയുമുണ്ട്. റിപ്പോർട്ടിൽ കൊടുത്തിരിക്കുന്ന കണക്കുകൾ പരിശോധിച്ചാൽ കാണാൻ കഴിയുന്ന കാര്യം 2008 വരെ സഹകരണ മേഖലയിലായിരുന്നു ഉല്പാദനക്ഷമത ഉയർന്നത്. 2008 ൽ സാമ്പത്തിക മാന്ദ്യത്തിന്റെ പശ്ചാത്തലത്തിൽ സഹകരണ മേഖലയിലെ ഉല്പാദനം കുത്തനെ ഇടിഞ്ഞു. ഈ പ്രതിഭാസത്തെ വളരെ പ്രതീക്ഷാപൂർവ്വമാണ് റിപ്പോർട്ടു നോക്കിക്കാണുന്നത്.

സ്വകാര്യമേഖലയുടെ ഊർജ്ജസ്വലതയുടെ നിദർശനമാണുപോലും ഇത്. സഹകരണ മേഖലയേക്കാൾ ചെലവു കുറയ്ക്കുന്നതിനും കമ്പോള ആവശ്യത്തിന് ഉല്പാദിപ്പിക്കുന്നതിനും സ്വകാര്യമേഖലയ്ക്കാണു കഴിയുക. അതുകൊണ്ട് റിപ്പോർട്ട് എത്തിച്ചേരുന്ന നിഗമനം ഇതാണ്; "ഇത് ബിസിനസിനോടുള്ള സംരഭകത്വ മനോഭാവത്തിന്റെ സാദ്ധ്യതകളിലേക്കാണു വിരൽ ചൂണ്ടുന്നത്. സർക്കാർ താഴെ പറയുന്നതു ചെയ്യണമെന്നാണ് ഞങ്ങളുടെ നിർദ്ദേശം. മാസ്റ്റർ വീവറുടെ സ്വകാര്യ സ്ഥാപനങ്ങളെയും പ്രൊഡ്യൂസർ കമ്പനികളെയുമാണ് പ്രോത്സാഹിപ്പിക്കേണ്ടത്''. പരിപ്രേക്ഷ്യം 2030 ൽ സഹകരണ മേഖലയ്ക്കു സ്ഥാനമില്ല.

ഇന്നുള്ള നെയ്ത്തുകാരെ എങ്ങനെ സംരക്ഷിക്കും?

കൈത്തറി വ്യവസായമേഖലയുടെ നവീകരണത്തിന് കൈത്തറി ഗ്രാമങ്ങൾക്കു രൂപം നല്കുക, ഇവിടെ നാനാവിധത്തിലുള്ള സഹായങ്ങൾ പാക്കേജായി ലഭ്യമാക്കുക, മാർക്കറ്റു വികസിപ്പിക്കുക, ഉല്പന്ന വൈവിദ്ധ്യവല്ക്കരണത്തിന് ഉയർന്ന സാങ്കേതികവിദ്യകൾ ഉപയോഗപ്പെടുത്തുക, നെയ്ത്തുകാർക്ക് ആവശ്യമായ പരിശീലനം നല്കുക, തൊഴിൽ സ്ഥലം ആധുനികവല്ക്കരിക്കുക എന്നു തുടങ്ങി, പരിപ്രേക്ഷ്യം 2030 ൽ വെക്കുന്ന നിർദ്ദേശങ്ങളോട് ആർക്കും എതിർപ്പുണ്ടാകാനിടയില്ല. പക്ഷേ, റിബേറ്റിനെക്കുറിച്ച് മിണ്ടാട്ടമില്ല. അങ്ങനെ സബ്സിഡിയൊന്നുമില്ലാതെ കൈത്തറി മത്സരിച്ചു മുന്നേറണം എന്നാണ് കാഴ്ചപ്പാട്.

അഭ്യസ്തവിദ്യരായ പുതിയ തലമുറ കൈത്തറി മേഖലയിലേക്കു കടന്നുവരണമെന്നില്ല. നവീകരണമേഖലയിൽ ഭാവിയിൽ തൊഴിൽ ലഭിക്കുന്നവരുടെ എണ്ണവും കുറഞ്ഞേക്കും. പക്ഷേ, ഇന്ന് ആ മേഖലയിൽ പണിയെടുക്കുന്ന പട്ടിണിപ്പാവങ്ങൾ എന്തുചെയ്യണം? തൊഴിലുറപ്പിന്റെ കൂലിപോലുമില്ലാതെ പണിയെടുക്കുന്നവരാണ് ഖാദി മേഖലയിലുള്ളവർ. മിനിമം കൂലി പ്രായോഗികമായി ഇന്ന് കൈത്തറി മേഖലയിൽ നടപ്പില്ല. എന്നിട്ടും ഇവിടെ തൊഴിലെടുക്കാൻ തയ്യാറായ ഒരു സന്നദ്ധ വിഭാഗം ഉണ്ട്. അവരുടെ സംരക്ഷണം ഉറപ്പുവരുത്തിക്കൊണ്ടേ നവീകരിച്ച ഭാവിയെക്കുറിച്ച് ചിന്തിക്കാനാവൂ. ഇത്തരമൊരു സമീപനം പരിപ്രേക്ഷ്യം 2030 കൈക്കൊള്ളുന്നില്ല എന്നാണ് കൈത്തറിമേഖലയുൾപ്പെടെ എല്ലാ പരമ്പരാഗത മേഖലകളെയും സംബന്ധിച്ചുള്ള പരിപ്രേക്ഷ്യം 2030 ന്റെ അടിസ്ഥാന വൈകല്യം.

അനുഭവത്തിന്റെ അടിസ്ഥാനത്തിൽ ഈ നിലപാട് വിശദീകരിക്കാം. ഒരുകാലത്ത് 40000 തൊഴിലാളികൾ പണിയെടുത്തിരുന്ന ദിനേശ് ബീഡി സഹകരണസംഘം ഇന്നു രോഗാവസ്ഥയിലാണ്. ആളുകൾ ബീഡിവലി നിർത്തി എന്നതാണ് മുഖ്യകാരണം. ഏതാനും ആയിരം പേർക്കുള്ള പണിയേ ഉള്ളൂ. ബാക്കിയുള്ളവർ എന്തുചെയ്യും? ഇതിനു കഴിഞ്ഞ ഇടതുപക്ഷ ജനാധിപത്യ മുന്നണി സ്വീകരിച്ച നടപടി 45-ാം വയസ്സിൽ

ഇവിടത്തെ തൊഴിലാളികളെ റിട്ടയർ ചെയ്യാൻ അനുവദിക്കുക എന്നുള്ളതാണ്. അവർക്ക് മറ്റു പണിക്കു പോയാലും ബീഡി ക്ഷേമനിധിയിൽ നിന്നുള്ള പെൻഷന് അർഹതയുണ്ടാകും. ഈ ദിശയിലുള്ള മുദ്രാവാക്യമാണ് കയർ തുടങ്ങിയ മേഖലകളിലും ഇതിനകം യൂണിയനുകൾ ഉയർത്തിയിട്ടുള്ളത്.

ഒന്നുകിൽ പണിയെടുക്കാൻ തയ്യാറുള്ളവർക്കെല്ലാം മിനിമം കൂലി ഉറപ്പുവരുത്തിക്കൊണ്ട് തൊഴിൽനല്കുക. ഇതിനായി വരുമാന ഉറപ്പു പദ്ധതിയെ പ്രയോജനപ്പെടുത്തുക. ഇതിനു കഴിയുന്നില്ലെങ്കിൽ സർക്കാർ പണിയില്ലാത്തവർക്ക് തൊഴിലില്ലായ്മ വേതനം എന്ന നിലയിൽ പെൻഷൻ തുകയെങ്കിലും അനുവദിക്കുക. ഇത്തരമൊരു പരിഷ്കാരം ഫലപ്രദമായി നടത്തുന്നതിന് സഹകരണ സംഘ സംവിധാനം അത്യന്താപേക്ഷിതമാണ്. സമ്പൂർണ്ണ സാമൂഹ്യസുരക്ഷയുടെ ചട്ടക്കൂട് സഹകരണമേഖലയായിരിക്കും. എന്നാൽ സഹകരണ മേഖലയെ പൊളിക്കാനാണ് പരിപ്രേക്ഷ്യക്കാരുടെ ലക്ഷ്യം. ഇത്തരമൊരു സമീപനം സാമൂഹ്യ സംഘർഷങ്ങൾ സൃഷ്ടിക്കും. വികസനലക്ഷ്യങ്ങൾ തകിടം മറിയും.

8

വ്യവസായ വിപ്ലവത്തിന് ദാവോസ്, ലോകബാങ്ക് സൂത്രങ്ങൾ

കേരളം വ്യവസായ പിന്നോക്ക സംസ്ഥാനമാണ്. വ്യവസായവും അനുബന്ധ മേഖലകളും സംസ്ഥാന വരുമാനത്തിന്റെ 20 ശതമാനമേ വരൂ. ദേശീയ ശരാശരി 27 ശതമാനമാണ്. മാനുഫാക്ചറിങ് വ്യവസായ മെടുത്താൽ കേരളത്തിലെ തോത് 8 ശതമാനമേ വരൂ. ദേശീയ ശരാശരി 16 ശതമാനമാണ്. വ്യവസായത്തിൽ അസംഘടിത മേഖലയ്ക്കാണ് പ്രാമുഖ്യം. 1998–99 ൽ കേരളത്തിന്റെ ഫാക്ടറി ഉല്പാദനം ദേശീയ ഫാക്ടറി ഉല്പാദനത്തിന്റെ 2.6 ശതമാനം ആയിരുന്നത് 2009 – 10 ൽ 1.1 ശതമാനമായി താഴ്ന്നു.

എന്തുകൊണ്ട് ഈ വ്യവസായ പിന്നാക്കാവസ്ഥ?

സംരംഭകരുടെ വൈദഗ്ദ്ധ്യം, തൊഴിൽബന്ധങ്ങൾ, അസംസ്കൃത വിഭവലഭ്യത, സർക്കാർ നയം, രാഷ്ട്രീയ സ്ഥിരത തുടങ്ങി ഒട്ടേറെ ഘടക ങ്ങളെക്കുറിച്ച് പരാമർശിക്കുന്നുണ്ടെങ്കിലും പരിപ്രേക്ഷ്യം 2030 നല്കുന്ന വിശദീകരണം ഇതാണ്: "ചരിത്രപരവും സാമൂഹ്യവുമായ വീക്ഷണ കോണിൽ വ്യവസായ പിന്നാക്കാവസ്ഥയുടെ മുഖ്യകാരണമായി പല പ്പോഴും ചൂണ്ടിക്കാണിക്കുക യൂണിയൻവല്ക്കരണമാണ്. പ്രത്യേകിച്ച് 60കളിലും 70കളിലും വളരെ സമരോത്സുകരായ തൊഴിലാളിയൂണിയ നുകൾ ഉല്പാദനക്ഷമതയേക്കാൾ ഉയർന്ന തോതിൽ കൂലി ഉറപ്പു വരുത്തുക മാത്രമല്ല പുതിയ സാങ്കേതികവിദ്യകൾ നടപ്പാക്കുന്നതിനെ തടയുകയും ചെയ്തു. തൊഴിലസ്വസ്ഥതകൾ കാലക്രമേണ കുറഞ്ഞെ ങ്കിലും ഭൂതകാലത്തെ സമരാധിക്യവും യൂണിയനുകളുടെ സജീവസാന്നി ദ്ധ്യവുംമൂലം നിക്ഷേപസൗഹാർദ്ദപരമല്ല കേരളം എന്ന പ്രതിച്ഛായ മാറുന്നില്ല. കൂടാതെ ട്രേഡ് യൂണിയനുകൾക്ക് സമ്പദ്ഘടനയുടെ

സാധാരണ ഗതിയിലുള്ള പ്രവർത്തനത്തെ തകിടം മറിക്കുന്നതിനുള്ള ശക്തി ഇപ്പോഴുമുണ്ട്. രാഷ്ട്രീയമായി സർക്കാരുകളുടെ അസ്ഥിരതയും നിക്ഷേപകരുടെ ആത്മവിശ്വാസം ചോർത്തുന്നു. അതുപോലെതന്നെ ക്ഷേമരാഷ്ട്രീയവും അതിരുകവിഞ്ഞ രാഷ്ട്രീയവല്ക്കരണവും ഉദ്യോഗ സ്ഥവല്ക്കരണവും സംരംഭകത്വത്തെ പ്രതികൂലമായി ബാധിച്ചുവെന്നും വാദമുണ്ട്".

അസംഘടിതമേഖലകളിലും പരമ്പരാഗത മേഖലകളിലും കേരള ത്തിലെ കൂലി താരതമ്യേന ഉയർന്നതാണെന്നത് ഒരു വസ്തുതയാണ്. ശക്തമായ പ്രക്ഷോഭസമരങ്ങളിലൂടെയാണ് ഈ നേട്ടം കൈവരിച്ചതും. ഈ പരമ്പരാഗത വ്യവസായങ്ങളുടെ തകർച്ചയുടെ കാരണങ്ങളെ വിശദ മായി മുൻലേഖനങ്ങളിൽ പ്രതിപാദിച്ചുകഴിഞ്ഞു. ഈ മേഖലകളിലെ ട്രേഡ് യൂണിയനുകളും ഉയർന്നകൂലിയും എങ്ങനെയാണ് ആധുനിക വ്യവസായങ്ങളുടെ തളർച്ചയുടെ കാരണമാവുന്നത്? സമരങ്ങളുടെ എണ്ണം, സമരംമൂലം നഷ്ടപ്പെടുന്ന തൊഴിൽ ദിനങ്ങൾ തുടങ്ങിയവയുടെ സൂചികകളിൽ കേരളം ദേശീയ ശരാശരിയേക്കാൾ താഴെയാണ്. എന്നി ട്ടും കേരളത്തിന്റെ പ്രതിച്ഛായ മോശമായി തുടരുന്നെങ്കിൽ അതിനു തൊഴിലാളികളെ കുറ്റം പറഞ്ഞിട്ടു കാര്യമില്ല. യാഥാർത്ഥ്യം പറഞ്ഞാൽ 1957 മുതൽ ഇടതുപക്ഷം അധികാരത്തിൽ വന്നപ്പോഴൊക്കെ ക്രമസമാ ധാനത്തകർച്ചയും അരക്ഷിതാവസ്ഥയും ആരോപിച്ച് മുഖ്യധാരാ മാധ്യമങ്ങളിലൂടെ നടത്തിയ ദുഷ്പ്രചാരണങ്ങളാണ് കേരളത്തിന് ഇത്തര മൊരു പ്രതിച്ഛായ പ്രദാനം ചെയ്തിട്ടുള്ളത്.

സർക്കാർ അവഗണനയും ദുർബ്ബലസംരംഭകരും

1940 കൾ വരെ കേരളത്തിലെ വ്യവസായവളർച്ച നെയ്ത്ത്, കയർ, കശുവണ്ടി, ഓട് തുടങ്ങിയ പരമ്പരാഗത മേഖലകളിലായിരുന്നു. 40 കളിൽ പ്രത്യേകിച്ച് തിരുവിതാംകൂറിൽ രാസവളം റയോൺസ്, ടൈറ്റാ നിയം ഡയോക്സൈഡ്, സിറാമിക്സ്, അലൂമിനിയം, പ്ലൈവുഡ്, ഗ്ലാസ്, കെമിക്കൽസ് തുടങ്ങിയ മേഖലകളിൽ ഒരുപറ്റം ആധുനിക ഫാക്ടറികൾ ഉയർന്നുവന്നു. തദ്ദേശീയരായ വ്യവസായസംരംഭകരായിരുന്നില്ല ഈ ഫാക്ടറികളിൽ മുതൽമുടക്കിയത്. മറിച്ച് തമിഴ്നാട്ടിൽനിന്നുള്ള ചെട്ടിയാർ മൂലധനമായിരുന്നു. പ്ലാന്റേഷൻ – പരമ്പരാഗത ഫാക്ടറി മേഖലകളിലും വിദേശ വാണിജ്യത്തിലും കുത്തക യൂറോപ്യൻ കമ്പനികൾക്കായിരുന്നു. വാണിജ്യകൃഷിയിലേക്കാണ് തദ്ദേശീയ സംരംഭകത്വം തിരിഞ്ഞത്. സ്വാതന്ത്ര്യാനന്തരകാലത്ത് യൂറോപ്യൻ മൂലധനം പിൻവലിയാൻ തുടങ്ങിയപ്പോൾ അവരുടെ മേഖലകളിലേക്കും തദ്ദേശീയ മൂലധനം ചേക്കേറി. അതുകൊണ്ട് ഇക്കാലത്തും ആധുനിക വ്യവസായങ്ങളിൽ മുതൽമുടക്കുന്നതിന് തദ്ദേശീയരായ സംരംഭകർ അമാന്തിച്ചു. വാണിജ്യ കൃഷിയും വ്യാപാരവുമായി കെട്ടുപിണഞ്ഞുകൊണ്ടുള്ള ഈ ദീർഘകാല ചരിത്രം കേരളത്തിലെ സംരംഭകത്വത്തിന്റെ പ്രത്യേകതയാണ്. ഈ

ബന്ധവും മനോഭാവവുമാണ് ആധുനിക വ്യവസായമേഖലയിലെ സ്വകാര്യ മുതൽമുടക്കിനു തടസ്സം നിന്ന ഒരു പ്രധാനഘടകം.

ഇന്ത്യൻ യൂണിയനുമായുള്ള ലയനം, തിരുകൊച്ചി രൂപീകരണം, ഐക്യകേരള രൂപീകരണം തുടങ്ങി സ്വാതന്ത്ര്യത്തിന്റെ ആദ്യദശകത്തിൽ ഉണ്ടായ ഭരണപരമായ അസ്ഥിരതയും ധനപരമായ സമ്മർദ്ദങ്ങളും അടുത്ത ദശാബ്ദത്തിലെ രാഷ്ട്രീയ അസ്ഥിരതയും സുസ്ഥിരമായ ഒരു വ്യവസായ പ്രോത്സാഹനനയം രൂപംകൊള്ളുന്നതിനു തടസ്സമായി. ഒന്നാം പദ്ധതിയിൽ വ്യവസായം പൂർണ്ണമായി അവഗണിക്കപ്പെട്ടു. രണ്ടാം പദ്ധതിയിൽ 6.8 കോടി രൂപ അഥവാ പദ്ധതി അടങ്കലിന്റെ 7.9 ശതമാനം മാത്രമായിരുന്നു. കേന്ദ്രനിക്ഷേപത്തിന്റെ 0.1 ശതമാനമായിരുന്നു ഇക്കാലത്ത് കേരളത്തിനു ലഭിച്ചത്. മൂന്നാം പദ്ധതിയിലും വ്യവസായത്തിന്റെ വിഹിതം 10 ശതമാനം മാത്രമായിരുന്നു.

കേന്ദ്ര അവഗണന പില്ക്കാലത്തും തുടർന്നു. 1970 ൽ കേന്ദ്രവിഹിതം 3.1 ശതമാനം വരെയായി ഉയർന്നു. 1980 ആയപ്പോഴേക്കും ഇത് 2.3 ശതമാനമായും 1995 ൽ 1.2 ശതമാനമായും താണു. ഇപ്പോഴും ഇത് 2 ശതമാനത്തിൽ താഴെയാണ്. ദീർഘകാല വായ്പ നല്കുന്നതിന് കേന്ദ്രസർക്കാർ സ്ഥാപിച്ച നിക്ഷേപ സാമ്പത്തികസ്ഥാപനങ്ങളും കേരളത്തെ അവഗണിക്കുകയാണുണ്ടായത്. 1990 കളുടെ അവസാനം ഇത്തരം സ്ഥാപനങ്ങളുടെ മൊത്തം വായ്പയിൽ കേരളത്തിന്റെ വിഹിതം 1.5 ശതമാനം മാത്രമായിരുന്നു. ഇന്നു സ്ഥിതിഗതികളിൽ മാറ്റം വന്നിട്ടുണ്ടെങ്കിലും 90 കളുടെ അവസാനംവരെ കേരളത്തിലെ നിക്ഷേപ വായ്പാനിരക്ക് 40–50 ശതമാനം മാത്രമായിരുന്നു.

തൊഴിൽ ബന്ധങ്ങളും വേതനനിലവാരവും മൂലധനനിക്ഷേപത്തെ സ്വാധീനിക്കുന്ന ഘടകങ്ങളിൽ ഒന്നു മാത്രമാണ്. വിപണിയുടെ സാദ്ധ്യതകൾ, പൊതുമുതൽമുടക്ക്, സർക്കാർ നയവും കാര്യക്ഷമതയും, പശ്ചാത്തലസൗകര്യങ്ങൾ, വായ്പാ ലഭ്യത എന്നിവയാണ് പ്രധാനപ്പെട്ട മറ്റു ഘടകങ്ങൾ. ഇവിടങ്ങളിലെ പ്രതികൂല ഘടകങ്ങളെയും ചരിത്രപരമായ പിന്നാക്കാവസ്ഥയെയും എങ്ങനെ മറികടക്കാം എന്നതാണ് വ്യവസായവല്ക്കരണത്തിന്റെ വെല്ലുവിളി.

ലക്ഷ്യങ്ങൾ: വളയമില്ലാത്ത ചാട്ടങ്ങൾ

എന്തൊക്കെയാണ് വ്യവസായ മേഖലയിൽ പരിപ്രേക്ഷ്യം 2030 ലക്ഷ്യമിടുന്നത്? 2030 ആകുമ്പോൾ കേരളത്തിന്റെ സ്ഥിതി എന്തായിരിക്കണം? ഇന്നത്തെ 8 ശതമാനത്തിൽനിന്ന് വ്യവസായവിഹിതം 10 ശതമാനമായി ഉയരണം. ഇപ്പോൾത്തന്നെ ഇന്ത്യയുടെ ദേശീയവരുമാനത്തിന്റെ 16 ശതമാനവും മാനുഫാക്ചറിങ് വ്യവസായത്തിൽ നിന്നാണ് എന്നോർക്കണം. കേന്ദ്രസർക്കാർ പ്രഖ്യാപിച്ച മാനുഫാക്ചറിങ് നയം അനുസരിച്ച് 2022 ൽ ഈ മേഖലയുടെ വിഹിതം 25 ശതമാനമാക്കാനാണ് ലക്ഷ്യമിട്ടിരിക്കുന്നത്.

ഒരുപക്ഷേ, വ്യവസായ അനുബന്ധമേഖലകൾ കൂടുതൽ വേഗതയിൽ വളരണമെന്നാണ് ലക്ഷ്യമിട്ടിരിക്കുന്നതെങ്കിൽ അതെവിടെയും വ്യക്തമാക്കിയിട്ടില്ല. അത്രയ്ക്കുണ്ട് ലക്ഷ്യബോധം. സേവന മേഖലയുടെ അതിരുകവിഞ്ഞ വളർച്ച കൂടുതൽ സന്തുലിതമാക്കുന്നതിന് വ്യവസായ വളർച്ചയുടെ വേഗത വർദ്ധിപ്പിക്കണമെന്നത് പരിപ്രേക്ഷ്യം 2030 ന്റെ പ്രഖ്യാപിത ലക്ഷ്യങ്ങളിൽ പ്രതിഫലിക്കുന്നില്ല.

വ്യവസായ ഘടനയിൽ എന്തുമാറ്റമാണ് ലക്ഷ്യമിടുന്നത്? "അടുത്ത 20 വർഷംകൊണ്ട് വ്യവസായഘടന വിഭവാധിഷ്ഠിതത്തിൽ (resource driven) നിന്ന് കാര്യക്ഷമാധിഷ്ഠിതം (efficiency driven) ആകണം." ഈ ലക്ഷ്യത്തിന്റെ നാനാർത്ഥങ്ങൾ നിങ്ങൾക്ക് എങ്ങനെ വേണമെങ്കിലും വ്യാഖ്യാനിക്കാം. ഇന്ന് കേരളത്തിലെ വ്യവസായങ്ങളിൽ പ്രമുഖം വിഭവസംസ്കരണത്തെ അധിഷ്ഠിതമായിട്ടുള്ളവയാണ്. പ്രാഥമിക സംസ്കരണവേളയിൽ മൂല്യവർദ്ധന പരിമിതമാണ്. ഉയർന്ന മൂല്യവർദ്ധിത ഉല്പന്നങ്ങളായി വിഭവങ്ങളെ രൂപാന്തരപ്പെടുത്തുമ്പോഴാണ് കൂടുതൽ ഉയർന്ന കൂലിയും ലാഭവും ലഭിക്കുക. റബ്ബർ ഷീറ്റായി വില്ക്കുന്നതിനു പകരം റബ്ബർ ഉല്പന്നങ്ങളാക്കണം. മോണോസൈറ്റും ഇൽമനൈറ്റും മണലിൽനിന്നു വേർതിരിച്ചു കയറ്റുമതി ചെയ്താൽ പോരാ. ടൈറ്റാനിയം ഡയോക്സൈഡ് ആക്കി മാറ്റിയാലും പോരാ. ടൈറ്റാനിയം മെറ്റൽ ഉണ്ടാക്കണം. പെയിന്റ് ഉണ്ടാക്കണം. ഇതാണ് മൂല്യവർദ്ധിത ഉല്പന്നവ്യവസായങ്ങളിലേക്ക് ഘടന മാറണമെന്നു പറയുന്നതിന്റെ അർത്ഥം. അങ്ങനെ നേരിട്ടു പറയുന്നതിനു പകരം കാര്യക്ഷമതാ അധിഷ്ഠിതം ആക്കണമെന്നു പറയുന്നതിന്റെ കാര്യമെന്ത്? വ്യവസായ ഘടന വൈവിദ്ധ്യവല്ക്കരിക്കണം. പക്ഷേ, വിഭവാധിഷ്ഠിത വ്യവസായങ്ങളെ ഒഴിവാക്കാനാവില്ല. അവയെ കാര്യക്ഷമമാക്കുകയാണ് വേണ്ടത്. ഇതൊരു പ്രയോഗത്തിന്റെ പ്രശ്നമല്ല. ലക്ഷ്യം കൈവരിക്കുന്നതിനുള്ള പ്രായോഗിക നടപടികൾ പരിപ്രേക്ഷ്യം 2030 ചർച്ച ചെയ്യുമ്പോൾ വിഭവാധിഷ്ഠിത വ്യവസായങ്ങളെയെല്ലാം അവഗണിക്കുന്നു. വൈജ്ഞാനിക വ്യവസായങ്ങളെക്കുറിച്ചു മാത്രമേ പരാമർശിക്കുന്നുള്ളൂ.

നൂതന സങ്കേതങ്ങളാൽ വ്യവസായങ്ങളെ തുടർച്ചയായിനവീകരിക്കേണ്ടതാണ്. ആധുനിക കാലഘട്ടത്തിൽ സാങ്കേതിക നൂതനത്വമാണ് വളർച്ചയുടെ മുഖ്യസ്രോതസ്സ്. അതു നമ്മുടെ വ്യവസായത്തിന്റെ മുഖച്ഛായയാകാൻ 2040 വരെ കാത്തിരിക്കാനാവില്ല. ഇന്നൊവേഷൻ അഥവാ നൂതന സങ്കേതങ്ങൾ എത്രയും പെട്ടെന്ന് ആവാഹിക്കാനാകുമോ അത്രയും നന്ന്.

മറ്റൊരു ലക്ഷ്യം അസംഘടിത മേഖലയുടെ വ്യവസായവിഹിതം 20 ശതമാനമാക്കി കുറയ്ക്കുക എന്നതാണ്. ചെറുകിട മേഖല രണ്ടുതരമുണ്ട്. പരമ്പരാഗത കുടിൽ വ്യവസായ – കൈവേല ചെറുകിട വ്യവസായ മേഖലയാണ് ഒന്നാമത്തേത്. അതുപോലെ പ്രധാനമാണ് ഐ ടി അടക്കം ആധുനിക സാങ്കേതികവിദ്യകൾ ഉപയോഗപ്പെടുത്തിക്കൊണ്ടുള്ള

ചെറുകിട മേഖല രണ്ടാമത്തേത്. പുത്തൻ ശാസ്ത്ര സാങ്കേതികവിപ്ലവത്തിന്റെ ഫലമായി വ്യവസായഘടന കൂടുതൽ കൂടുതൽ കേന്ദ്രീകൃതമാകുന്ന പ്രവണത ഇന്നു ദുർബ്ബലമായിരിക്കുന്നു.

വ്യവസായമേഖലയിലെ മറ്റു ലക്ഷ്യങ്ങൾ പരിസ്ഥിതിയുമായി ബന്ധപ്പെട്ടവയാണ്. ഊർജ്ജ ഉപഭോഗം 20 ശതമാനം കുറയുക, വ്യവസായ മാലിന്യം കുറയ്ക്കുക, മാലിന്യം റീസൈക്കിൾ ചെയ്യുക. ഒരു വിയോജിപ്പും ഇക്കാര്യങ്ങളിലില്ല. പക്ഷേ, ചോദ്യം അവശേഷിക്കുന്നു. വ്യവസായവല്ക്കരണത്തിന്റെ ലക്ഷ്യങ്ങളെ ഇങ്ങനെ നിർവ്വചിച്ചാൽ മതിയോ?

പ്രായോഗിക സമീപനങ്ങൾ വേണം

വ്യവസായവൈവിദ്ധ്യവല്ക്കരണം ലക്ഷ്യമിടേണ്ടത് വ്യവസായവല്ക്കരണത്തെ വിജ്ഞാനസാന്ദ്രമാക്കുന്നതിനാണ്. വിജ്ഞാനാധിഷ്ഠിത വ്യവസായങ്ങൾക്കു പുറമെ നിലവിലുള്ള വ്യവസായങ്ങളും ഐ ടി തുടങ്ങിയ സാങ്കേതികവിദ്യകളാൽ നവീകരണം, ഇതൊക്കെ നല്ല ലക്ഷ്യങ്ങൾ. പക്ഷേ, ഇതിനുള്ള പ്രവർത്തനപരിപാടി എന്ത് എന്നു രേഖ മുഴുവൻ പരതിയാലും നമുക്കു ലഭിക്കുകയില്ല.

5 പ്രമുഖ മേഖലകളിൽ കുതിച്ചുചാട്ടം കൈവരിക്കും എന്നാണ് രേഖ പറയുന്നത്: ആണവ ഊർജ്ജയന്ത്രങ്ങൾ, പരിസ്ഥിതിയുമായി ബന്ധപ്പെട്ട യന്ത്രങ്ങൾ, കാറ്റാടി യന്ത്രങ്ങൾ, വൈദ്യുതി പ്രസരണയന്ത്രങ്ങൾ, മറൈൻ ഉപകരണങ്ങൾ. എന്തൊക്കെയാണ് ഈ മേഖലകളിൽ കേരളത്തിന്റെ പ്രത്യേക മികവ് എന്നു വ്യക്തമല്ല.

നമ്മുടെ മൂർത്തമായ അനുഭവം എടുക്കാം. 1944 ൽ സ്ഥാപിക്കപ്പെട്ട ഫാക്ട് 1964 ൽ കേന്ദ്ര പൊതുമേഖലാ സ്ഥാപനമായി. 1999 വരെ ക്രമാനുഗതമായ പുരോഗതിയും വൈവിദ്ധ്യവല്ക്കരണവും നവീകരണവും അതിനാവശ്യമായ മുതൽമുടക്കും ഉണ്ടായി. 1999 ൽ 1800 കോടി വിറ്റുവരുമാനമുള്ള, 10000 പേർക്കു തൊഴിൽനല്കുന്ന, വ്യത്യസ്തമായ അനേകം ഉല്പന്നങ്ങളും സേവനങ്ങളും പ്രദാനം ചെയ്യുന്ന ഒട്ടേറെ ഡിവിഷനുകൾ ഉള്ള വ്യവസായസമുച്ചയമായി ഫാക്ട് മാറി. മാത്രമല്ല, അനേകം ചെറുകിട – ഇടത്തരം ഫാക്ടറികളുടെ വികസനത്തിനും ഫാക്ട് സംഭാവന ചെയ്തു. നിയോലിബറൽ പരിഷ്കാരങ്ങൾ ഫാക്ടിനെ തകർത്തു. ഭാവി ഇന്നു അനിശ്ചിതമാണ്. പക്ഷേ, ഫാക്ടിന്റെ വളർച്ചാനുഭവം നമ്മുടെ ഭാവിയിലേക്ക് സാധനപാഠമാണ്.

കൊച്ചി റിഫൈനറിയുടെ അനുഭവം വിപരീതമാണ്. കൊച്ചി റിഫൈനറി കാലാകാലങ്ങളിൽ നവീകരിക്കുകയും വിപുലീകരിക്കുകയും ചെയ്തുവെങ്കിലും സമാനമായ പൊതുമേഖലാ സ്ഥാപനങ്ങൾ ചെന്നൈയിലും വിശാഖപട്ടണത്തും പ്രാദേശിക വ്യവസായവല്ക്കരണത്തിലും പെട്രോ കെമിക്കൽ വ്യവസായ ശൃംഖലകളുടെ വികസനത്തിനും വഹിച്ച പങ്ക് കേരളത്തിൽ നിർവ്വഹിക്കുകയുണ്ടായില്ല. ഫാക്ടിന്റെ

വികസന മാതൃകയിലേക്ക് കൊച്ചി റിഫൈനറിയെ രൂപാന്തരപ്പെടു ത്തേണ്ടതുണ്ട്.

കൊച്ചിയിലെ എൽ എൻ ജി ടെർമിനൽ വൈകിയാണെങ്കിലും യാഥാർത്ഥ്യമായി. പരിസ്ഥിതി സൗഹൃദവും താരതമ്യേന വിലകുറഞ്ഞ തുമായ പ്രകൃതിവാതകം ലഭ്യമാകും. പക്ഷേ, ഗുജറാത്തിൽ 4–5 ഡോളർ വിലയ്ക്കു വില്ക്കുന്ന എൽ എൻ ജി ക്കു കേരളത്തിൽ 20–24 ഡോളർ വില വരുന്നു എന്ന ഒരു വിരോധാഭാസം നിലവിലുണ്ട്. ഇതു പരിഹരിക്കാനാവണം. ഏകീകൃത വിലസമ്പ്രദായം കൊണ്ടുവരണം. അപ്പോൾ സംസ്ഥാനത്തു നിലവിലുള്ള ഒട്ടേറെ വ്യവസായങ്ങൾക്ക് വിലകുറഞ്ഞ താപോർജ്ജം ലഭ്യമാക്കാൻ കഴിയും. അമ്പലമേട്ടിൽ നിന്നും പ്രകൃതിവാതകം ഫീഡ് സ്റ്റോക്കായി ഉപയോഗപ്പെടുത്തിക്കൊണ്ട് ലോകനിലവാരത്തിലുള്ള ഒരു അമോണിയ – യൂറിയ കോംപ്ലക്സ് സംഘടിപ്പിക്കുന്നതിനു കഴിയും. പഴയ അമോണിയ യൂറിയ കോംപ്ലക്സ് അടച്ചുപൂട്ടിയതിനെത്തുടർന്ന് വെറുതെ കിടക്കുന്നു. ഫാക്ടിന്റെ സൗകര്യങ്ങൾ ഇതിനായി ഉപയോഗപ്പെടുത്താം. ഫാക്ടിനെത്തന്നെ നവീകരിക്കാൻ എൽ എൻ ജി ഉപയോഗപ്പെടുത്താം. കാസർഗോഡ് മേഖ ലയിൽ ഒരു പെട്രോ കെമിക്കൽസ് വ്യവസായം സ്ഥാപിക്കുക എന്നത് ദീർഘകാലമായി പരിഗണിക്കപ്പെട്ടുവരുന്ന കാര്യമാണ്. അതുപോ ലെതന്നെ പരിഗണിക്കാവുന്ന ഒരു നിർദ്ദേശമാണ് അമ്പലമേട്ടിൽ ഒരു ഗ്യാസ് ക്രാക്കർ കോംപ്ലക്സ്. ഇപ്രകാരം ലഭ്യമായ വിഭവാടിത്തറയിൽ എങ്ങനെ മൂല്യവർദ്ധിത ഉല്പന്ന ശൃംഖല സൃഷ്ടിക്കാമെന്നതിനെക്കുറിച്ച് പ്രായോഗികമായി ചിന്തിക്കുകയാണ് വേണ്ടത്.

ടൈറ്റാനിയം അടിസ്ഥാനത്തിലുള്ള പിഗ്മെന്റുകളും പെയിന്റുകളും ലോഹങ്ങളും കൂട്ടുലോഹങ്ങളും പ്രധാനപ്പെട്ട ഒരു വ്യവസായമാണ്. മൂല്യവർദ്ധിത ശൃംഖലയുടെ ഏറ്റവും ഉയർന്ന ഉല്പന്നങ്ങളായ ടൈറ്റാ നിയം സ്പോഞ്ചും ലോഹങ്ങളും ഉല്പാദിപ്പിക്കുന്നതടക്കം ടൈറ്റാനിയം വികസനത്തിന് മാസ്റ്റർ പ്ലാൻ തയ്യാറാക്കണം. കേരളത്തിന്റെ അപൂർവ്വ മായ ധാതുമണൽ കയറ്റുമതിക്കു വേണ്ടി സംസ്കരിക്കുന്ന പ്രവണത അവസാനിപ്പിക്കണം. ഇത്തരത്തിൽ ഇന്നുള്ള വ്യവസായ അടിത്തറയുടെ വിപുലീകരണ നവീകരണ സാദ്ധ്യതകളെ പരിപ്രേക്ഷ്യം 2030 പരിശോധിക്കുന്നതേയില്ല.

ഇതിനുപകരം 10000 ഏക്കർ ഭൂമി വേണ്ടി വരുന്ന ഇന്റഗ്രേറ്റഡ് പെട്രോകെമിക്കൽസ് ആൻഡ് പെട്രോ കെമിക്കൽ ഇൻവെസ്റ്റ്മെന്റ് റീജിയൻ, ആയിരക്കണക്കിനു ഏക്കർ സ്ഥലം അനിവാര്യമായ കൊച്ചി പാലക്കാട് നാഷണൽ ഇൻവെസ്റ്റ്മെന്റ് സോൺ തുടങ്ങിയ ഭീമൻ പ്രഖ്യാ പനങ്ങൾ ഭാവന മാത്രമാണ്. ഒരു പഠനത്തിന്റെയും പിന്തുണയില്ലാത്ത പൊള്ളയായ പ്രഖ്യാപനങ്ങൾ മാത്രമാണ്.

ക്ലസ്റ്റർ വികസന പരിപാടിയെക്കുറിച്ച് ഭിന്നാഭിപ്രായമില്ല. ഇടതുപ ക്ഷത്തിന്റെയും അംഗീകൃത സമീപനമാണിത്. പക്ഷേ, കഞ്ചിക്കോട്ടെ

സ്റ്റീൽ, കാലടിയിലെ റൈസ് മിൽ, കണ്ണൂരിലെ കൈത്തറി, പെരുമ്പാവൂരിലെ പ്ലൈവുഡ് തുടങ്ങിയ ക്ലസ്റ്ററുകളുടെ അനുഭവങ്ങളെ പരിശോധിക്കുന്നതിനു പകരം ചൈനയിലേക്കും ജപ്പാനിലേക്കും മറ്റുമാണ് പരിപ്രേക്ഷ്യക്കാർ പോകുന്നത്. ഗൂഗിൾ ഗവേഷണമാണ് പരിപ്രേക്ഷ്യം 2030 ന്റെ മുഖമുദ്ര. ഇന്റർനെറ്റിൽനിന്നും തപ്പിയെടുക്കുന്ന ചൈനീസ് – ജപ്പാൻ – സിങ്കപ്പൂർ കേസ് പഠനങ്ങൾ സോഴ്സുകളായി കൊടുത്തിരിക്കുന്നു. ഇത്തരം അവിയലുകൾ നമ്മെ എവിടെയും കൊണ്ടുചെന്ന് എത്തിക്കുകയില്ല.

ലോകബാങ്ക് – ഡാവോസ് സൂത്രങ്ങൾ

വ്യവസായ ഘടന കഴിഞ്ഞാൽ പിന്നെ പരിപ്രേക്ഷ്യം തേടുന്നത് കാര്യക്ഷമത ഉയർത്താനുള്ള വിദ്യകളാണ്. ഇതിന് ആധാരമാക്കുന്നത് രണ്ടു രേഖകളെയാണ്. ആദ്യത്തേത് ലോകബാങ്കിന്റെ Doing Business Report ആണ്. ലോകത്തെ വിവിധരാജ്യങ്ങളിലെ ബിസിനസ് ചെയ്യുന്നതിനുള്ള അന്തരീക്ഷം താരതമ്യപ്പെടുത്തുന്ന ഒരു റിപ്പോർട്ടാണിത്. ലോകബാങ്കുതന്നെ കൊച്ചിയടക്കം ഇന്ത്യയിലെ 17 പട്ടണങ്ങളെ താരതമ്യപ്പെടുത്തിക്കൊണ്ട് ഒരു പ്രത്യേക റിപ്പോർട്ടും പ്രസിദ്ധീകരിച്ചിട്ടുണ്ട്. ബിസിനസ് തുടങ്ങാൻ, നിർമ്മാണ അനുമതി ലഭിക്കാൻ, വൈദ്യുതി ലഭിക്കാൻ, സ്വത്തു രജിസ്റ്റർ ചെയ്യാൻ, കരാർ ഉറപ്പിക്കാൻ, വായ്പ ലഭിക്കാൻ, നികുതിയടയ്ക്കാൻ, കച്ചവടത്തിന് തുടങ്ങി ഒട്ടേറെ കാര്യങ്ങളിൽ കൊച്ചി അഥവാ കേരളം വളരെ പിന്നിലാണ്. എങ്ങനെ നമുക്കു കൂടുതൽ നിക്ഷേപ സൗഹൃദമാകാം? ഇതിന് ഓരോ കാര്യത്തിലും ലോകത്ത് ഇന്നു ലഭ്യമായ ഏറ്റവും നല്ല മാതൃകകൾ പട്ടികപ്പെടുത്തിയിട്ടുണ്ട്. അവയെല്ലാം കേരളത്തിലേക്കു പകർത്തുന്നതിനാണ് ലക്ഷ്യമിടുന്നത്.

മറ്റൊരു പ്രമാണരേഖ ഡാവോസിലെ അതിസമ്പന്നരുടെയും രാഷ്ട്രനേതാക്കളുടെയും വേൾഡ് ഇക്കണോമിക് ഫോറം വർഷം തോറും തയ്യാറാക്കി പ്രസിദ്ധീകരിക്കുന്ന 'സാമ്പത്തിക സ്വാതന്ത്ര്യ സൂചിക' റിപ്പോർട്ടാണ്. നിക്ഷേപകർക്ക് അനുവദിക്കുന്ന സ്വാതന്ത്ര്യത്തിന്റെ കാര്യത്തിൽ സിംഗപ്പൂരാണ് ലോകത്ത് രണ്ടാം സ്ഥാനത്ത്. കേരളത്തിനു മാതൃക സിംഗപ്പൂരാണ്.

ഈ രണ്ടുരേഖകളാണ് എന്തു ചെയ്യണമെന്ന ചർച്ചയുടെ നല്ലപങ്കും അപഹരിക്കുന്നത്.

വ്യവസായ മേഖലയിൽ ത്വരിതഗതിയിലുള്ള വളർച്ചയ്ക്ക് വർദ്ധിച്ച നിക്ഷേപം ആവശ്യമാണ്. ഇത് സംസ്ഥാനത്തിനകത്തും പുറത്തു നിന്നുമുള്ള സ്വകാര്യ സംരംഭകരിൽനിന്നാണ് പ്രധാനമായും ഉണ്ടാകേണ്ടത്. ഈ സാഹചര്യത്തിൽ കേരളം നിക്ഷേപത്തെ നിരുത്സാഹപ്പെടുത്തുന്ന സംസ്ഥാനമാണെന്നുള്ള ധാരണ എങ്ങനെ പ്രചരിച്ചുവെന്നത് പരിശോധിക്കപ്പെടുകയും ആവശ്യമെങ്കിൽ തിരുത്തലുകൾ ഉണ്ടാവുകയും

വേണം. നിക്ഷേപകൻ സാധാരണ വിലയിരുത്തുന്ന ചില ഘടകങ്ങളുണ്ട്. അവ താഴെ പറയുന്നു.

അനായാസേന വ്യവസായം ആരംഭിക്കാനുള്ള സൗകര്യം, പ്രവർത്തനത്തിൽ മാറ്റം വരുത്താനുള്ള സാദ്ധ്യത (Flexibility), നിക്ഷേപത്തിന് ലാഭം കിട്ടുമെന്ന ഉറപ്പ്, തൊഴിൽ ശക്തിയുടെ സ്വഭാവം, പശ്ചാത്തല സൗകര്യങ്ങളുടെ നിലവാരം, നിലവിലുള്ള നിയന്ത്രണങ്ങളുടെ സ്വഭാവം, ഉദ്യോഗസ്ഥവൃന്ദത്തിന്റെ കാഴ്ചപ്പാട്, സർക്കാരിന്റെ നയങ്ങളുടെ ഊന്നലും ഭരണത്തിന്റെ ഉറപ്പും.

പശ്ചാത്തല സൗകര്യങ്ങളുടെ അപര്യാപ്തതകൾ പ്രവർത്തനച്ചെലവ് വർദ്ധിപ്പിക്കുകയും ഉല്പാദനക്ഷമതയും ലാഭനിരക്കും കുറയ്ക്കുകയും ചെയ്യുന്നു. കൂടിയ തോതിൽ നിക്ഷേപം ഒഴുകിയെത്താൻ ഈ പ്രശ്നം പരിഹരിക്കണം. ഭൂമിയുടെ വില മറ്റു സംസ്ഥാനങ്ങളെ അപേക്ഷിച്ച് കൂടുതലാണെന്നത് ഒരു പരിമിതിയാണ്. നിക്ഷേപകർക്ക് ന്യായമായ വിലയ്ക്ക് ഭൂമി പതിച്ചു നല്കേണ്ടി വരും. ചില വ്യവസായങ്ങളുണ്ടാക്കുന്ന പരിസരമലിനീകരണം കൈകാര്യം ചെയ്യാനുതകുന്ന സംവിധാനങ്ങൾ നിലവിൽ വരണം. സാങ്കേതിക സാമ്പത്തിക രംഗങ്ങളിൽ മൂല്യവർദ്ധിത സേവനങ്ങൾ പ്രദാനം ചെയ്യുന്ന മേഖലയിൽ പശ്ചാത്തല സൗകര്യങ്ങൾ പരിമിതമായേ നമുക്കുള്ളൂ. ഗവേഷണ വികസനപ്രവർത്തനങ്ങളിൽ വ്യാപരിക്കുന്നതും ആധുനിക നൈപുണികൾ പരിശീലിപ്പിക്കുന്നതുമായ മികച്ച വിദ്യാഭ്യാസ സ്ഥാപനങ്ങളും നമുക്കില്ല. മേൽസൂചിപ്പിച്ച തടസ്സങ്ങൾ നീക്കാനാവശ്യമായ പ്രവർത്തനങ്ങൾ ഏറ്റെടുക്കേണ്ടതുണ്ട്.

നിക്ഷേപസൗഹൃദമാകുന്ന വിധത്തിൽ ഉദ്യോഗസ്ഥവൃന്ദത്തെ മാറ്റിയെടുക്കണം. ചുവപ്പു നാട, ഭരണനടപടികളിലെ സങ്കീർണ്ണത, വ്യവസായാനുമതി ലഭിക്കാനുള്ള കാലതാമസം, കൈക്കൂലി, സംശയദൃഷ്ട്യാ കാര്യങ്ങൾ കാണുന്ന ഉദ്യോഗസ്ഥർ എന്നിവയെല്ലാം നിക്ഷേപകനെ ആട്ടിപ്പായിക്കുന്ന ഘടകങ്ങളാണ്. ഒരു സ്ഥാപനം ആരംഭിക്കണമെങ്കിൽ ഒട്ടേറെ ഉദ്യോഗസ്ഥരിൽനിന്ന് അനുമതിപത്രം വേണ്ടിവരുന്ന അവസ്ഥ മാറണം. സർക്കാരിന്റെ ഓരോ വകുപ്പും നിക്ഷേപകനെ എങ്ങനെ പ്രോത്സാഹിപ്പിക്കാൻ കഴിയും എന്നാണ് ആലോചിക്കേണ്ടത്. ഇന്നത്തെ രീതിയിൽ നിരുത്സാഹപ്പെടുത്താനല്ല. അനുമതി നല്കുന്ന കാര്യത്തിൽ വിവിധ വകുപ്പുകളുടെ യോജിച്ച പ്രവർത്തനം ആവശ്യമാണ്.

നിക്ഷേപസൗഹൃദ അന്തരീക്ഷം വേണമെന്നതിന് തർക്കമില്ല. പക്ഷേ, അതിനു സിംഗപ്പൂർ മാനദണ്ഡങ്ങൾ മാത്രം പോരാ. നമ്മുടെ വികസന ഏജൻസികളുടെയും സർക്കാർ ഇടപെടലുകളുടെയും മൂർത്തമായ അവലോകനം വേണം. അതിനടിസ്ഥാനത്തിൽ പരിഷ്കാരങ്ങൾ വേണം. ഇത്തരമൊരു പരിശോധന പരിപ്രേക്ഷ്യം 2030 ൽ ഇല്ല.

9

പൊതുമേഖലയില്ലാത്ത കേരളം

രണ്ടായിരത്തി മുപ്പത് ആകുമ്പോൾ കേരളത്തിലെ പൊതുമേഖല എങ്ങനെയിരിക്കും? എങ്ങനെയിരുന്നാലും പരിപ്രേക്ഷ്യം 2030 ന് പ്രശ്നമില്ല. പൊതുമേഖലാ വ്യവസായങ്ങളോടുള്ള പൂർണ്ണമായ അവഗണനയാണ് ഈ റിപ്പോർട്ടിന്റെ മുഖമുദ്ര. ഭാഗ്യത്തിന് കഴിഞ്ഞ യു ഡി എഫ് ഊഴത്തിൽ പ്രഖ്യാപിച്ചതുപോലെ പൊതുമേഖലയാകെ സ്വകാര്യവല്ക്കരിക്കണമെന്നോ അടച്ചുപൂട്ടണമെന്നോ രേഖ നിർദ്ദേശിക്കുന്നില്ല. വ്യവസായം സംബന്ധിച്ച റിപ്പോർട്ടിലെ അദ്ധ്യായത്തിൽ ഒരു ഖണ്ഡിക പൊതുമേഖലയ്ക്കു വേണ്ടി നീക്കിവെച്ചിട്ടുണ്ട്. പൊതുമേഖലാ വ്യവസായങ്ങൾ സംബന്ധിച്ച സ്ഥിതിവിവരക്കണക്കുകളുടെ അവസാനം അവയുടെ സഞ്ചിത നഷ്ടവും നല്കിയിരിക്കുന്നു. അത്രതന്നെ. ഇതിനപ്പുറം ഒരു സ്ഥാനവും പൊതുമേഖലയ്ക്ക് കർമ്മപരിപാടികളിൽ നല്കിയിട്ടില്ല. യു ഡി എഫ് സർക്കാരുകളുടെ പൂർവ്വചരിത്രം അറിയാവുന്നവർക്ക് ഈ അവഗണനയിൽ അത്ഭുതം തോന്നുകയില്ല.

ആഗോളവല്ക്കരണ പരിഷ്കാരങ്ങളുടെ വക്താക്കളായി ദേശീയ തലത്തിൽ കോൺഗ്രസ് മാറിയതോടെയാണ് കേരളത്തിലെ പൊതുമേഖലയോടുള്ള യു ഡി എഫ് സമീപനത്തിലും മാറ്റം വന്നത്. അതുവരെ പൊതുമേഖലയിൽ ഊന്നിക്കൊണ്ടുള്ള വ്യവസായ വികസനം സംബന്ധിച്ച് പൊതു അഭിപ്രായ സമന്വയം കേരളത്തിൽ ഉണ്ടായിരുന്നു. പല കാരണങ്ങൾകൊണ്ടും സ്വകാര്യമൂലധനം കേരളത്തിലേക്കു വരാൻ മടിച്ചതിന്റെ പശ്ചാത്തലത്തിൽ പൊതുമേഖലയിൽ ഊന്നുകയല്ലാതെ മറ്റു മാർഗ്ഗങ്ങൾ ഇല്ലായിരുന്നു. ഏറ്റവും കൂടുതൽ പൊതുമേഖലാ സ്ഥാപനങ്ങൾ ഉള്ള സംസ്ഥാനമായി കേരളം മാറി.

1996–2001 ഇടതുപക്ഷ സർക്കാർ

കേരളത്തിലെ പൊതുമേഖലാ സ്ഥാപനങ്ങളുടെ എണ്ണം കൂടുതലാണെങ്കിലും ശരാശരി മൂലധന നിക്ഷേപം താഴ്ന്നതാണ്. പഴഞ്ചൻ ഉപകരണങ്ങൾ, താഴ്ന്ന ഉല്പാദനക്ഷമത, ഉല്പന്നങ്ങളുടെ വൈവിദ്ധ്യമില്ലായ്മ, ചെറിയ ഉല്പാദനശേഷി, ഉയർന്ന ഉല്പാദനച്ചെലവ്, വിപണന പ്രശ്നങ്ങൾ, പ്രൊഫഷണലിസമില്ലാത്ത മാനേജ്മെന്റ് തുടങ്ങിയവയെല്ലാം ഭൂരിപക്ഷം വ്യവസായശാലകളെയും പീഡിതമാക്കി. 1991 ലെ യു ഡി എഫ് സർക്കാരിന്റെ വ്യവസായനയമാണ് മേല്പറഞ്ഞവയ്ക്കു പരിഹാരമായി സംയുക്തസംരംഭം- സ്വകാര്യവല്ക്കരണം എന്ന സമീപനം ആദ്യമായി മുന്നോട്ടുവെക്കുന്നത്.

ഇതിനു വിരുദ്ധമായി സുശീലാ ഗോപാലൻ വ്യവസായമന്ത്രിയായിരുന്നപ്പോൾ എൽ ഡി എഫ് പ്രഖ്യാപിച്ച വ്യവസായനയത്തിൽ നഷ്ടത്തിലോടുന്ന പൊതുമേഖലാ സ്ഥാപനങ്ങളെ പുനഃസംഘടിപ്പിച്ച് ലാഭത്തിലാക്കണമെന്ന നിലപാടാണ് മുന്നോട്ടുവെച്ചത്. പൊതുമേഖലാ സ്ഥാപനങ്ങളുടെ പുനഃസംഘാടനം സംബന്ധിച്ച നിർദ്ദേശങ്ങൾ സമർപ്പിക്കുന്നതിന് പ്രത്യേകിച്ചും വിദഗ്ദ്ധസമിതികളെ നിയോഗിച്ചു. ലാഭകരമാക്കാൻ കഴിയുന്ന സാദ്ധ്യതയുള്ള സംരംഭങ്ങൾക്ക് ഹ്രസ്വ-ദീർഘകാല പുനഃസംഘടനാ പരിപാടികൾ തയ്യാറാക്കുകയായിരുന്നു ലക്ഷ്യം. രോഗഗ്രസ്ത യൂണിറ്റുകൾക്ക് ചുരുങ്ങിയ പലിശനിരക്കിൽ സഹായം ലഭ്യമാക്കുന്നതിന് കേരള വ്യവസായ പുനരുദ്ധാരണ ഫണ്ട് ബോർഡ് സ്ഥാപിച്ചു (കെ ഐ ആർ എഫ് ബി). പത്തൊമ്പത് പൊതുമേഖലാ സ്ഥാപനങ്ങൾക്ക് അവയുടെ പ്രവർത്തനം മെച്ചപ്പെടുത്തുന്നതിനു വേണ്ടി 240 കോടി രൂപ കെ ഐ ആർ എഫ് ബി വായ്പ അനുവദിച്ചു. 2001 ൽ യു ഡി എഫ് സർക്കാർ അധികാരത്തിൽ വന്നതോടെ ഈ പുനരുദ്ധാരണ പരിപാടി പാതിവഴിയിൽ ഉപേക്ഷിക്കപ്പെട്ടു.

2001–2006 യു ഡി എഫ് സർക്കാർ

ഉദാരവല്ക്കരണ പരിഷ്കാരങ്ങൾ നിർദ്ദേശിക്കുന്നതിനായി 2001ൽ ത്തന്നെ പൊതുമേഖലാ നവീകരണ കമ്മിറ്റി (ഇ ആർ സി) രൂപീകരിക്കപ്പെട്ടു. പൊതുമേഖലാ സ്ഥാപനങ്ങളുടെ ഉടമസ്ഥതയിൽനിന്നും അവയ്ക്ക് സാമ്പത്തികസഹായം നല്കാനുള്ള ഉത്തരവാദിത്വത്തിൽനിന്നും സർക്കാർ പിൻവാങ്ങണമെന്നതായിരുന്നു ഇ ആർ സിയുടെ മുഖ്യനിർദ്ദേശം. സമൂലമായ സ്വകാര്യവല്ക്കരണത്തിന് ഒരു സമയബന്ധിത പരിപാടി തയ്യാറായി. തുടർച്ചയായി വലിയ നഷ്ടത്തിലോടുന്ന സ്ഥാപനങ്ങൾ അടച്ചുപൂട്ടുക, പുനരുദ്ധരിക്കാൻ കഴിയുന്നവ സ്വകാര്യവല്ക്കരിക്കുക, ലാഭത്തിൽ പ്രവർത്തിക്കുന്നവയുടെ ലാഭം വർദ്ധിപ്പിക്കാൻ അവയെ സംയുക്തസംരംഭങ്ങളാക്കി മാറ്റുക എന്നതായിരുന്നു ത്രിമുഖ കർമ്മ പരിപാടി. സർക്കാർ ഈ നിർദ്ദേശങ്ങൾ അംഗീകരിച്ചുകൊണ്ട് ഉത്തരവും ഇറക്കി.

തൊഴിലാളികളുടെ ശക്തമായ പ്രതിഷേധംമൂലം ഈ അജണ്ട നടപ്പിലാക്കാൻ കഴിഞ്ഞില്ല. 2004 ലെ തിരഞ്ഞെടുപ്പിൽ കനത്ത തിരിച്ചടി നേരിട്ടതോടെ ഇ ആർ സി നിർദ്ദേശങ്ങൾ സർക്കാർ മരവിപ്പിച്ചു. പൊതുമേഖലാ സ്ഥാപനങ്ങളെ പുനരുജ്ജീവിപ്പിക്കുന്നതിന് മന്ത്രിമാരുടെ ഒരു സബ് കമ്മിറ്റി രൂപീകരിച്ചു. പക്ഷേ, ഒന്നും സംഭവിച്ചില്ല. എന്നാൽ തൊഴിലാളികൾ മുൻകൈയെടുത്ത് ഓരോ വ്യവസായശാലയെയും രക്ഷിക്കുന്നതിന് സേവ് കമ്മിറ്റികൾ ഉയർന്നുവന്നു. വിദഗ്ദ്ധരുടെ സഹായത്തോടെ ഈ കമ്മിറ്റികൾ ഓരോ പൊതുമേഖലാ സ്ഥാപനത്തിന്റെയും പുനരുദ്ധാരണത്തിന് ബദൽ പരിപാടികൾ തയ്യാറാക്കി. ബി ഐ എഫ് ആറിന്റെയും എ ഐ എഫ് ആറിന്റെയും മുന്നിലുണ്ടായിരുന്ന കേസുകളിൽ കക്ഷി ചേർന്ന് അവയുടെ അടച്ചുപൂട്ടലിന് തടയിട്ടു.

2006 – 2011 ഇടതുപക്ഷ സർക്കാർ

2006 ൽ ഇടതുപക്ഷം വീണ്ടും അധികാരത്തിൽ വന്നതോടെ പൊതുമേഖലയുടെ പുനരുദ്ധാരണത്തിൽ പുതിയൊരു കാലഘട്ടത്തിനു തുടക്കം കുറിച്ചു. 1996 – 2001 കാലത്ത് വമ്പിച്ച മുതൽമുടക്കു നടത്തിയിട്ടും പ്രതീക്ഷിച്ചപോലെ പുരോഗതി എന്തുകൊണ്ട് ഉണ്ടായില്ല എന്നത് സ്വയംവിമർശനപരമായി പരിശോധിക്കപ്പെട്ടു. സേവ് പ്രസ്ഥാനങ്ങളുടെ ബദൽ പരിപാടികളും കൂടെ പരിഗണിച്ചതുകൊണ്ട് ഓരോ വ്യവസായശാലയും മൂർത്തമായ കർമ്മപരിപാടി തയ്യാറാക്കി. ഇതു നടപ്പിലാക്കിയതിലുണ്ടായ നേട്ടം ആഗോളവല്ക്കരണ പരിഷ്കാരങ്ങളുടെ സ്വകാര്യവല്ക്കരണ അജണ്ടയ്ക്ക് പ്രായോഗികമായ ഒരു ബദൽ ദേശീയതലത്തിൽത്തന്നെ ഉയർത്താൻ സഹായകരമായി. 2005–2006 ൽ 44 പൊതുമേഖലാ വ്യവസായശാലകളിൽ 32 എണ്ണം നഷ്ടത്തിലായിരുന്നു. മൊത്തം പൊതുമേഖലയുടെ അസൽ നഷ്ടം 70 കോടി രൂപയായിരുന്നു. 2009 – 10 ൽ ഏഴെണ്ണമൊഴികെ എല്ലാ സ്ഥാപനങ്ങളും ലാഭത്തിലായി. 240 കോടി രൂപ അസൽലാഭം പൊതുമേഖല നേടി. പുതിയ നയത്തിലെ കാതലായ ഘടകങ്ങൾ താഴെ കൊടുക്കുന്നു.

1. ധനകാര്യ പുനഃസംഘടന: ഭൂരിപക്ഷം സ്ഥാപനങ്ങളുടെയും നെറ്റ് വർത്ത് നെഗറ്റീവ് ആയിരുന്നു. ധനകാര്യപുനഃസംഘടനയുടെ ലക്ഷ്യം കമ്പനിയുടെ ബാലൻസ് ഷീറ്റ് വെടിപ്പാക്കി ധനകാര്യസ്ഥാപനങ്ങളിൽ നിന്ന് വായ്പയെടുക്കാൻ അവയെ പ്രാപ്തമാക്കുക എന്നതായിരുന്നു. ഇതിനായി സർക്കാർ കടങ്ങളുടെ പലിശ എഴുതിത്തള്ളി; വായ്പാ ഓഹരി മൂലധനമാക്കി മാറ്റി; നികുതി കുടിശ്ശിക എഴുതിത്തള്ളി; വൈദ്യുതി കുടിശ്ശിക ലഘൂകരിച്ചു. ബാങ്കുകൾക്കുള്ള കടം സംബന്ധിച്ച് തീരുമാനമെടുക്കുന്നതിന് അവരുമായി സുദീർഘമായ ചർച്ചകൾ നടത്തി. ഒടുവിൽ 240 കോടി രൂപയുടെ കടം 90 കോടി രൂപയായി ഒറ്റത്തവണ തീർപ്പുണ്ടാക്കി. മാത്രമല്ല, തുടർന്നും ധനസഹായം നല്കുന്നതിന് ബാങ്കുകൾ സമ്മതിച്ചു. അഞ്ചുവർഷംകൊണ്ട് 275 കോടി രൂപയുടെ

ധനസഹായം സർക്കാരും നല്കി. 2006 മേയിൽ ഇടതുപക്ഷം അധികാരത്തിൽ വന്നപ്പോൾ യു ഡി എഫ് സർക്കാർ മാർച്ചിൽ പാസാക്കിയ ബജറ്റിൽ അമ്പതുകോടി രൂപയായിരുന്നു പൊതുമേഖലയ്ക്കു നീക്കിവെച്ചിരുന്നത് എന്നോർക്കണം.

2. മാനേജ്മെന്റ് പുനഃസംഘടന: യു ഡി എഫ് സർക്കാർ നടപ്പാക്കിയ വി ആർ എസ്മൂലം പരിചയ സമ്പന്നരായ മാനേജ്മെന്റ് - സാങ്കേതിക വിദഗ്ദ്ധരിൽ നല്ല പങ്കു ജീവനക്കാരും തൊഴിലാളികളും കൊഴിഞ്ഞു പോയിരുന്നു. ഈ സാഹചര്യത്തിൽ ഉയർന്ന മാനേജ്മെന്റു തലത്തിലേക്ക് വിദഗ്ദ്ധരെ ആകർഷിക്കുക, ഇതിന് പ്രത്യേക സെലക്ഷൻ ബോർഡ് രൂപീകരിക്കുക, നിലവിലുള്ള ഓഫീസർമാരുടെ വൈദഗ്ദ്ധ്യം ഉയർത്തുക, ശമ്പള പരിഷ്കരണമടക്കം ഉചിതമായ ഇൻസെന്റീവ് സമ്പ്രദായം നടപ്പിലാക്കുക, കമ്പനി ബോർഡിൽ പ്രൊഫഷണലുകളെ ഉൾപ്പെടുത്തുക തുടങ്ങിയ നടപടികൾ സ്വീകരിച്ചു.

3. സുതാര്യമായ മേൽനോട്ടം : എല്ലാ സ്ഥാപനങ്ങളും മാർച്ചിനു മുമ്പ് ബജറ്റു തയ്യാറാക്കി റിയാബിനു സമർപ്പിക്കേണ്ടിയിരുന്നു. വിശദമായ ചർച്ചകൾക്കു ശേഷമാണ് ബജറ്റുകൾക്ക് അംഗീകാരം നല്കുക. തുടർച്ചയായി ബജറ്റിൽ രേഖയുടെ അടിസ്ഥാനത്തിൽ പ്രവർത്തനം മോണിറ്റർ ചെയ്യാനുള്ള ഏർപ്പാടുണ്ടാക്കി. മന്ത്രിയുടെ സാന്നിദ്ധ്യത്തിൽ പ്രതിമാസ പൊതുമേഖലാ റിവ്യൂ ഒരു പതിവായിത്തീർന്നു. എല്ലാ കമ്പനികൾക്കും ഓഡിറ്റ് കുടിശ്ശികയായിരുന്നു. ഓഡിറ്റർ ജനറലിന്റെ സഹായത്തോടെ കുടിശ്ശിക നിവാരണത്തിന് ഒരു തീവ്രയത്ന പരിപാടി നടപ്പാക്കി. ഈ പരിധിക്കുള്ളിൽ കമ്പനി മാനേജ്മെന്റുകൾ പരമാവധി പ്രവർത്തനസ്വാതന്ത്ര്യം നല്കി. ദൈനംദിന പ്രവർത്തനങ്ങളിലെ ഫിനാൻസ് ഡിപ്പാർട്ട്മെന്റ് ഇടപെടലുകൾ അവസാനിപ്പിച്ചു. ഗണ്യമായ മിച്ചം നേടാൻ കഴിഞ്ഞ ലാഭകരമായ കമ്പനികൾക്കും ഒരു മിച്ചം ഫിനാൻസ് ഡിപ്പാർട്ട്മെന്റിന്റെ അംഗീകാരമില്ലാതെ മുതൽമുടക്കാനുള്ള അനുവാദം നല്കി.

4. കേന്ദ്ര - സംസ്ഥാന പൊതുമേഖലാ സഹകരണം: സഹകരണ പൊതുമേഖലാ സ്ഥാപനങ്ങൾ തമ്മിലുള്ള സഹകരണംമൂലം ഒരേ മേഖലകളിൽ പ്രവർത്തിക്കുന്ന സ്ഥാപനങ്ങൾക്ക് സഹകരണത്തിലൂടെ സാങ്കേതിക മികവിലും വിപണനത്തിലും നേട്ടങ്ങൾ ഉണ്ടാക്കാൻ കഴിഞ്ഞു. ഉദാഹരണത്തിന് സ്പിന്നിങ് മില്ലുകൾ മുൻകൂറായി മൊത്തത്തിൽ പഞ്ഞി വാങ്ങുന്ന സമ്പ്രദായം ചെലവ് ഗണ്യമായി കുറയ്ക്കുന്നതിനു സഹായിച്ചു. പൊതുമേഖലാ സ്ഥാപനങ്ങൾക്കു സർക്കാർ വാങ്ങലുകളിൽ മുൻഗണന നല്കാനുള്ള നയം കർശനമാക്കി. മരുന്നു കമ്പനിയായ കെ എസ് ഡി പിയെ രക്ഷിച്ചതിൽ പ്രധാനപ്പെട്ട ഒരു പങ്ക് ആരോഗ്യ വകുപ്പിലെ ഉത്തരവുകൾ വഹിക്കുകയുണ്ടായി. സർക്കാർ വകുപ്പുകളും പൊതുമേഖലാ സ്ഥാപനങ്ങളും തമ്മിൽ ധാരണാപത്രങ്ങൾക്കു രൂപംനല്കി.

5. കേന്ദ്ര പൊതുമേഖലാ സ്ഥാപനങ്ങളുമായുള്ള സംയുക്ത സംരംഭങ്ങൾ: സുരക്ഷിതമായ വിപണി, മൂലധന നിക്ഷേപം, സാങ്കേതിക നവീകരണം എന്നിവ ലക്ഷ്യമിട്ടുകൊണ്ട് കേന്ദ്ര – പൊതുമേഖലാ സ്ഥാപനങ്ങളുമായി സംയുക്ത സംരംഭങ്ങൾ ആരംഭിക്കാനുള്ള നയം സ്വീകരിച്ചു. പ്രതിരോധ വകുപ്പ്, വി ഇ എൽ, ഇ സി ഐ എൽ, ഐ എസ് ആർ ഒ, സെയിൽ, റെയിൽവേ തുടങ്ങിയ പൊതുമേഖലാ സ്ഥാപനങ്ങളുമായി ഇത്തരം സംയുക്തസംരംഭങ്ങൾ രൂപീകരിക്കുകയുണ്ടായി. എൻ ടി പി സിയുമായുള്ള ടെൽക്കിന്റെ സംയുക്തസംരംഭം ട്രാൻസ്ഫോർമർ ഉല്പാദനശേഷിയിൽ ഗണ്യമായ വർദ്ധന ലക്ഷ്യമിട്ടുകൊണ്ടുള്ളതായിരുന്നു. സെയിലുമായുള്ള സഹകരണത്തിന്റെ അടിസ്ഥാനത്തിൽ കോഴിക്കോട്ടെ സ്റ്റീൽ റീ റോളിങ് മിൽ പുനരുദ്ധരിച്ചു. ചവറ മെറ്റൽസ് ആൻഡ് മിനറൽസിൽ പുതിയ ടൈറ്റാനിയം സ്പോഞ്ച് ഫാക്ടറി, കളമശ്ശേരി ടി സി സി യിൽ പുതിയ സോഡിയം ക്ലോറേറ്റ് പ്ലാന്റ് എന്നിവ ഇങ്ങനെയാണ് ആരംഭിച്ചത്. മമത ബാനർജി പൊളിച്ചില്ലായിരുന്നുവെങ്കിൽ റെയിൽവേയുമായി ചേർന്ന് ചേർത്തലയിൽ വാഗൺ ഫാക്ടറി സ്ഥാപിക്കാൻ ഓട്ടോ കാസ്റ്റുണ്ടാക്കിയ കരാർ നടപ്പാകുമായിരുന്നു.

6. വിപുലീകരണവും നവീകരണവും: ഏതാണ്ട് എല്ലാ പൊതുമേഖലാ സ്ഥാപനങ്ങളുടെയും സാങ്കേതിക നവീകരണത്തിന് നടപടി സ്വീകരിച്ചു. അവസാനവർഷത്തിൽ 170 കോടി രൂപ മുതൽമുടക്കി 10 പുതിയ പൊതുമേഖലാ സ്ഥാപനങ്ങൾ തുടങ്ങി. ഇവയിൽ പുതുതായി ആയിരം പേർക്ക് തൊഴിൽ നല്കി.

7. ആരോഗ്യകരമായ തൊഴിൽബന്ധങ്ങൾ: ട്രേഡ് യൂണിയൻ പ്രസ്ഥാനം ഈ പുനരുദ്ധാരണ പദ്ധതിയിൽ നിർണ്ണായകമായ പങ്കുവഹിക്കുകയുണ്ടായി. യു ഡി എഫ് സർക്കാരിന്റെ കാലത്തുനിന്ന് വ്യത്യസ്തവും തികച്ചും സംഘർഷരഹിതവുമായിരുന്ന തൊഴിൽ ബന്ധങ്ങൾ ഏതാണ്ട് എല്ലാ സ്ഥാപനങ്ങളിലും 25–30 ശതമാനം വേതനവർദ്ധനയോടെയുള്ള ശമ്പള പരിഷ്കരണവും നടപ്പാക്കി.

വീണ്ടും പൊളിച്ചടുക്കുന്നു

കഴിഞ്ഞ യു ഡി എഫ് സർക്കാർ അഞ്ചു വർഷംകൊണ്ടു ചെയ്ത പൊളിച്ചടുക്കൽ ഇപ്പോൾ മൂന്നു വർഷംകൊണ്ട് നേടാനുള്ള പരിശ്രമത്തിലാണ് യു ഡി എഫ് സർക്കാർ. ഇക്കണോമിക് റിവ്യൂ 2012–13 പ്രകാരം 2009–10 ൽ 37 വ്യവസായ പൊതുമേഖലാ സ്ഥാപനങ്ങൾ 247 കോടി രൂപ ലാഭമുണ്ടാക്കി. യു ഡി എഫ് സർക്കാരിന്റെ ഭരണത്തിൻകീഴിൽ ലാഭമിടിഞ്ഞു. ഇതു മറച്ചുവെക്കുന്നതിനായി ധനകാര്യസ്ഥാപനമായ കെ എസ് ഐ ഡി സിയെയും കിൻഫ്രയെയും മറ്റും വ്യവസായ വകുപ്പിനു കീഴിലുള്ള സ്ഥാപനങ്ങളുടെ ലിസ്റ്റിൽ ഉൾപ്പെടുത്തി, സ്ഥാപനങ്ങളുടെ എണ്ണം 44 ആയി ഉയർത്തി. എന്നിട്ടും 222 കോടി രൂപയേ ലാഭമുണ്ടായുള്ളൂ. 2012 – 13 ൽ ലാഭം 75 കോടി രൂപയായി കുറഞ്ഞു. കെ എസ്

ഐ ഡി സി, കിൻഫ്ര തുടങ്ങിയവയെ ഒഴിവാക്കിയാൽ ഏറ്റവും അവസാനത്തെ കണക്കു പ്രകാരം 2013 ഏപ്രിൽ – ഡിസംബർ മാസത്തിൽ പൊതുമേഖലാ വ്യവസായ സ്ഥാപനങ്ങൾ 146 കോടി രൂപ നഷ്ടത്തിലാണ്. ഇതേ കാലയളവിൽ മുൻവർഷത്തിൽ നഷ്ടം 15 കോടി രൂപയായിരുന്നു. ഇപ്പോൾ കേവലം ആറു സ്ഥാപനങ്ങൾ മാത്രമാണ് ലാഭത്തിൽ പ്രവർത്തിക്കുന്നത്.

സംസ്ഥാനത്തിന്റെ അഭിമാനവും ഏറ്റവും വലിയ ലാഭം നേടിയിരുന്നതുമായ കെ എം എം എൽ 2012–13 ൽ 60 കോടി മാത്രമാണ് ലാഭം നേടിയത്. 2013–14 ൽ (ഏപ്രിൽ – ഡിസംബർ) ലാഭം 5 കോടി രൂപ മാത്രമാണ്. 2012–13 ൽ 30 കോടി രൂപ ലാഭമുണ്ടാക്കിയ മലബാർ സിമെന്റ്സ് 2013–14 ൽ (ഏപ്രിൽ – ഡിസംബർ) 12 കോടി രൂപ മാത്രമാണ് ലാഭമുണ്ടാക്കിയത്.

എൽ ഡി എഫ് സർക്കാരിന്റെ കാലത്ത് ആരംഭിച്ച 10 പുതിയ പൊതുമേഖലാ സ്ഥാപനങ്ങളുടെ ദുർഗ്ഗതി ഞെട്ടിപ്പിക്കുന്നതാണ്. 72 കോടി രൂപ മുതൽമുടക്കിൽ ആലപ്പുഴ, ഉദുമ, കണ്ണൂർ എന്നിവിടങ്ങളിൽ ആരംഭിച്ച 3 സ്പിന്നിങ് മില്ലുകൾ ഇതുവരെ ഒരുദിവസം പോലും പ്രവർത്തിച്ചിട്ടില്ല. 750 പേർക്ക് പണി നല്കാവുന്ന സ്ഥാപനമാണ് ആലപ്പുഴയിലെ സ്പിന്നിങ് മിൽ. 18000ത്തിൽപ്പരം ആധുനിക സ്പിൻഡിലുകളും 30 എയർ ജെറ്റ് ലൂമുകളുമാണ് ഉള്ളത്. തൊഴിലാളികളെയും തെരഞ്ഞെടുത്തിരുന്നു. ആകെ ഒരു തടസ്സം വൈദ്യുതി കണക്ഷനായിരുന്നു. ഇപ്പോൾ യന്ത്രങ്ങളുടെ വാറന്റി കാലം കഴിഞ്ഞു. ഇനിയവ പ്രവർത്തനക്ഷമമാക്കാൻ വലിയ മുതൽമുടക്കു വേണ്ടിവരും. വായ്പയുടെ പലിശ കുന്നുകൂടി. തുടങ്ങുന്നതുതന്നെ ഇനി ഒരു പീഢിത വ്യവസായമായിട്ടായിരിക്കും.

തലശ്ശേരിയിലെ ട്രാക്കോകേബിൾ അഞ്ചു ശതമാനം കപ്പാസിറ്റിയിലും ഫറോഖിലെ ഹൈടെക് ബാംബൂ ട്രയൽ പത്തു ശതമാനം കപ്പാസിറ്റിയിലുമാണ് പ്രവർത്തിച്ചത്. ഷൊർണൂരിലെ സ്റ്റീൽ ഫോർജിങ് യൂണിറ്റ് നഷ്ടംകൊണ്ട് അടച്ചുപൂട്ടലിന്റെ വക്കിലായിക്കഴിഞ്ഞു. 180 പേർക്ക് പണി നല്കാവുന്ന സ്ഥാപനങ്ങളാണ് ഇവ. കോഴിക്കോട്ടെയും കുറ്റിപ്പുറത്തെയും ടൂൾ റൂമുകൾ പ്രവർത്തിക്കുന്നില്ല.

ആലപ്പുഴയിലെ കെ എസ് ഡി പിയിൽ 42 കോടി രൂപ മുതൽമുടക്കിൽ ബിറ്റാലാക്റ്റം ഫാക്ടറി ആരംഭിച്ചതോടെ ഈ യൂണിറ്റിന്റെ ഉല്പാദനശേഷി ഏതാണ്ട് 75 കോടി രൂപയുടേതായി. എന്നാൽ കേരള സർക്കാർ കഴിഞ്ഞ രണ്ടുവർഷമായി നല്കിയ മരുന്നിന്റെ ഓർഡർ 13 കോടി രൂപ വീതമായിരുന്നു. ആന്ധ്രാപ്രദേശ് സർക്കാർ ഇതിനേക്കാൾ കൂടുതൽ തുകയ്ക്കുള്ള ഓർഡർ നല്കാൻ തയ്യാറായി. കേരള സർക്കാരിന്റെ ഉപേക്ഷമൂലം കർണ്ണാടക സർക്കാരിന്റെ ഓർഡർ നഷ്ടപ്പെട്ടു. സ്വന്തം പണംകൊണ്ട് ലബോറട്ടറി നവീകരണം പൂർത്തിയാക്കാമെന്ന കമ്പനിയുടെ നിർദ്ദേശം ഒരു വർഷമായി സർക്കാർ ഫ്രീസറിലാണ്. യോഗ്യത

യുള്ള ഫാർമക്കോളജി–മൈക്രോ ബയോളജി ബിരുദധാരികളെ നിയമിക്കാൻ രണ്ടരവർഷമായിട്ടും കഴിഞ്ഞിട്ടില്ല. ഇതു ചൂണ്ടിക്കാണിച്ച് ജി എം പി മാനദണ്ഡങ്ങൾ പാലിച്ചിട്ടില്ല എന്നു പറഞ്ഞാണ് കർണ്ണാടക ഒഴിഞ്ഞത്. ലാഭത്തിലായിരുന്ന ഈ സ്ഥാപനം ഇപ്പോൾ നഷ്ടത്തിലാണ്.

റെയിൽവേ പിൻവാങ്ങിയതാണ് ഓട്ടോ കാസ്റ്റിനെ പ്രതിസന്ധിയിലാക്കിയത്. ഈ സാഹചര്യത്തിലും കമ്പനിയെ രക്ഷിക്കാൻ എൽ ഡി എഫ് സർക്കാർ പണം മുടക്കി. പക്ഷേ, അന്ന് തുടങ്ങിവെച്ച സ്റ്റീൽ ഫർണ് ഇപ്പോഴും പ്രവർത്തനക്ഷമമായില്ല. തുടർ നവീകരണ പ്രവർത്തനങ്ങൾ ഒന്നും നടന്നിട്ടില്ല. കമ്പനിയുടെ മേൽ 23 എം വി എയുടെ ട്രാൻസ്ഫോമറിന്റെ മുഴുവൻ ചാർജ്ജും പതിക്കുകയാണ്. ഏറിയാൽ ഇന്ന് 3 എം വി എ മതിയാകും. ഇതിന്റെ ഫലമായി ഇലക്ട്രിസിറ്റി ബോർഡിന് കുടിശ്ശികയും പലിശയുമായി 33 കോടി രൂപയുടെ ബാദ്ധ്യതയുണ്ട്. ഇത് ഈടാക്കാനാണ് ഇലക്ട്രിസിറ്റി ബോർഡ് പരിശ്രമിക്കുന്നത്. റെയിൽവേ സംയുക്തസംരംഭത്തിന്റെ പശ്ചാത്തലത്തിൽ മറ്റു സ്ഥാപനങ്ങളിൽ നടപ്പാക്കിയ ധനകാര്യ പുനഃസംഘടന ഇവിടെ പൂർണ്ണമായി നടപ്പാക്കിയിരുന്നില്ല. പക്ഷേ, സർക്കാർ ഇപ്പോഴതിനു തയ്യാറല്ല. ഫലമെന്താണ്? 2010–11 ൽ പ്രവർത്തനലാഭത്തിലായ ഓട്ടോകാസ്റ്റ് ഇപ്പോൾ നഷ്ടത്തിലാണ്. ബി ഐ എഫ് ആർ പ്രകാരമുള്ള അടച്ചുപൂട്ടൽ ഭീഷണിയുടെ നിഴലിലാണ്. കമ്പനിയുടെയും തൊഴിലാളികളുടെയും ഇടപെടലിന്റെ അടിസ്ഥാനത്തിൽ ഹൈക്കോടതി സ്റ്റേ അനുവദിച്ചതുകൊണ്ടു മാത്രമാണ് ഈ കമ്പനി ഇന്നും തുറന്നിരിക്കുന്നത്.

ഇതാണ് യു ഡി എഫ് സർക്കാരിന്റെ റെക്കോർഡ്. ഈ റെക്കോഡിന് തികച്ചും അനുസൃതമായ ഒരു കാര്യപരിപാടിയാണ് പരിപ്രേക്ഷ്യം 2030 ൽ പൊതുമേഖലയ്ക്കായി ആവിഷ്കരിച്ചിട്ടുള്ളത്.

10

ചാരുകസേര അഥവാ സാങ്കല്പിക ടൂറിസം

ചാരുകസേര ടൂറിസം അഥവാ വെർച്വൽ ടൂറിസത്തിൽ ശാരീരികമായ യാത്രയില്ല. മറിച്ച്, ടി വി, പുസ്തകങ്ങൾ, ഇന്റർനെറ്റ് തുടങ്ങിയവ വഴി ലോകത്തെ പര്യവേക്ഷണം ചെയ്യുകയാണ്. ഇതിന് ഉചിതമായ വിവരസംവേദന സാങ്കേതികവിദ്യ വേണം. വിവരസംവേദന സാങ്കേതികവിദ്യക്ക് വെർച്വൽ ടൂറിസത്തിനു മേൽ വലിയ സ്വാധീനം ചെലുത്താൻ കഴിയും. അവസാനം സംസ്ഥാനത്തേക്കുള്ള ടൂറിസ്റ്റുകളുടെ ശാരീരികമായ യാത്രയ്ക്ക് ഉത്തേജകമാവുകയും ചെയ്യാം. (പരിപ്രേക്ഷ്യം 2030, അദ്ധ്യായം 11, പേജ് 346).

ഹൊ! എന്തൊരു വലിയ കണ്ടുപിടിത്തം! പുതിയൊരു ടൂറിസം ശാഖ കണ്ടുപിടിച്ചിരിക്കുന്നു. ഇന്റർനെറ്റു വഴി വിദേശരാജ്യങ്ങൾ കണ്ടാസ്വദിക്കുന്നതും ടൂറിസമാണത്രേ. ഒരുപക്ഷേ, ചിലപ്പോൾ ആസ്വാദനത്തിന്റെ അവസാനം അസൽ യാത്രയും ഉണ്ടായേക്കാം. ഇതുപോലെ നീണ്ടനിര പുതിയ ടൂറിസം ഉല്പന്നങ്ങളെ പരിപ്രേക്ഷ്യം 2030 കേരളത്തിനു മുന്നിൽ അണിനിരത്തുന്നുണ്ട്. എല്ലാം മേലുദ്ധരിച്ച ഇനം പോലെ ബാലിശമാണെന്നു പറയാനാവില്ല. "വയോജന ടൂറിസം, മെഡിക്കൽ ടൂറിസം, ആയുർവ്വേദ ടൂറിസം, ദന്തൽ ടൂറിസം" എന്നിവ ഇപ്പോൾ ത്തന്നെ കേരളത്തിൽ പ്രചരിക്കപ്പെടുന്ന ടൂറിസം ഉല്പന്നങ്ങളാണ്. പക്ഷേ, തുടർന്നുവരുന്ന മണിമുത്തുകൾ ഇതാ:

- സൗന്ദര്യവർദ്ധക സർജറി ടൂറിസം
- വിദ്യാഭ്യാസ ടൂറിസം
- വിഭിന്നശേഷിയുള്ളവർക്കായുള്ള ടൂറിസം

- വംശാവലി കണ്ടുപിടിക്കാനുള്ള ടൂറിസം
- ചാരുകസേര അഥവാ സാങ്കല്പിക ടൂറിസം
- ഓഡിയോ ഗൈഡഡ് ടൂറിസം
- പുസ്തകശാല ടൂറിസം
- സർഗ്ഗാത്മക ടൂറിസം
- അന്തർദ്ദേശീയ സംഗീതോത്സവ ടൂറിസം
- ഹോഡി ടൂറിസം

ടൂറിസം ഉല്പന്നങ്ങളും വളർച്ചയും

ടൂറിസം ഉല്പന്നങ്ങളുടെ വൈവിദ്ധ്യവല്ക്കരണത്തിനും നവീകരണത്തിനും ടൂറിസം വ്യവസായത്തിന്റെ വളർച്ചയിൽ സുപ്രധാന പങ്കുവഹിക്കാനാവും. കേരളത്തിന്റെ അനുഭവം അതാണ്. 1975 ൽ 12562 വിദേശ ടൂറിസ്റ്റുകളാണ് കേരളം സന്ദർശിച്ചത്. കോവളമായിരുന്നു കേരളത്തിന്റെ ടൂറിസ്റ്റ് ഡെസ്റ്റിനേഷൻ. മുഖ്യമായും കോവളത്തിന്റെ പ്രശസ്തിയിൽ 1990 ആയപ്പോഴേക്കും വിദേശ സന്ദർശകരുടെ എണ്ണം 66139 ആയി. അപ്പോഴേക്കും തേക്കടിയും മൂന്നാറും മുന്നിലേക്കു വന്നു കഴിഞ്ഞിരുന്നു. എന്നാൽ ശരിയായ വഴിത്തിരിവ് കായൽ ടൂറിസത്തിന്റെ ആവിർഭാവത്തോടെയാണ്. 1997 ൽ സന്ദർശകരുടെ എണ്ണം 1.8 ലക്ഷമായിരുന്നത് 2011 ൽ 7.3 ലക്ഷമായി ഉയർന്നു. രണ്ടായിരങ്ങളിലുണ്ടായ അഭൂതപൂർവ്വമായ വളർച്ചയിൽ ആയുർവ്വേദ ചികിത്സാ ടൂറിസവും ഇക്കോ ടൂറിസവും വലിയ സംഭാവനകളാണ് നല്കിയത്.

ഇന്ത്യ സന്ദർശിക്കുന്ന വിദേശ ടൂറിസ്റ്റുകളുടെ 2.7 ശതമാനം മാത്രമേ 1975 ൽ കേരളം സന്ദർശിച്ചിരുന്നുള്ളൂ. ഇത് 1999 ൽ അഞ്ചു ശതമാനമായി. 2011 ൽ ഇത് 12.8 ശതമാനമാണ്. കേരളത്തിന് വിദേശ ടൂറിസത്തിൽ എട്ടാം സ്ഥാനമുണ്ട്. 2011 ൽ 4222 കോടിയുടെ വിദേശ നാണയം കേരള ടൂറിസം സമ്പാദിച്ചു. ടൂറിസത്തിൽനിന്നുള്ള മൊത്തം റവന്യൂവാകട്ടെ, ഏതാണ്ട് 20000 കോടി വരും.

പരിപ്രേക്ഷ്യരേഖ ടൂറിസത്തിൽനിന്നുള്ള വരുമാനം കൂടുതൽ കൃത്യതയോടെ വിലയിരുത്താൻ ശ്ലാഘനീയമായ ഒരു പരിശ്രമം നടത്തിയിട്ടുണ്ട്. 2009–12 വർഷങ്ങളിലെ ശരാശരി കണക്കുകളാണ് അവർ ലഭ്യമാക്കിയിട്ടുള്ളത്. അതു പ്രകാരം ടൂറിസത്തിൽനിന്നുള്ള പ്രത്യക്ഷവരുമാനം അതായത് ദേശീയ വരുമാനം – 11300 കോടി രൂപയാണ്. പരോക്ഷമായ സാമ്പത്തികനേട്ടവും കൂടി കണക്കിലെടുത്താൽ ഇത് 23000 കോടി രൂപ വരും. ടൂറിസത്തിൽനിന്നുള്ള വരുമാനം ഇന്ത്യയുടെ ദേശീയ വരുമാനത്തിന്റെ 3.8 ശതമാനം പ്രത്യക്ഷമായി പ്രദാനം ചെയ്യുമ്പോൾ കേരളത്തിന്റെ തോത് 4.68 ശതമാനമാണ്.

തൊഴിലിന്റെ കണക്കെടുത്താൽ ടൂറിസം 140000 പ്രത്യക്ഷ തൊഴിലവസരങ്ങൾ കേരളത്തിൽ സൃഷ്ടിച്ചിട്ടുണ്ട്. ഇത് തൊഴിൽസേനയുടെ 9.8 ശതമാനം വരും. പരോക്ഷമായ തൊഴിലവസരങ്ങൾക്കൂടി

കണക്കിലെടുത്താൽ തൊഴിലെടുക്കുന്നവരുടെ എണ്ണം 4.7 കോടി വരും. എന്നുവെച്ചാൽ കേരളത്തിലെ 23 ശതമാനം പേർ പ്രത്യക്ഷമായോ പരോക്ഷമായോ ടൂറിസവുമായി ബന്ധപ്പെട്ട് തൊഴിലെടുക്കുന്നവരാണെന്നാണ് പരിപ്രേക്ഷ്യരേഖ പറയുന്നത്. ഈ കണക്ക് അതിശയോക്തി പരമാണ്. 2012 ലെ വേൾഡ് ട്രാവൽ ആൻഡ് ടൂറിസം കൗൺസിലിന്റെ കണക്കു പ്രകാരം സംസ്ഥാന വരുമാനത്തിൽ ടൂറിസത്തിന്റെ പങ്ക് 7.7 ശതമാനവും തൊഴിൽവിഹിതം 6.2 ശതമാനവും ആയിരുന്നു.

ഇനിയെന്ത്?

പുതിയ എന്തു ടൂറിസം ഉല്പന്നത്തിലേക്കാണ് കേരളം തിരിയേണ്ടത്? നിത്യഹരിത വനമേഖലകളിലെ ജൈവവൈവിദ്ധ്യവും ചെറിയൊരു പ്രദേശത്ത് ലഭ്യമായ ഭൂപ്രകൃതി വൈവിദ്ധ്യത്തിന്റെയും പശ്ചാത്തലത്തിൽ ഇക്കോ ടൂറിസത്തിന്റെ പ്രാധാന്യം ഏറി വരികയാണ്. ഇതുമായി ബന്ധപ്പെട്ട നടപ്പാതകളും സൈക്കിൾ പാതകളും അഡ്വഞ്ചർ ടൂറിസവുമെല്ലാം പ്രധാനമാണ്. അതുപോലെ തന്നെ നമ്മുടെ പുരയിട കൃഷിയുടെ പ്രത്യേകതകളും പ്ലാന്റേഷൻ കൃഷിയും കുട്ടനാടൻ കായൽ പാടശേഖരങ്ങളും ഫാം ടൂറിസത്തിന്റെ സാദ്ധ്യതകളിലേക്ക് വിരൽ ചൂണ്ടുന്നുണ്ട്.

പുതിയ ടൂറിസം ഉല്പന്നങ്ങളിൽ ഏറ്റവും നൂതനവും ഉത്തരവാദിത്വ ടൂറിസവുമായി ഏറ്റവും ഇണങ്ങിപ്പോകുന്നതും ആഭ്യന്തര വൈജ്ഞാനിക സാമ്പത്തിക മേഖലകളോട് ഉൾച്ചേർന്നു പോകുന്നതുമായ ടൂറിസം ഉല്പന്നം പൈതൃക ടൂറിസമാണ്. കഴിഞ്ഞ സർക്കാരിന്റെ കാലത്ത് ടൂറിസം വികസനത്തിലെ നിർണ്ണായക വഴിത്തിരിവായിട്ടാണ് പലരും ഇതിനെ കാണുന്നത്. ഇന്നും ശൈശവ ദശയിലുള്ളതും എന്നാൽ വിപുലമായ സാദ്ധ്യതകൾ ഉള്ളതുമായ ഈ ടൂറിസം ഉല്പന്നത്തെ പൂർണ്ണമായി തമസ്കരിക്കുന്നു എന്നതാണ് പരിപ്രേക്ഷ്യം 2030ന്റെ ഏറ്റവും വലിയ ദൗർബല്യം.

മുസിരിസ് പൈതൃക പദ്ധതി

2006 ലെ ഇടക്കാല ബജറ്റിലാണ് മുസിരിസ് പൈതൃക പദ്ധതി ആദ്യമായി സ്ഥാനം പിടിച്ചത്. പട്ടണത്തിലെ പൗരാണിക ഉത്ഖനന പ്രദേശം, ജൂതസങ്കേതങ്ങൾ, സെന്റ് തോമസ് തീർത്ഥാടന കേന്ദ്രം, ചേരമാൻ പറമ്പ്, ആദ്യത്തെ മുസ്ലിം പള്ളി, പോർച്ചുഗീസുകാരുടെയും ഡച്ചുകാരുടെയും ഇംഗ്ലീഷുകാരുടെയും കോട്ടകൾ, മദ്ധ്യകാല കോവിലകങ്ങൾ, സ്വാതന്ത്ര്യസമര സേനാനികളുടെയും ആധുനിക സംസ്കാരിക നായകരുടെയും വീടുകൾ എന്നിങ്ങനെ കൊടുങ്ങല്ലൂരും പരിസരപ്രദേശങ്ങളിലുമായി 2500 വർഷത്തെ ചരിത്രസ്മരണകളാണ് പടർന്നുകിടക്കുന്നത്. ഇവയെ കൂട്ടിയിണക്കിക്കൊണ്ടുള്ള പൈതൃക പദ്ധതിയെ

ചരിത്രത്തിലൂടെയുള്ള നടത്തം എന്നാണ് ഞാൻ വിശേഷിപ്പിച്ചത്. പക്ഷേ, 2008 ആയപ്പോഴേ പദ്ധതിയുടെ രൂപ സങ്കല്പനം പൂർത്തിയായുള്ളൂ. മറ്റു ടൂറിസം പദ്ധതികളിൽനിന്ന് മുസിരിസ് പദ്ധതിയെ വ്യത്യസ്തമാക്കുന്ന ഘടകങ്ങൾ താഴെ കൊടുക്കുന്നു.

1) ഇത് അടിസ്ഥാനപരമായി പൈതൃക സംരക്ഷണ പദ്ധതിയാണ്. പൈതൃക സംരക്ഷണത്തിന്റെ അനുബന്ധമാണ് ടൂറിസം. കോട്ടകൾ, ആരാധനാലയങ്ങൾ, കോവിലകങ്ങൾ, തുടങ്ങിയവ മാത്രമല്ല, പദ്ധതിയിലൂടെ സംരക്ഷിക്കാൻ ശ്രമിച്ചത്. പ്രകൃതിഭംഗിയെയും ജീവിതശൈലിയെയും പരമ്പരാഗത തൊഴിലുകളെയും കലാ–സാംസ്കാരിക ഉല്പന്നങ്ങളെയും പൈതൃകത്തിൽ ഉൾപ്പെടുത്തി.

2) ഉൽഖനനമാണ് പദ്ധതിയുടെ ഒരു സുപ്രധാനഘടകം. പട്ടണം ഖനനത്തിന്റെ കണ്ടെത്തലുകൾ ആർക്കിയോളജി ഗവേഷണത്തിന് ഉത്തേജകമായി. പുരാതന മുസിരിസ് കാലത്തോളം പഴക്കമുള്ള അനേകം അവശേഷിപ്പുകൾ ഇവിടെ നിന്ന് ഇതിനകം കണ്ടെത്തിയിട്ടുണ്ട്. മറ്റ് കേന്ദ്രങ്ങളിൽ സമാന്തരമായി ഖനനം നടത്തേണ്ടതുണ്ട്.

3) ഇതൊരു അനൗപചാരിക വിദ്യാഭ്യാസ പദ്ധതി കൂടിയാണ്. മ്യൂസിയങ്ങൾ ജഡശേഖരങ്ങളായിരിക്കുകയില്ല. സംവാദാത്മകവും വിശകലനാത്മകവുമായ ചോദ്യങ്ങൾ ഉയർത്തുന്നതും പുതുക്കലുകളും കൂട്ടിച്ചേർക്കലും നടക്കുന്നതുമായ പഠനകേന്ദ്രങ്ങളായിരിക്കും ഇവ. ഒരു ഉന്നത വിദ്യാപീഠവും പദ്ധതിയുടെ ഭാഗമായി സ്ഥാപിക്കപ്പെടുന്നുണ്ട്. സ്കൂൾ കുട്ടികൾക്കും കേരള ചരിത്രം പഠിക്കാനാഗ്രഹിക്കുന്നവർക്കും പൈതൃക സർക്യൂട്ടിലൂടെ ഒരു സന്ദർശനയാത്രയാകാം. ഇതിനു സഹായകരമായ പഠനസാമഗ്രികളും പദ്ധതിയുടെ ഭാഗമാണ്.

4) കൺസർവേഷൻ – പാരിസ്ഥിതിക മാനദണ്ഡങ്ങൾ കർശനമായി പാലിച്ചു മാത്രമാണ് പുതുക്കലും മോടി പിടിപ്പിക്കലും നടത്തുക. ഇതിനായി ഓരോ കെട്ടിടം ഉടമയും നാട്ടുകാരുമായി ചർച്ച നടത്തി വിശദമായ ഡോക്യുമെന്റേഷൻ ചെയ്യുന്നു. പദ്ധതിയുടെ ഓരോ ചുവടിലും പാരിസ്ഥിതിക പരിഗണന ഉറപ്പാക്കിയിരിക്കുന്നു. സ്വാഭാവികമായി ഈ പദ്ധതി ആഭ്യന്തര – വിദേശ ടൂറിസ്റ്റുകളെ ആകർഷിക്കും. പക്ഷേ, ഹോംസ്റ്റേ സംവിധാനത്തിൽ ഊന്നിക്കൊണ്ടുള്ള ഒരു മാസ്റ്റർ പ്ലാൻ അടിസ്ഥാനമാക്കിയായിരിക്കും പ്രവർത്തനങ്ങൾ. സ്മാരകങ്ങളിലേക്കുള്ള റൂട്ടുകൾ ഇലക്ട്രിക് വാഹനങ്ങളും ബോട്ടുകളും വഴിയായിരിക്കും.

5) ടൂറിസം വകുപ്പാണ് പദ്ധതിയുടെ നോഡൽ ഏജൻസി. പക്ഷേ, വിദ്യാഭ്യാസ, ആർക്കിയോളജിക്കൽ, സാംസ്കാരിക, പൊതുമരാമത്ത്, ജലസേചനം തുടങ്ങി അനേകം വകുപ്പുകളുടെ സംയുക്തസംരംഭമാണ് പദ്ധതി.

6) തദ്ദേശവാസികൾക്ക് സാമ്പത്തികനേട്ടം ഉറപ്പാക്കുംവിധം പരമ്പരാഗത ആഴ്ചച്ചന്തകളെയും പരമ്പരാഗത തൊഴിലുകളെയും ഉൾപ്പെടുത്തിക്കൊണ്ടുള്ള ടൂറിസം വികസനമാണ് ലക്ഷ്യമിട്ടത്.

7) ബഹുജനപങ്കാളിത്തമാണ് മുസിരിസ് പദ്ധതിയുടെ മറ്റൊരു സവിശേഷത. മുന്നൂറിൽപ്പരം സന്നദ്ധ പ്രവർത്തകരുടെ ഒരു കൂട്ടായ്മയാണ് ഇതിനു നേതൃത്വം നല്കിയത്. ഇവരിൽ നിന്നായിരുന്നു ഭാവി ടൂർ ഗൈഡുകളെയും മറ്റും വിഭാവനം ചെയ്തത്.

8) തദ്ദേശ സ്വയംഭരണ സ്ഥാപനങ്ങൾക്ക് നടത്തിപ്പിലും ആസൂത്രണത്തിലും പ്രാധാന്യം നല്കി. അവരെ അറിയിക്കാതെയും ബോദ്ധ്യപ്പെടുത്താതെയും ഒന്നും ചെയ്യാൻ പാടില്ല എന്നതാണ് എൽ ഡി എഫ് സർക്കാർ സ്വീകരിച്ച നയം.

9) സർക്കാർ, തദ്ദേശ സ്വയംഭരണ സ്ഥാപനങ്ങൾ, സഹകരണ സംഘങ്ങൾ തുടങ്ങിയവരുടെ പൊതു ഉടമസ്ഥതയിലുള്ള ഒരു പൊതുമേഖലാ സ്ഥാപനമായിരിക്കും പദ്ധതിയുടെ ഭരണനിർവ്വഹണവും തുടർനടത്തിപ്പുകളും നിർവ്വഹിക്കുക.

കേന്ദ്രസർക്കാർ 40 കോടിയിൽപ്പരം രൂപ പദ്ധതിക്ക് ധനസഹായം അനുവദിച്ചു. സംസ്ഥാന ബജറ്റിലും ഏതാണ്ട് അത്രതന്നെ തുകയും ഉൾക്കൊള്ളിച്ചു. പ്രാരംഭ പ്രവർത്തനങ്ങൾതന്നെ അന്തർദ്ദേശീയ ശ്രദ്ധയാകർഷിച്ചു. വിദേശ അംബാസഡർമാർ പലരും സന്ദർശനത്തിനെത്തി. യുനെസ്കോയുടെ ആഭിമുഖ്യത്തിൽ തല്പരരായ രാജ്യങ്ങളുടെ പ്രതിനിധികളുടെ യോഗം ഡൽഹിയിൽ നടന്നു. പ്രസിദ്ധമായ സിൽക്ക് റൂട്ടിന്റെ മാതൃകയിൽ ഒരു സ്പൈസസ് റൂട്ട് സ്ഥാപിക്കുന്നതിനുള്ള നിർദ്ദേശം യുനെസ്കോ മുന്നോട്ടുവെച്ചു. അതോടെ കൊടുങ്ങല്ലൂർ മാത്രമല്ല, കേരളത്തിലെ പൗരാണിക തുറമുഖങ്ങളുടെയെല്ലാം ഒരു ശൃംഖലയും അതിന്റെ തുടർച്ചയായി അറേബ്യൻ - ആഫ്രിക്കൻ - യൂറോപ്യൻ രാജ്യങ്ങളിലെ തുറമുഖങ്ങളുമായി ബന്ധപ്പെടുത്തിക്കൊണ്ടുള്ള ഒരു ടൂറിസം സർക്യൂട്ടിന്റെ സാദ്ധ്യതയും തെളിഞ്ഞു. കിഴക്കും പടിഞ്ഞാറും രാജ്യങ്ങളിൽ സാംസ്കാരിക - സാമ്പത്തിക വിനിമയങ്ങളുടെ സംയോജനകേന്ദ്രമായി മുസിരിസ് അംഗീകരിക്കപ്പെടുന്നതോടെ കേരളത്തിലെ ടൂറിസത്തിന്റെ മുഖച്ഛായ മാറും.

പരിപ്രേക്ഷ്യം 2030 ഈ മുൻകൈ കാണാതെപോയത് എന്തുകൊണ്ടെന്നറിയില്ല. മുസിരിസ് മാതൃകയിൽ തലശ്ശേരി പൈതൃക സംരക്ഷണ പദ്ധതിക്ക് തുടക്കം കുറിച്ചു. ആലപ്പുഴയ്ക്ക് ഒരു മാസ്റ്റർ പ്ലാൻ ഉണ്ടാക്കാനുള്ള പഠനത്തിനു തുടക്കം കുറിച്ചു. എന്നാൽ യു ഡി എഫ് ഭരണം തികച്ചും നിഷേധാത്മകമായ സമീപനമാണ് കൈക്കൊണ്ടത്. ഈ പദ്ധതികളെല്ലാം പരമ്പരാഗത ചാലുകളിലേക്ക് വഴുതി വീഴുകയാണ്. മുസിരിസ് പ്രോജക്ടിന്റെ ഭാഗമായി ആരംഭിച്ച കൊച്ചി - മുസിരിസ് ബിനാലെയുടെ അനിശ്ചിതാവസ്ഥയും മറ്റൊരു ചൂണ്ടുപലകയാണ്. ടൂറിസം വികസനത്തിൽ അന്തർദ്ദേശീയ സംഗീതോത്സവത്തിന്റെ പ്രാധാന്യം എടുത്തു പറയുന്ന രേഖ എന്തുകൊണ്ടാണ് ബിനാലെയെ തമസ്കരിച്ചത്?

ഉത്തരവാദിത്വ ടൂറിസം

ഉത്തരവാദിത്വ ടൂറിസം സമീപനത്തിന് നല്ലൊരുദാഹരണമാണ് മുസിരിസ് പൈതൃക പദ്ധതി. 2007 മുതൽ കേരളത്തിൽ സജീവ ചർച്ചയ്ക്കു വിധേയമായ നയമാണിത്. കേരളംപോലെ ജനനിബിഡവും പാരിസ്ഥിതികലോലവും സാംസ്കാരികത്തനിമയും പുരോഗമനവീക്ഷണവും ഉള്ളതുമായ സംസ്ഥാനത്ത് ടൂറിസത്തിന്റെ വളർച്ച ഒട്ടേറെ എതിർപ്പുകൾ സൃഷ്ടിക്കും. ഈ വിമർശനങ്ങളെ മുഖവിലയ്ക്കെടുത്തതിന്റെ ഫലമായാണ് ഉത്തരവാദിത്വ ടൂറിസം എന്ന നയസമീപനം ഉരുത്തിരിഞ്ഞത്. കോവളത്തിന്റെ അനുഭവത്തിൽനിന്ന് നാം പാഠം പഠിക്കേണ്ടിയിരിക്കുന്നു.

മുഖ്യമായും മൂന്നു ഘടകങ്ങൾ ഉത്തരവാദിത്വ ടൂറിസത്തിലുണ്ട്. (1) സാമ്പത്തിക ഉത്തരവാദിത്വം: ടൂറിസം വരുമാനത്തിന്റെ മുഖ്യപങ്ക് പ്രദേശവാസികൾക്കു ലഭ്യമാക്കേണ്ടതാണ്. (2) സാമൂഹിക ഉത്തരവാദിത്വം: പ്രദേശത്തിന്റെ കലാസാംസ്കാരിക പൈതൃകം സംരക്ഷിക്കപ്പെടണം. ഇവയെ ബഹുമാനിക്കാനും പ്രാദേശിക സമൂഹത്തിന്റെ ജീവിതരീതികൾക്കു മേൽ ആഘാതമേല്പിക്കാതെ മുന്നോട്ടു പോകാനും ടൂറിസം വ്യവസായത്തിനു ബാദ്ധ്യതയുണ്ട്. (3) പ്രദേശത്തിന്റെ പരിസ്ഥിതി സംരക്ഷിക്കപ്പെടണം. പ്രതികൂല ആഘാതങ്ങൾ പരമാവധി ലഘൂകരിക്കപ്പെടണം.

ചുരുക്കത്തിൽ, "ഒരു പ്രദേശത്തെ ആ നാട്ടിലെ ജനങ്ങൾക്കു നന്നായി ജീവിക്കാൻ കഴിയുന്ന ഒന്നായി നിലനിർത്തിക്കൊണ്ടുതന്നെ ആ പ്രദേശത്ത് ഏറ്റവുമധികം സഞ്ചാരികൾക്ക് എത്താനും ജീവിക്കാനും ആസ്വദിക്കാനും കഴിയുന്ന ടൂറിസം കേന്ദ്രമാക്കി മാറ്റുക എന്നതാണ് ഉത്തരവാദിത്വ ടൂറിസത്തിന്റെ കാഴ്ചപ്പാട്. ടൂറിസം വികസനം തദ്ദേശീയ ഗ്രാമീണ വികസനത്തിനും ദാരിദ്ര്യനിർമ്മാർജ്ജന പ്രവർത്തനങ്ങൾക്കും സ്ത്രീ ശാക്തീകരണ പ്രവർത്തനങ്ങൾക്കുമുള്ള പ്രധാന ഉപാധിയായി സ്വീകരിച്ചുകൊണ്ട് പ്രാദേശിക സുസ്ഥിരവികസനത്തിന് ഉപയുക്തമാക്കുക എന്ന വിശാലമായ കാഴ്ചപ്പാടാണ് കേരളത്തിലെ ഉത്തരവാദിത്വ ടൂറിസം മുന്നോട്ടുവെക്കുന്നത്. (ഡോ. ബി വിജയകുമാർ, കെ രൂപേഷ് കുമാർ).

ഉത്തരവാദിത്വ ടൂറിസം നയത്തിൽ സുപ്രധാന പരീക്ഷണമാണ് കുമരകത്തു നടന്നത്. 2007 ൽ അവിടെ പഞ്ചായത്തും ടൂറിസം വകുപ്പും സംയുക്തമായി നടത്തിയ സെമിനാർ കേരളത്തിലെ ഉത്തരവാദിത്വ ടൂറിസം നയം രൂപീകരിക്കുന്നതിൽ സുപ്രധാന കാൽവെപ്പായിരുന്നു. ലോകശ്രദ്ധ നേടിയ ഈ പരീക്ഷണത്തിന്റെ വിശദാംശങ്ങളിലേക്ക് വിസ്തരഭയത്താൽ കടക്കുന്നില്ല. ഒന്നിലേറെ തവണ കേന്ദ്രസർക്കാരിന്റെ അവാർഡ് ഈ പരീക്ഷണം കുമരകത്തിനു നേടിക്കൊടുത്തു. പക്ഷേ, പരിപ്രേക്ഷ്യം 2030 കേരളത്തിന്റെ ഉത്തരവാദിത്വ ടൂറിസം നയം ആനുഷംഗികമായി പരാമർശിക്കുക മാത്രമേ ചെയ്യുന്നുള്ളൂ.

2020 ആകുമ്പോഴേക്കും 58 ലക്ഷം വിദേശികളെയും 3.2 കോടി അന്യസംസ്ഥാനക്കാരെയും കേരളത്തിലേക്ക് ആകർഷിക്കുന്നതിനുള്ള വികസനതന്ത്രത്തിന്റെ ആറു തൂണുകളുടെ വിവരണത്തിലേക്കാണ് രേഖ പോകുന്നത്. ഇവയിൽ ഉല്പന്ന വൈവിദ്ധ്യവല്ക്കരണ നിർദ്ദേശങ്ങളെക്കുറിച്ച് പറഞ്ഞു കഴിഞ്ഞു. രണ്ടാമത്തെ തൂണ് വിപണനമാണ്. ഇത് മുഴുവൻ വിവരസംവേദന സാങ്കേതിക വിദ്യ ഉപയോഗപ്പെടുത്തുന്നതു സംബന്ധിച്ച നിർദ്ദേശങ്ങളാണ്. മൂന്നാമത്തെ തൂണ്, പശ്ചാത്തല സൗകര്യങ്ങൾ സംബന്ധിച്ചുള്ളതാണ്. മൂർത്തമായ ഒരു നിർദ്ദേശവും ഇക്കാര്യത്തിൽ ഇല്ല. ഇതിനാവശ്യമായ മുതൽമുടക്കു സംബന്ധിച്ച് യാതൊരു വിശകലനവുമില്ല. നാലാം തൂണ്, ഇ–ഇയർ ചേർക്കൽ സംബന്ധിച്ചാണ്. വിപണനം സംബന്ധിച്ച് പറഞ്ഞതിന്റെ ഒരാവർത്തനം മാത്രമാണത്. അഞ്ചാം തൂണ് പരിസ്ഥിതി സംരക്ഷണമാണ്. ആറാം തൂണ് സാമൂഹ്യ പ്രശ്നങ്ങളാണ്. ഇവിടെയാണ് ഉത്തരവാദിത്വ ടൂറിസത്തെക്കുറിച്ചുള്ള ഒരു ആനുഷംഗിക പരാമർശമുള്ളത്. ഇത്തരം പൊതുപ്രസ്താവനകൾ നമ്മെ ലക്ഷ്യത്തിലെത്തിക്കുകയില്ല.

11

വഴിതെറ്റിയ ഐ ടി വിപ്ലവം

ലൈബ്രറികൾ പരിഷ്കൃത സമൂഹങ്ങളുടെ മുഖമുദ്രയാണ്. കേരളത്തിലുടനീളം ലൈബ്രറികളുടെ ഒരു ശൃംഖല ആരംഭിക്കുന്നതിന് ശുപാർശ ചെയ്യുന്നു. ദീർഘവീക്ഷണത്തോടെ കേരളം ഡിജിറ്റൽ ലൈബ്രറിയെക്കുറിച്ച് ചിന്തിക്കണം. പാശ്ചാത്യ അനുഭവത്തിൽ ലൈബ്രറികൾ പഠിപ്പിക്കലിനുള്ള നല്ല വേദിയാണെന്ന് തെളിഞ്ഞിട്ടുണ്ട്. പല വികസ്വര രാജ്യങ്ങളിലും സ്ത്രീകൾക്ക് വിവരവിനിമയ സാങ്കേതികവിദ്യയിൽ ലൈബ്രറികളിലൂടെ പരിശീലനം നല്കുന്നുണ്ടെന്ന് താഴെ ബോക്സിൽ കൊടുത്തിരിക്കുന്ന കേസ് പഠനങ്ങൾ കാണിക്കുന്നു. (പരിപ്രേക്ഷ്യം 2030, അദ്ധ്യായം 12, പേജ് 485).

കൊല്ലക്കടയിൽ സൂചി വില്ക്കുന്നതുപോലുണ്ട്, ഗ്രന്ഥശാലാ സംഘത്തിന്റെ നാടായ കേരളത്തിൽ ലൈബ്രറി ശൃംഖല ആരംഭിക്കണമെന്ന പരിപ്രേക്ഷ്യം 2030 ന്റെ ശുപാർശ. കേരളത്തിൽ ഗണ്യമായ ഭാഗം ലൈബ്രറികളിലും ഇപ്പോൾ കമ്പ്യൂട്ടറുണ്ട്. ചിലയിടങ്ങളിൽ കമ്പ്യൂട്ടർ പരിശീലനവും നല്കുന്നുണ്ട്. ഇതൊന്നുമറിയാത്ത പരിപ്രേക്ഷ്യം ഗവേഷകർക്ക് ഏതെല്ലാം രാജ്യത്ത് മാതൃകകൾക്കു വേണ്ടി പരതേണ്ടി വന്നു എന്നു നോക്കൂ.

ഘാനയിലെ നോർത്തേൺ റീജണൽ ലൈബ്രറിയിൽ ഒരു ഫലപ്രദമായ പരിശീലന പരിപാടിയുണ്ട്, കൊളംബിയയിലെ ബൊഗോട്ടയിൽ ഒരു ലൈബ്രറി 5 – 18 വയസ്സു പ്രായത്തിലുള്ള പെൺകുട്ടികൾക്ക് പുസ്തകങ്ങളും കമ്പ്യൂട്ടർ പരിശീലനവും നല്കുന്നു. ഉക്രയിനിലെ ഒരു പട്ടണത്തിൽ പെൺകുട്ടികളെ മയക്കുമരുന്നുകളിൽനിന്നു രക്ഷിക്കാനുള്ള കാമ്പയിന്റെ ഭാഗമായി ഒരു ലൈബ്രറിയിൽ കമ്പ്യൂട്ടർ പരിശീലനം

നല്കുന്നുണ്ട്. ഹോണ്ടുറാസിലെ ഒരു ലൈബ്രറി, സ്ത്രീകൾക്ക് വിജയകരമായി കമ്പ്യൂട്ടർ പരിശീലനം നല്കുകയും പരിശീലനം ലഭിച്ച സ്ത്രീകളിൽ പലരും ഈ പരിശീലന പരിപാടിയിൽ പിന്നീട് സന്നദ്ധ പ്രവർത്തകരാവുകയും ചെയ്തുവത്രേ. ഉഗാണ്ടയിലെ ദേശീയ ലൈബ്രറി കർഷകസ്ത്രീകൾക്ക് കമ്പ്യൂട്ടർ സാക്ഷരത നല്കുന്നതിന് ഒരു പരിപാടി ആവിഷ്കരിച്ചിട്ടുണ്ടത്രേ! ഇങ്ങനെ പോകുന്നു, പരിപ്രേക്ഷ്യം 2030ൽ കേരളത്തിനായി നിർദ്ദേശിക്കപ്പെടുന്ന ഡിജിറ്റൽ ലൈബ്രറി മാതൃകകൾ!

സ്ഥൂലമായ വിവരണം

കേരളത്തിലെ ലൈബ്രറി പ്രസ്ഥാനത്തെക്കുറിച്ചുള്ള അജ്ഞത ഞെട്ടിപ്പിക്കുന്നതാണെങ്കിലും കേരളം ടെലികോം വികസനത്തിലും വിവരസാങ്കേതിക വികാസത്തിലും വിന്യാസത്തിലും ഇന്ന് എവിടെ എത്തിനില്ക്കുന്നു എന്നതു സംബന്ധിച്ച വളരെ ദീർഘവും വിശദവുമായ പ്രതിപാദനത്തോടെയാണ് പരിപ്രേക്ഷ്യം 2030 ന്റെ ഐ ടി അദ്ധ്യായം ആരംഭിക്കുന്നത്. 40 പേജുള്ള അദ്ധ്യായത്തിന്റെ 28 പേജും ഈ വിവരണ മാണ്. ഇന്ത്യയിലെ ശരാശരിയോടു മാത്രമല്ല, മറ്റ് ഓരോ സംസ്ഥാന ത്തോടും മറ്റു രാജ്യങ്ങളോടും താരതമ്യപ്പെടുത്തി ടെലിഫോൺ സാന്ദ്രത, നഗരഗ്രാമ അന്തരക്കുറവ്, വയർലെസ് സാന്ദ്രത, ഇന്റർനെറ്റ് ലഭ്യത, കമ്പ്യൂട്ടർ ലഭ്യത തുടങ്ങിയ പലതിലും കേരളം മുമ്പിലാണെന്ന് സ്ഥാപി ക്കുന്നുണ്ട്. പെട്ടെന്ന് കാര്യങ്ങൾ ഗ്രഹിക്കാൻ ഗ്രാഫുകളും നല്കുന്നുണ്ട്. എന്തിനാണ് ഇത്രയധികം സൂക്ഷ്മവിവരം എന്നതു ചോദിക്കരുത്. കുട്ടികൾ ടേം പേപ്പറുകൾ തയ്യാറാക്കുമ്പോൾ പ്രബന്ധത്തിന്റെ വലിപ്പം കൂട്ടാൻ ഇങ്ങനെ എഴുതിപ്പൊലിപ്പിക്കാറുണ്ട്. ഇതിനെയാണ് പാഡിങ് എന്നു പറയുന്നത്. അതുതന്നെയാണ് ഇവിടെ പരിപ്രേക്ഷ്യക്കാർ സ്വീകരിച്ചിരിക്കുന്ന അടവും. എന്നാൽ പ്രസക്തമായ ചോദ്യം പൂർണ്ണമായും അവഗണിച്ചു. ഇത്രയേറെ അനുകൂല പശ്ചാത്തലമു ണ്ടായിട്ടും എന്തുകൊണ്ട് കേരളത്തിന്റെ ഐ ടി വികസനം വഴിതെറ്റിയെ ന്നതിനെക്കുറിച്ച് ആഴത്തിലുള്ള ഒരു വിശകലനവുമില്ല. ചില ഉദാഹരണ ങ്ങൾ നല്കാം.

സംഭവങ്ങൾ, പാളിച്ചകൾ

കേരളമായിരുന്നു ഐ ടി ഹാർഡ് വെയർ നിർമ്മാണത്തിന് ഇന്ത്യയിൽ തുടക്കം കുറിച്ച സംസ്ഥാനങ്ങളിലൊന്ന്. എഴുപതുകളുടെ ഉത്തരാർദ്ധത്തിൽ കെൽട്രോൺ സ്ഥാപിതമായപ്പോൾ കേരളം ഇലക്ട്രോണിക്സ് രംഗത്ത് വൻകുതിപ്പിന്റെ വക്കിലാണെന്ന് അവരും കരുതി. എന്നാലിന്ന് കെൽട്രോൺ ഒരു പീഡിത വ്യവസായമായി. പല യൂണിറ്റുകളും പൂട്ടേണ്ടി വന്നു. കെൽട്രോൺ മാതൃകയിൽ പുതിയ മറ്റു സംരംഭങ്ങൾ ഉണ്ടായതുമില്ല. എന്തുകൊണ്ട്?

(എ) ഇലക്ട്രോണിക് സിസ്റ്റം ഡിസൈൻ ആൻഡ് മാനുഫാക്ചറിന്റെ ആഗോളകേന്ദ്രമായി ഇന്ത്യയെ മാറ്റണമെന്ന് 2011 ലെ ഇലക്ട്രോണിക് നയത്തിൽ കേന്ദ്രസർക്കാർ ലക്ഷ്യമിടുന്നുണ്ട്. കൊച്ചി കയറ്റുമതി വികസനമേഖലയെ വിപുലീകരിച്ചുകൊണ്ടും മൈക്രോ ഇലക്ട്രോണിക്സ്, നാനോ ഇലക്ട്രോണിക്സ്, ബയോ ഇലക്ട്രോണിക്സ് ഹാർഡ്വെയർ മേഖലകളിൽ ദേശീയ നയത്തെ അടിസ്ഥാനമാക്കിയുള്ള ഇടപെടലിനുള്ള സാദ്ധ്യതകൾ കേരളം ആരായേണ്ടതുണ്ട്. പക്ഷേ, ഇതിനുള്ള ഒരു തന്ത്രവും പരിപ്രേക്ഷ്യം 2030 മുന്നോട്ടുവെക്കുന്നില്ല.

(ബി) ഐ ടി വ്യവസായങ്ങളെ പ്രോത്സാഹിപ്പിക്കുന്നതിനായി ടെക്നോപാർക്കുകൾ ആരംഭിക്കുന്നതിനു തുടക്കമിട്ടതും കേരളമായിരുന്നു. തിരുവനന്തപുരത്തെ ടെക്നോപാർക്ക് ഈയിനത്തിലെ രാജ്യത്തെത്തന്നെ ആദ്യകാല സംരംഭമായിരുന്നു. കഴിഞ്ഞ മൂന്നു ദശകം കൊണ്ട് വലിയതോതിൽ പൊതുനിക്ഷേപം നടത്തുകയും പാർക്കു മേഖല വിപുലീകരിക്കപ്പെടുകയും ചെയ്തു. കൊച്ചിയിൽ ഇൻഫോ പാർക്ക് സ്ഥാപിച്ചു. ഇവയുടെയും ജില്ലാതല പാർക്കുകളുടെയും ടെക്നോ ലോഡ്ജുകളുടെയും ഐ ടി വ്യവസായ വികസനത്തിനായി ഏറ്റെടുത്തിരിക്കുന്ന സ്ഥലത്തിന്റെയും വിശദവിവരങ്ങൾ രേഖ നല്കുന്നുണ്ട്. എന്നാൽ ഈ ഇടപെടലുകൾ ഫലപ്രാപ്തിയിലെത്തിയില്ല എന്നാണ് കണക്കുകൾ കാണിക്കുന്നത്. ആകെ തൊഴിലുകൾ ഒരു ലക്ഷത്തിൽപ്പരം മാത്രം. സംസ്ഥാന ആഭ്യന്തര ഉല്പാദനത്തിൽ ഐ ടിയുടെ പങ്ക് ഒരു ശതമാനത്തിൽ താഴെ. രാജ്യത്തെ മൊത്തം ഐ ടി കയറ്റുമതി വരുമാനത്തിൽ ഐ ടിയുടെ പങ്കും ഒരു ശതമാനത്തിൽ താഴെ മാത്രം. അതാകട്ടെ, ആന്ധ്രയുടേതിന്റെയും തമിഴ്നാട്ടിന്റെയും പതിനാലിലൊന്നും മഹാരാഷ്ട്രയുടെ ഇരുപത്തിനാലിലൊന്നും കർണ്ണാടകത്തിന്റെ മുപ്പത്തിനാലിലൊന്നുമാണ്. അതുതന്നെ ഇക്കഴിഞ്ഞ എൽ ഡി എഫ് സർക്കാരിന്റെ കാലത്തുണ്ടായ പത്തുമടങ്ങു വർദ്ധന കൂടി കണക്കിലെടുത്തിട്ടാണെന്ന് ഓർക്കണം. എന്തുകൊണ്ട് ഈ പിന്നാക്കാവസ്ഥ? മുതൽ മുടക്കിന് അനുസൃതമായ നേട്ടം എന്തുകൊണ്ട് ഉണ്ടായില്ല? മുതൽമുടക്കുതന്നെ അപര്യാപ്തമായതുകൊണ്ടാണോ? അതോ, ചരക്കുകളുടെ സ്വഭാവത്തിലും പ്രവർത്തനങ്ങളിലും കാതലായ മാറ്റം ഉണ്ടാകേണ്ടതുണ്ടോ?

പാർക്കുകളും സർവ്വകലാശാലകളും ഉന്നത വിദ്യാപീഠങ്ങളും തമ്മിൽ ഏകോപനമുണ്ടോ? എത്ര നൂതനത്വ സംരംഭങ്ങളെ പരിപോഷിപ്പിക്കാൻ പാർക്കുകൾക്കു കഴിഞ്ഞു? പാർക്കുകളിലെ സ്ഥാപനങ്ങളും കേരളത്തിലെ വ്യവസായമേഖലയും തമ്മിൽ പരസ്പരപൂരക ബന്ധങ്ങളുണ്ടോ? ടെക്നോപാർക്കിന് ഇടത്തരം -ചെറുകിട വ്യവസായശാലകളുടെ മേൽ ഗുണകരമായ സ്വാധീനം ചെലുത്താൻ കഴിഞ്ഞിട്ടില്ല എന്നു ചില പഠനങ്ങൾ ചൂണ്ടിക്കാണിച്ചിട്ടുണ്ട്. എന്തുകൊണ്ട് സ്മാർട്ട് സിറ്റിക്ക് ഇത്രയേറെ കാലതാമസമുണ്ടായി? ഇങ്ങനെയുള്ള അനേകം

ചോദ്യങ്ങൾക്ക് ഉത്തരം കണ്ടെത്തി മാത്രമേ ഇന്നത്തെ ദൗർബല്യങ്ങൾ മറികടന്ന് ഭാവി പാർക്കു വികസനതന്ത്രത്തിന് രൂപംനല്കാനാവൂ.

(സി) ഐ ടി വ്യവസായവും കയറ്റുമതിയും പോലെത്തന്നെ പ്രധാനമാണ് ഐ ടി അധിഷ്ഠിതമായ സേവനങ്ങളുടെ സൃഷ്ടിയും. ഒട്ടെല്ലാ ഇ–ഭരണ പദ്ധതികളും ഓൺലൈൻ സേവനപ്രധാന പദ്ധതികളും രേഖ പട്ടികപ്പെടുത്തുന്നുണ്ട്. എന്നാൽ സൃഷ്ടിക്കപ്പെട്ട പശ്ചാത്തല സൗകര്യം ഉപയോഗിച്ച് നടത്തപ്പെട്ട ഇ–ഇടപാടുകൾ മറ്റു സംസ്ഥാനങ്ങളെ അപേക്ഷിച്ച് വളരെ പുറകിലാണ്. ഇതു കാണിക്കുന്നത് നടപ്പാക്കപ്പെട്ട ഇ–ഭരണ പദ്ധതികളുടെ ഫലപ്രാപ്തിക്കുറവാണെന്നോ അവ പരാജയപ്പെട്ടുവെന്നോ ആണ്. ഐ ടി അറ്റ് സ്കൂൾ, സ്പാർക്ക് തുടങ്ങിയ പലതും ഫലപ്രാപ്തിയിലെത്തിയത് കാലാവധി കഴിഞ്ഞ് ഏറെ വർഷങ്ങൾക്കു ശേഷമാണ്. തദ്ദേശ സ്വയംഭരണ സ്ഥാപനങ്ങളുടെ അക്കൗണ്ടിങ് പതിനാലു വർഷമെടുത്തു. ഇ–ഭരണപദ്ധതികൾ ഭരണപരിഷ്കാരമോ പ്രക്രിയ പുനഃസൃഷ്ടിയോ ലക്ഷ്യംവെച്ചല്ല നടത്തപ്പെട്ടത് എന്ന് രേഖ നല്കുന്ന കണക്കുകളും വിവരങ്ങളും കാണിക്കുന്നു. നിലവിലുള്ള ഭരണവകുപ്പുകൾക്കും സാങ്കേതികമായി ഊന്നൽ നല്കിയാണ് പദ്ധതികൾ ആവിഷ്കരിക്കപ്പെട്ടത്. കേരളത്തിലെ ഇ–സാക്ഷരതയും കണക്ടിവിറ്റിയും ഇ–ഭരണത്തിന് അനുകൂലമായ അന്തരീക്ഷം സൃഷ്ടിക്കുന്നുണ്ട്. എന്നാൽ എന്തുകൊണ്ട് അമാന്തം എന്നതു സംബന്ധിച്ച് സ്വയംവിമർശനപരമായ പരിശോധനയില്ല.

(ഡി) 1998 ലെ ഐ ടി പോളിസി ഒരു നൂതന ജനകീയ പദ്ധതി ലക്ഷ്യമിട്ടു. കേന്ദ്രസർക്കാർ പോലും കേരളത്തിന്റെ നയത്തിൽനിന്നാണ് ബഹുജനസമീപനം ഏറ്റെടുത്തതെന്ന് അവകാശവാദമുണ്ട്. വിവിധ വിഭാഗങ്ങൾ തമ്മിലുള്ള ഡിജിറ്റൽ അകലം ഇല്ലാതാക്കുക, തൃണമൂലതലത്തിൽ ഐ ടി സേവനങ്ങൾ ലക്ഷ്യമാക്കുക, വിദ്യാഭ്യാസത്തിനും വികസനസംവേദനത്തിനും ആവശ്യമായി ഐ ടിയെ ഉപയോഗപ്പെടുത്തുക, മലയാളം കമ്പ്യൂട്ടിങ് കാര്യശേഷി സൃഷ്ടിക്കുക എന്നിങ്ങനെ നാലു ജനകീയ മുൻകൈകൾ ഈ നയത്തിലടങ്ങിയിരിക്കുന്നു. ഈ തന്ത്രത്തെ വിലയിരുത്തുന്നതിനും ഇതിലൂടെ കൈവരിച്ച എന്തെങ്കിലും നേട്ടങ്ങളുണ്ടെങ്കിൽ അവയെ ഉപയോഗപ്പെടുത്തുന്നതിനുമുള്ള യാതൊരു ശ്രമവും രേഖയിലില്ല.

(ഇ) നാസ്കോമിൽ ലിസ്റ്റു ചെയ്തിട്ടുള്ള 20 വൻകിട കമ്പനികൾ ഇപ്പോൾത്തന്നെ കേരളത്തിൽ പ്രവർത്തിക്കുന്നുണ്ട്. പക്ഷേ, എന്നിട്ടുമെന്തുകൊണ്ട് ഐ ടി കയറ്റുമതിയിൽ കേരളം പിന്നിൽക്കിടക്കുന്നു? കേരളത്തിലെ സോഫ്റ്റ്‌വെയർ വ്യവസായം നേരിടുന്ന പ്രതിസന്ധിയുടെ കാരണവും അതു മറികടക്കാനുള്ള തന്ത്രവും ആവിഷ്കരിക്കേണ്ടതുണ്ട്. അതുപോലെതന്നെ മറ്റു വ്യവസായമേഖലകളിലെ ഐ ടി വ്യാപനത്തിലും കേരളം പിന്നിലാണ്. ഇ– കൊമേഴ്സ് കേരളത്തിൽ വളർച്ച നേടിയിട്ടില്ല. കേരളത്തിന്റെ വികസന അനുഭവങ്ങളെക്കുറിച്ച് ഒട്ടേറെ

വസ്തുതകൾ രേഖ നിരത്തുന്നുണ്ട്. എന്നാൽ മേൽവിവരിച്ചതുപോലെ വൈപരീത്യങ്ങളെക്കുറിച്ച് വിശകലനങ്ങളോ നിഗമനങ്ങളോ ഇല്ല. അതിനു പകരം നേരിട്ട് പരിപ്രേക്ഷ്യം 2030 'മിഷൻ' പ്രഖ്യാപനത്തിലേക്കും 'വിഷൻ' ചിത്രീകരണത്തിലേക്കും പുതിയ വികസന തന്ത്രത്തിന്റെ രൂപീകരണത്തിലേക്കും നീങ്ങുന്നു. ഈ വികസനതന്ത്രത്തിന് 'ഏഴു തൂണുകൾ' ഉണ്ട്. അവയിലൂടെ ഹ്രസ്വമായി കണ്ണോടിക്കാം.

തന്ത്രപ്രധാനമായ ഏഴു തൂണുകൾ

1. സാങ്കേതികവിദ്യ: ഗവേഷണത്തിനുള്ള ലോകോത്തര സൗകര്യങ്ങൾക്കൊപ്പം വാണിജ്യമൂല്യമുള്ള ഗവേഷണങ്ങൾക്കും ഊന്നൽ നല്കണം. ഇതിനു സമയമെടുക്കും. അതുകൊണ്ട് സാങ്കേതികവിദ്യ ലഭ്യമാക്കുന്നതിന് ലോകമാകെ നടക്കുന്ന വിവരങ്ങളുടെ റെപ്പോസിറ്ററി സ്ഥാപിക്കണമെന്നാണ് നിർദ്ദേശം. നാം നേടേണ്ട സാങ്കേതികവിദ്യ ക്ലൗഡ് കമ്പ്യൂട്ടിങ്ങും മിഷൻ ടു മിഷൻ കമ്പ്യൂട്ടിങ്ങും ആണെന്നും മറ്റുമുള്ള പ്രസ്താവനകളും രേഖയിലുണ്ട്.

മേല്പറഞ്ഞവ വെബ് ടെക്നോളജിയുടെ ഉപഘടകങ്ങളായി വരുന്ന വിവര കൈകാര്യസാദ്ധ്യതകൾ മാത്രമാണെന്ന ലളിതമായ സാങ്കേതിക വിവരംപോലും ഇല്ലാതെയാണ് വിവര സാങ്കേതിക പരിപ്രേക്ഷ്യം തയ്യാറാക്കപ്പെട്ടിരിക്കുന്നത് എന്നാണ് കേരള ശാസ്ത്രസാഹിത്യ പരിഷത്ത് സംഘടിപ്പിച്ച വികസനസംഗമത്തിൽ ജോസഫ് മാത്യു (വിജ്ഞാന ജനാധിപത്യ സഖ്യം) അവതരിപ്പിച്ച രേഖയിൽ ചൂണ്ടിക്കാണിച്ച ഒരു കാര്യം.

2. ഇ–ഭരണ മുൻകൈകൾ: കൊറിയയാണ് ഇക്കാര്യത്തിൽ കേരളത്തിന് മാതൃകയായി ചൂണ്ടിക്കാണിക്കപ്പെടുന്നത്. ഇതുവരെയുള്ള നടപടികളുടെ മൂർത്തമായ വിലയിരുത്തലില്ലാതെ യു എൻ ഇ–ഭരണ സൂചികയെക്കുറിച്ചും മറ്റും വിവരിക്കുന്നു.

3. ഇ – തയ്യാറിപ്പ്: കേരളം ഇ–തയ്യാറിപ്പ് കൈവരിച്ചുകഴിഞ്ഞു. ഇനി ഗുണനിലവാരം ഉയർത്തുകയാണ് വേണ്ടത്. അമേരിക്കയിലെ മെരിലാന്റിലെ വിദ്യാർത്ഥികളുടെ ഇ–സാക്ഷരത അളക്കുന്നതിനായി ഉപയോഗിക്കുന്ന മാനദണ്ഡങ്ങളുടെ വിശദമായ പട്ടികയും നല്കുന്നുണ്ട്. പക്ഷേ, ഗുണനിലവാരമുയർത്താനുള്ള ഒരു കൃത്യമായ പരിപാടി മുന്നോട്ടുവെക്കുന്നില്ല.

4. ഐ ടി വ്യവസായത്തെ വളർത്തുക: പുതിയ പാർക്കുകൾ സംബന്ധിച്ചുള്ള നിർദ്ദേശങ്ങളെയും വ്യവസായ പ്രോത്സാഹനങ്ങളെയും കുറിച്ച് ഇവിടെ ചർച്ച ചെയ്യുന്നുണ്ടെന്ന് കരുതുന്നവർക്കു തെറ്റി. ആഗോള നഗരങ്ങളുമായി വിദ്യാഭ്യാസത്തെ ബന്ധപ്പെടുത്തിയുള്ള വ്യവസായ വളർച്ചയാണ് ആകെയുള്ള സ്വപ്നം. ഇതിന് മാതൃകയായി ഉയർത്തിപ്പിടിക്കുന്നത് മിച്ചിഗൺ സർവ്വകലാശാലാ പ്രാന്തത്തിലുള്ള ആൻ ആർഡർ എന്ന ഐ ടി പട്ടണമാണ്. പിന്നെ പുതു നൂതനത്വസംരംഭ

ങ്ങളെ പ്രോത്സാഹിപ്പിക്കുന്നതിന് "സ്മാർട്ട് ബിസിനസ് സ്കൂളുകൾ" ആരംഭിക്കാനുള്ള നിർദ്ദേശവും. അതോടെ ഐ ടി വ്യവസായ തൂണിന്റെ പണി തീർന്നു.

5. സമ്പദ്ഘടനയിലുടനീളം ഉള്ളടക്കത്തിൽ ഐ ടി സന്നിവേശിപ്പിക്കുക: ഇതിന് ഏറ്റവും നല്ലത് കയറ്റുമതി മേഖലയിൽ ആദ്യം ഊന്നുകയാണ്. അതുപോലെ ട്രാൻസ്പോർട്ട് – ലോജിസ്റ്റിക്സ് വ്യവസായവും ഇതിന് ഇപ്പോൾത്തന്നെ പര്യാപ്തമാണ്. തായ്വാൻ പോലുള്ള രാജ്യങ്ങളിൽ കാർഷികോല്പന്നങ്ങളുടെ വിപണനത്തിന് ഉപയോഗിക്കുന്ന വെബ്സൈറ്റുകളെ പരിചയപ്പെടുത്തുന്നതോടെ മറ്റൊരു തൂണിന്റെ പണി കൂടി തീർന്നു.

6. ഇ– ഉൾച്ചേർക്കൽ : ഇതുവരെ ഈ മേഖലയിൽ ചെയ്ത നല്ല പ്രവർത്തനം തുടരുകയേ വേണ്ടൂ. ഗ്രാമീണ കോൾ സെന്ററുകളാണ് പ്രധാന നിർദ്ദേശം. അക്ഷയ ഇതിൽപ്പെടുമോ എന്നറിയില്ല. ഏതായാലും കുടുംബശ്രീ ഐ ടി പ്രവർത്തനങ്ങൾ വിപുലീകരിക്കേണ്ടതുണ്ട്. തുടർന്നാണ് കേരളത്തിൽ ലൈബ്രറി ശൃംഖല സ്ഥാപിക്കാനുള്ള നിർദ്ദേശം മുന്നോട്ടുവെക്കുന്നത്.

7. പരിസ്ഥിതി: പാർക്കുകൾ പോരാ, ഹരിത നഗരങ്ങൾ തന്നെ ഐ ടിക്കു വേണം. പിന്നെ ഇ–മാലിന്യങ്ങൾ സംസ്കരിക്കാൻ നയം വേണം.

ഈ വികസനതന്ത്രം നടപ്പാക്കുന്നതിന് ആവശ്യമായ നിയമനിർമ്മാണം, വിവരസംഭരണ നയം, സ്വകാര്യതാ നിയമം, സൈബർ സുരക്ഷാ നിയമം തുടങ്ങിയവ അത്യന്താപേക്ഷിതമാണ്. വേണ്ടുന്ന ഭരണസംവിധാനങ്ങളുടെ അപര്യാപ്തതയൊന്നും പരിപ്രേക്ഷ്യക്കാരെ അലട്ടുന്നില്ല. അതുകൊണ്ട് മോണിട്ടറിങ്ങിനുള്ള മാനദണ്ഡങ്ങളിലേക്ക് രേഖ നീങ്ങുന്നു. 15 മാനദണ്ഡങ്ങളുടെ ഒരു സമഗ്ര സൂചികയാണ് നിർദ്ദേശം.

ഇത്രയൊക്കെയായാൽ കേരളം 2030 ൽ എവിടെയെത്തുമെന്നാണ് രേഖ പറയുന്നത്? 100 ശതമാനം ഇ– സാക്ഷരത കൈവരിക്കും; 100 ശതമാനം ഡിജിറ്റൽ ആകും; സമ്പദ്ഘടനയുടെ ഉല്പാദനക്ഷമതയെ ഐ ടി ഉയർത്തും; രാജ്യത്തെ ഐ ടിയുടെ 5 ശതമാനം കേരളത്തിൽ നിന്നായിരിക്കും; ആഗോള മത്സരക്ഷമത നേടും; ത്രസിക്കുന്ന വിവരവിനിമയ മേഖലയുടെ സഹായത്തോടെ കേരളം നോർഡിക് രാജ്യങ്ങൾക്കൊപ്പം വിജ്ഞാന സമൂഹമായി മാറും.

രേഖയ്ക്ക് എന്തു കുറവുണ്ടെങ്കിലും ഭാവനാസമ്പന്നം തന്നെ!

12

വാചകമടിയിൽ ഒതുങ്ങുന്ന വൈദ്യുതി ആസൂത്രണം

രണ്ടായിരത്തി മുപ്പത് ആകുമ്പോഴേക്കും കേരളം ആഗോള ഇടത്തര വരുമാന രാജ്യത്തിന്റെ നിലവാരത്തിലേക്ക് ഉയർത്തുവാനാണല്ലോ പരിപ്രേക്ഷ്യം 2030 ലക്ഷ്യമിടുന്നത്. 7.5% എങ്കിലും വേഗതയിൽ തുടർച്ച യായി സാമ്പത്തിക വളർച്ച കൈവരിച്ചേ പറ്റൂ. ഇതിന് എത്ര വൈദ്യുതി ഭാവിയിൽ വേണ്ടി വരും? ഇന്ന് കേരളത്തിന്റെ പ്രതിശീർഷ വൈദ്യുതി ഉപഭോഗം 567 kwh ആണ്. ദേശീയ ശരാശരിയാവട്ടെ 818 kwh ആണ്. താരതമ്യേന നല്ല വേഗതയിൽ ഉയരുന്ന സമ്പദ്ഘടനകളായ ബ്രസീ ലിലെ പ്രതിശീർഷ ഉപഭോഗം 2206 kwh ഉം മെക്സിക്കോവിലേത് 1943 ഉം ചൈനയിലേത് 2631 ഉം ആണ്. അവരുടെ ഒപ്പമെത്തണമെങ്കിൽ നമ്മുടെ വൈദ്യുതി ഉല്പാദനവും ഉപഭോഗവും ഇന്നത്തെ നിലയിൽ നിന്ന് എത്രയോ ഉയരണം. പക്ഷേ, പരിപ്രേക്ഷ്യ രേഖയിലെ ഭാവി വൈ ദ്യുതി ആവശ്യത്തിന്റെ കണക്കുകൾ ഇത് തീരെ പ്രതിഫലിപ്പിക്കുന്നില്ല.

18-ാമത് ഇലക്ട്രിക്കൽ പവർ സർവ്വേ പ്രകാരം കേരളത്തിലെ വൈദ്യുതി ഉപഭോഗം 2011-12 ൽ 1598 കോടി യൂണിറ്റായിരിക്കുന്നത് 2020-21 ൽ 2976 കോടി യൂണിറ്റ് ആയും 2026-27 ൽ 3953 കോടി യൂണിറ്റ് ആയും 2031-32 ൽ 5250 കോടി യൂണിറ്റ് ആയും വർദ്ധിക്കും. ഇത് മുഖ്യ മായും കഴിഞ്ഞകാല ഉപഭോഗ വളർച്ചയുടെ തോത് ഭാവിയിലും തുടരും എന്ന അനുമാനത്തിനടിസ്ഥാനത്തിൽ ഉള്ള കണക്കുകൂട്ടലാണ്. എന്നാൽ പരിപ്രേക്ഷ്യ രേഖയിലെ കാഴ്ചപ്പാടിനനുസൃതമായി സമ്പദ്ഘടനയിൽ മാറ്റങ്ങളും വളർച്ചയും ഉണ്ടായാൽ വൈദ്യുതി ഉപഭോഗം എത്രയായി രിക്കും എന്ന് കണക്കുകൂട്ടിയിട്ടുണ്ട്. അതുപ്രകാരം 2021-22 ൽ 3230 കോടി യൂണിറ്റും 2026-27 ൽ 4413 കോടി യൂണിറ്റും 2029-30 ൽ 5253 കോടി യൂണിറ്റും ആണ്. ഇന്ത്യാ സർക്കാറിന്റെ പവർ സർവ്വേ

പരിപ്രേക്ഷ്യ രേഖയിലെ വമ്പൻ മാറ്റങ്ങളൊന്നും കണക്കിലെടുക്കുന്നില്ല. പക്ഷേ, രണ്ട് കണക്കുകൂട്ടലുകളും തമ്മിൽ വലിയ വ്യത്യാസമില്ല. ഇതാണ് ഞങ്ങളുടെ ആദ്യ വിമർശനം.

വൈദ്യുതി ലഭ്യത

വൈദ്യുതിയുടെ ആവശ്യം സംബന്ധിച്ച് സ്വതന്ത്രമായ ഒരു കണക്കുകൂട്ടലെങ്കിലും നടത്താൻ പരിപ്രേക്ഷ്യ രേഖ പരിശ്രമിക്കുന്നുണ്ട് എന്നു വേണമെങ്കിൽ പറയാം. എന്നാൽ വൈദ്യുതിയുടെ ഭാവി ലഭ്യത സംബന്ധിച്ച് അതുപോലുമില്ല. ഭാവി പദ്ധതികൾ സംബന്ധിച്ച് വൈദ്യുതി ബോർഡിന്റെ പ്രതീക്ഷകൾ അതേപടി എടുത്ത് ലഭ്യതയായി കണക്കുകൂട്ടിയിരിക്കുകയാണ്. ഭാവി വൈദ്യുതിയിൽ മുഖ്യ പങ്ക് നാല് പ്രധാന ഗ്യാസ്-നാച്ചുറൽ ഗ്യാസ്- പ്രകൃതി ഗ്യാസ് പദ്ധതികളിൽനിന്ന് ലഭിക്കും എന്നാണ് കണക്കുകൂട്ടിയിരിക്കുന്നത്. 5376 മെഗാവാട്ട് സ്ഥാപിതശേഷിയുള്ള ഈ പദ്ധതികളിൽനിന്ന് 2026 ൽ 2888 കോടി യൂണിറ്റും 2031 ൽ 3623 കോടി യൂണിറ്റും ലഭിക്കുമെന്നാണ് കണക്കാക്കുന്നത്. ഇന്ന് കേരളത്തിലെ വാതക വൈദ്യുതി സ്ഥാപിതശേഷി 2000 മെഗാവാട്ടും ഉല്പാദനം 800 കോടി യൂണിറ്റുമാണ് എന്നതോർക്കണം. പരിപ്രേക്ഷ്യ രേഖ തന്നെ ആമുഖമായി പ്രകൃതിവാതക ലഭ്യതയുടെയും വിലയുടെയും അനിശ്ചിതത്വത്തിന്റെ പശ്ചാത്തലത്തിൽ വാതകതാപനിലയങ്ങൾ സ്ഥാപിക്കുന്നതിന് ജാഗ്രതപ്പെടുത്തുന്നുണ്ടെങ്കിലും ഭാവി ലഭ്യത സംബന്ധിച്ച തങ്ങളുടെ പരിപ്രേക്ഷ്യം ഈ ജാഗ്രത പുലർത്തിയില്ല. 2013-14 ൽ റഗുലേറ്ററി കമീഷൻ കേരളത്തിലെ യൂണിറ്റ് വൈദ്യുതിയുടെ ചെലവ് 3.02 രൂപയായിട്ടാണ് കണക്കാക്കിയത്.

എന്നാൽ അതേ വർഷം എൻ ടി പി സി യുടെ വാതകതാപനിലയങ്ങളിലെ ഉല്പാദന ചെലവ് യൂണിറ്റ് ഒന്നിന് 9.24 രൂപയാണ്. കേരള ഇലക്ട്രിസിറ്റി ബോർഡ് ഓഫീസേഴ്സ് നേതാവ് ബി പ്രദീപിന്റെ കണക്കുകൂട്ടലിൽ വാതകനിലയങ്ങളുടെ പദ്ധതികളെ ആശ്രയിച്ച് മുന്നോട്ട് പോയാൽ 2026 ആവുമ്പോൾ സ്ഥിരവിലയുടെ അടിസ്ഥാനത്തിൽ ഒരു യൂണിറ്റ് വൈദ്യുതിയുടെ വില 7.38 രൂപയായിത്തീരും. വിലക്കയറ്റവും കൂടി കണക്കിലെടുക്കുമ്പോൾ വൈദ്യുതി വില ഇതിന് ഇരട്ടിയോളം വരാം. ഗാർഹിക വൈദ്യുതി ചാർജ്ജ് ഈ തോതിൽ ഉയർത്തുന്നതിന് കേരളത്തിലെ ജനങ്ങൾക്ക് സമ്മതമാവില്ല, ഇതുമൂലമുണ്ടാവുന്ന അധികഭാരം വ്യവസായ-വാണിജ്യ മേഖലകളുടെമേൽ ചുമത്താൻ തീരുമാനിച്ചാൽ അത് സാമ്പത്തിക വളർച്ചയ്ക്ക് തിരിച്ചടിയാവും. അതുകൊണ്ട് ഇലക്ട്രിസിറ്റി ബോർഡ് ചെയർമാൻ അടക്കമുള്ളവരുടെ അഭിപ്രായം വൈദ്യുതി ആവശ്യം ഏറ്റവും കൂടുതൽ വരുന്ന പീക്ക് മണിക്കൂറുകളിലെ ഉപയോഗത്തിന് ലക്ഷ്യമിട്ടുകൊണ്ട് ഒരു 500 മെഗാവാട്ട് താപനിലയത്തിലേക്ക് വാതകത്തെ ചുരുക്കണമെന്നതാണ്. പരിപ്രേക്ഷ്യ രേഖ വിഭാവനം ചെയ്യുന്ന 4 താപനിലയങ്ങൾക്ക് വേണ്ടി വരുന്ന വാതകം

കൊച്ചിയിലെ എൽ എൻ ജി ടെർമിനലിന്റെ കപ്പാസിറ്റിയേക്കാൾ വളരെ കൂടുതലുമാണ്.

വൈദ്യുതി ലഭ്യത വർദ്ധിപ്പിക്കാൻ പിന്നെയെന്താണ് മാർഗ്ഗം?

ജലവൈദ്യുതശേഷിയുടെ ഭാവി സാദ്ധ്യത പരിമിതമാണ്. പരമാവധി പ്രതീക്ഷിക്കാവുന്നത് 600 മെഗാവാട്ടും 142 കോടി യൂണിറ്റുമാണ്. ഇത് ഭാവി അവശ്യ വർദ്ധനയുടെ 8% മാത്രമാണ്. കേന്ദ്ര പദ്ധതികളിൽ നിന്നുള്ള വിഹിതമായി 600 മെഗാവാട്ടും 400 കോടി യൂണിറ്റ് വൈദ്യുതിയും പ്രതീക്ഷിക്കാം. ബാക്കി 1150 മെഗാവാട്ടും 1208 കോടി യൂണിറ്റും വൈദ്യുതി എങ്ങനെ സൃഷ്ടിക്കും എന്നത് ഒരു വെല്ലുവിളിയാണ്. ചെറുകിടവൈദ്യുത പദ്ധതി, കാറ്റ്, തിരമാല എന്നിവയിൽ നിന്നുള്ള വൈദ്യുതോല്പാദന സാദ്ധ്യത വളരെ പരിമിതമാണ്. പരിസ്ഥിതി സൗഹൃദമായ പരിഹാരം സൗരോർജ്ജ വൈദ്യുത ഉല്പാദനമാണ്. പക്ഷേ, ഗണനീയമായ തോതിൽ വാണിജ്യാടിസ്ഥാനത്തിൽ വൈദ്യുതി ഉല്പാദനം യാഥാർത്ഥ്യമാവണമെങ്കിൽ ഒരു ദശാബ്ദം കൂടെ കാത്തിരിക്കണം. 2030 ആവുമ്പോഴേക്കും 2500 മെഗാവാട്ടും 400 കോടി യൂണിറ്റും വൈദ്യുതി സൗരോർജ്ജത്തിൽനിന്നും ലഭിക്കും എന്നാണ് പൊതുവെ പ്രതീക്ഷിക്കുന്നത്. ഈ അന്തരാള ഘട്ടത്തിൽ നാം എന്ത് ചെയ്യും?

ഇപ്പോൾ നാം കമ്മി നികത്താൻ വൈദ്യുതി പുറത്തു നിന്നു വാങ്ങുകയാണ്. യൂണിറ്റിന് 12 രൂപ വരെ വില കൊടുക്കേണ്ടി വരുന്നു. ഈ വിലയ്ക്ക് കമ്മി വരുന്ന വൈദ്യുതി മുഴുവൻ വാങ്ങേണ്ടി വന്നാൽ ഈ പതിറ്റാണ്ട് അവസാനിക്കുന്നതിനുമുമ്പ് നമ്മുടെ വൈദ്യുതചാർജ്ജ് ഇരട്ടിയെങ്കിലുമായി ഉയർത്തേണ്ടി വരും. എൽ എൻ ജിയുടെ കാര്യം പറഞ്ഞ് കഴിഞ്ഞു. അപ്പോൾ പിന്നെ ഒരു മാർഗ്ഗമേ ഉള്ളൂ. കേരളത്തിൽ അത്യാധുനിക സാങ്കേതിക വിദ്യകൾ ഉപയോഗപ്പെടുത്തി മലിനീകരണം സൃഷ്ടിക്കാത്ത 1000 മെഗാവാട്ട് സ്ഥാപിതശേഷിയുള്ള കല്ക്കരി അധിഷ്ഠിത താപ നിലയം സ്ഥാപിക്കുക. ഈ തീരുമാനത്തിലേക്ക് നാം എത്താൻ വൈകുന്തോറും നമ്മുടെ ഭാവി ഇരുളടഞ്ഞുകൊണ്ടിരിക്കും. വൈദ്യുതി ബോർഡിനും ഈ അഭിപ്രായമാണ്. പക്ഷേ, പരിപ്രേക്ഷ്യ രേഖയിൽ കല്ക്കരി താപനിലയത്തെക്കുറിച്ച് ഒരേ ഒരു വാചകമാണുള്ളത്. '18.5.5.14 കേരളം കേന്ദ്രത്തിൽനിന്നും കൂടുതൽ താപവൈദ്യുതിയുടെ വിഹിതത്തിന് ആവശ്യപ്പെട്ടിട്ടുണ്ട്. അതുപോലെ ഭാവി വൈദ്യുതി സുരക്ഷ ഉറപ്പ് വരുത്താനായി മറ്റു സംസ്ഥാനങ്ങളുമായി കൂട്ടുകെട്ടുണ്ടാക്കാനും ശ്രമിക്കുന്നു. ഇതാണ് കേരളത്തിന്റെ മുഖ്യതന്ത്രം'.

കേരളത്തിന് സ്വന്തമായി കല്ക്കരി താപനിലയം സ്ഥാപിക്കുന്നത് പരിപ്രേക്ഷ്യം രേഖയുടെ പരിഗണനയിൽ ഇല്ല. യഥാർത്ഥത്തിൽ വേണ്ടിയിരുന്നത് കേരളത്തിന് അനുവദിച്ച ബൈതരണി കല്ക്കരിപ്പാടം ഉപയോഗിച്ച് എത്രയും പെട്ടെന്ന് വൈദ്യുതി ഉല്പാദിപ്പിക്കാൻ

ശ്രമിക്കുകയായിരുന്നു. ഇനിയും അത് ചെയ്യാം. അതല്ലെങ്കിൽ കോൾ ഇന്ത്യ ലിമിറ്റഡുമായി കല്ക്കരിക്കുവേണ്ടി കരാറിൽ ഏർപ്പെടണം. സൂപ്പർ ക്രിട്ടിക്കൽ ബോയിലർ സാങ്കേതിക വിദ്യ ഉപയോഗപ്പെടുത്തി ഹരിത ഗേഹ വാതകങ്ങളുടെ മലിനീകരണം പരമാവധി കുറയ്ക്കാം. ഫ്ളൈ ആഷിന്റെ മലിനീകരണം ആധുനിക ഇലക്ട്രോസ്റ്റാറ്റിക്ക് പ്രെസിപ്പി റ്റേറ്ററുകൾ ഉപയോഗപ്പെടുത്തി ഏതാണ്ട് പൂർണ്ണമായും തടയാനാവും. ഇങ്ങനെയുള്ള അത്യാധുനിക സൂപ്പർ താപവൈദ്യുതനിലയങ്ങൾ ഇന്ന് ഇന്ത്യയിൽ തന്നെയുണ്ട്. മലിനീകരണം സംബന്ധിച്ച് ആശങ്ക പ്രകടിപ്പിക്കുന്നവരുമായി സംവദിച്ച് വേണ്ടി വന്നാൽ അവരെ ഇത്തരം താപനിലയങ്ങളിൽ കൊണ്ടുപോയി ബോദ്ധ്യപ്പെടുത്തി അഭിപ്രായ സമന്വയം ഉണ്ടാക്കണം. ഇത്തരമൊരു പൊതുസമ്മതി താപനിലയത്തിന് ഉണ്ടാക്കുന്നതിന് കുറച്ച് നാൾ വേണ്ടി വന്നേക്കും. ഇത് ഒഴിവാക്കാ നാവില്ല.

ഊർജ്ജദുർവ്യയം ഒഴിവാക്കൽ

ഈ പശ്ചാത്തലത്തിലാണ് ഊർജ്ജദുർവ്യയം പരമാവധി ഒഴിവാക്കി വൈദ്യുതി ഉപഭോഗം കുറയ്ക്കുന്നത് പ്രസക്തമായിത്തീരുന്നത്. അതി ലേറ്റവും പ്രധാനപ്പെട്ടതായിരിക്കും കേരളത്തിലുള്ള എല്ലാ ഫിലമെന്റ് ബൾബുകളും ട്യൂബ് ലൈറ്റുകളും, സി എഫ് എൽ ബൾബുകളും എൽ ഇ ഡിയിലേക്ക് മാറ്റുക എന്നത്. ഒരു 60 വാട്ട് ഫിലമെന്റ് ബൾബിന്റെ വെളിച്ചം സി എഫ് എൽ ബൾബിൽനിന്ന് കിട്ടാൻ 14 വാട്ട് മതി. എൽ ഇ ഡി ബൾബ് ആണെങ്കിൽ 7 വാട്ടും. ഫിലമെന്റ് ബൾബിന്റെ ജീവിത ദൈർഘ്യം 1200 മണിക്കൂറും സി എഫ് എൽ ബൾബ് 8000 മണിക്കൂറും എൽ ഇ ഡി ബൾബ് 50000 മണിക്കൂറും ആണ്. എൽ ഇ ഡി ബൾബുപ യോഗിക്കുന്നതിലൂടെ 225.5 കി ഗ്രാമിലേക്കും കുറയ്ക്കാനാകും. കേരള ത്തിലെ നിലവിലുള്ള ബൾബുകളെല്ലാം എൽ ഇ ഡി ആക്കിയാൽ വലിയ തോതിൽ വൈദ്യുതി ലാഭിക്കാൻ പറ്റുമെന്ന് വരുന്നു.

60 വാട്ട് ഉള്ള ഒരു ഫിലമെന്റ് ബൾബിനു പകരം തുല്യപ്രകാശം നല്കുന്ന 14 വാട്ട് സി എഫ് എൽ ബൾബ് ഉപയോഗിക്കുമ്പോൾ 36 വാട്ട് ആണ് ലാഭം ഉണ്ടാവുക. ഇങ്ങനെ 1 കോടി ബൾബ് സർക്കാർ വിതരണം ചെയ്തു എന്നിരിക്കട്ടെ. 360 മെഗാവാട്ട് ലാഭിക്കാം. 80 രൂപയാണ് ഒരു സി എഫ് എൽ ബൾബിന്റെ വിലയെങ്കിൽ സർക്കാരിന് ആകെ വരുന്ന ചെലവ് 80 കോടി രൂപയാണ്. പക്ഷേ, 360 മെഗാവാട്ട് വേണ്ടിവരുന്ന ജലവൈദ്യുത നിലയം സ്ഥാപിക്കാൻ 3600 കോടി രൂപ വേണം. ഇടുക്കി പദ്ധതിയുടെ പകുതി വരുന്ന ഒരു ഡാം. 2 കോടി ബൾബുകൾ വിതരണം ചെയ്താൽ ഏതാണ്ട് ഇടുക്കി പദ്ധതിയിൽ ഉണ്ടാക്കുന്ന അത്ര വൈദ്യുതി ലാഭിക്കാം. ചെലവാക്കാതെ ലാഭിക്കുന്ന ഓരോ യൂണിറ്റ് വൈദ്യുതിയും പുതുതായി ഉല്പാദിപ്പിക്കുന്ന ഒരു യൂണിറ്റ് വൈദ്യുതിക്ക് തുല്യമാണെന്ന് ഓർക്കുക. പുതിയ വിളക്കുകൾ കൂടുതൽ പരിസ്ഥിതി സൗഹാർദ്ദവു

മാണ്. ഓരോ ഫിലമെന്റ് ബൾബും പ്രതിവർഷം 2250 കി ഗ്രാം ഹരിത ഗൃഹവാതകത്തിനു തുല്യമായ ആഗോള താപനത്തിന് കാരണമാകുമ്പോൾ, സി എഫ് എൽ ബൾബുപയോഗിക്കുന്നതിലൂടെ അത് 525.5 കി ഗ്രാമിലേക്കും, എൽ ഇ ഡി ബൾബുപയോഗിക്കുന്നതിലൂടെ 225.5 കി ഗ്രാമിലേക്കും കുറയ്ക്കാനാകും.

ഇത്തരത്തിൽ ബൾബ് മാറ്റിക്കൊണ്ട് മാത്രമല്ല, യന്ത്രോപകരണങ്ങളുടെയും മറ്റും പ്രവർത്തനക്ഷമതയിലും, കെട്ടിടങ്ങളുടെ രൂപകല്പനയിലും മാറ്റം വരുത്തിക്കൊണ്ടും വൈദ്യുതി ലാഭിക്കാം. ഇങ്ങനെ ഡിമാന്റ് മാനേജ്മെന്റ് പ്രവർത്തനങ്ങൾ ആസൂത്രണം ചെയ്യാനാണ് നമ്മൾ എനർജി മാനേജ്മെന്റ് സെന്റർ എന്ന സ്ഥാപനം തുടങ്ങിയത്. എന്നാൽ ഇത്തരത്തിലുള്ള പ്രവർത്തനങ്ങൾക്ക് നമ്മൾ വലിയ പരിഗണന കല്പിച്ചിട്ടില്ല. ഇനിയും അമാന്തിക്കുന്നത് ആത്മഹത്യാപരമായിരിക്കും. വാണിജ്യ അടിസ്ഥാനത്തിൽ ഊർജ്ജ സംരക്ഷണ പ്രവർത്തനങ്ങൾ ഏറ്റെടുക്കാനും ആവശ്യമായ പണം കണ്ടെത്തുന്നതിനും ഒരു കമ്പനി രൂപീകരിക്കേണ്ടതാണ്.

ഇതോടൊപ്പം സോളാർ വൈദ്യുതി സാങ്കേതിക വിദ്യ വികസിപ്പിക്കുന്നതിനും പ്രചരിപ്പിക്കുന്നതിനും സമയബന്ധിത പരിപാടി തയ്യാറാക്കണം. കാരണം ദീർഘനാളിൽ കേരളത്തിന്റെ വൈദ്യുതി ആവശ്യത്തിന്റെ ഗണ്യമായ ഒരു പങ്ക് സോളാർ ഊർജ്ജത്തിൽനിന്നും ഉണ്ടാവേണ്ടതാണ്.

വേണ്ടത്ര ഗൗരവമായ ഒരു പരിശോധന നടത്താതെയാണ് വൈദ്യുതി സംബന്ധിച്ച നിലപാട് പരിപ്രേക്ഷ്യ രേഖയിൽ സൂചിപ്പിച്ചിട്ടുള്ളത്. 24 പേജുള്ള ഈ അദ്ധ്യായത്തിൽ 10 പേജോളം കേരളത്തിലെ വൈദ്യുതി മേഖലയുടെ നിലവിലുള്ള സ്ഥിതി സംബന്ധിച്ച വിവരണമാണ്. കെ എസ് ഇ ബി ഓഫീസർമാരുടെ സംഘടന വൈദ്യുതി ലഭ്യത സംബന്ധിച്ച മതിപ്പ് കണക്കുകളിൽ ഒട്ടേറെ തെറ്റുകൾ ചൂണ്ടിക്കാണിച്ചിട്ടുണ്ട്. കേന്ദ്ര വൈദ്യുതി ഉല്പാദനനിലയങ്ങളിൽ നിന്നുള്ള ലഭ്യത കുറച്ചാണ് കണക്കിലെഴുതിയത്. അതുപോലെ മറ്റു സംസ്ഥാനങ്ങളുമായി ഉണ്ടാക്കിയിട്ടുള്ള ദീർഘകാല കരാറുകളും പരിഗണിച്ചിട്ടില്ല. വൈദ്യുതി ഉല്പാദനത്തിലെ പ്ലാന്റ് ലോഡ് ഫാക്ടറും അവർ ചോദ്യം ചെയ്യുന്നു. ഈ സാങ്കേതികത്വത്തിലേക്കൊന്നും ഇവിടെ കൂടുതൽ കടക്കുന്നില്ല. വേണ്ടത്ര അവധാനതയില്ലാതെ തയ്യാറാക്കിയ പരിപ്രേക്ഷ്യ രേഖയിലെ പല അദ്ധ്യായങ്ങളിൽ ഒന്ന് വൈദ്യുതി സംബന്ധിച്ചിട്ടുള്ളതാണ്.

13

കേരളത്തെ ആഗോള വിദ്യാഭ്യാസ ഹബ്ബ് ആക്കുവാൻ

കേരളത്തിന്റെ വിദ്യാഭ്യാസ മേഖലയുടെ ഭാവിലക്ഷ്യങ്ങൾ എന്തായിരിക്കണം എന്നത് സംബന്ധിച്ച് അഭിപ്രായവ്യത്യാസം ഉണ്ടാവേണ്ട കാര്യമില്ല. വികസന പരിപ്രേക്ഷ്യം 2030 ൽ ലക്ഷ്യമിട്ടിരിക്കുന്നത് ഇവയാണ്:

- കുട്ടികളെ സ്കൂളിനു തയ്യാറാക്കാനായി പ്രീപ്രൈമറി വിദ്യാഭ്യാസത്തിന് വലിയൊരു ഊന്നൽ.
- പ്രൈമറി സ്കൂളുകളിലെ എൻറോൾമെന്റ് 100%
- 2015 ആവുമ്പോഴേക്കും 95% ചെറുപ്പക്കാർക്കും ഹയർസെക്കന്ററി എൻറോൾമെന്റ്
- 2015 ആവുമ്പോളേക്കും 50% പേർക്ക് ഡിഗ്രി എൻറോൾമെന്റ്
- എസ് സി/ എസ് ടിയുടെ ഗ്രോസ് എൻറോൾമെന്റ് പൊതുനിരക്കിന് തുല്യം
- എല്ലാവർക്കും പൂർണ്ണ ജീവിത വിദ്യാഭ്യാസം.
- 2030 ആവുമ്പോളേക്കും കേരളം അന്തർദ്ദേശീയ തലത്തിൽത്തന്നെ അംഗീകാരമുള്ള ഉന്നത വിദ്യാഭ്യാസ കേന്ദ്രം.
- സംസ്ഥാന ആഭ്യന്തര വരുമാനത്തിന്റെ 6% വിദ്യാഭ്യാസത്തിന്.

പ്രായോഗികമായി ഇപ്പോൾത്തന്നെ ഏതാണ്ട് 100% പ്രൈമറി വിദ്യാഭ്യാസത്തിന് എൻറോൾമെന്റ് ഉണ്ട്. പക്ഷേ, ഹയർസെക്കന്ററിയിലേക്കുള്ള എൻറോൾമെന്റ് തോത് 2011 ൽ 68% ആണ്. ഇത് 2015 ൽ 100% ആക്കുക അസാദ്ധ്യമായ കാര്യമാണ്. ഉന്നത വിദ്യാഭ്യാസത്തിന്റെ കാര്യത്തിലാണെങ്കിൽ കേരളത്തിൽ എൻറോൾമെന്റ് തോത് 2004–05 ൽ 25% ആണ്. അഖിലേന്ത്യ ശരാശരിയുടെ ഇരട്ടി വരുമിത്. ഒരുകാരണവശാലും നടപ്പു വർഷത്തിൽ 50% ടാർജറ്റ് കൈവരിക്കുക അസാദ്ധ്യമാണ്.

എങ്കിൽത്തന്നെയും ഏതാനും വർഷം കൂടി എടുത്ത് ഈ ലക്ഷ്യം കൈവരിക്കാൻ കഴിയും എന്നതിൽ സംശയമില്ല.

മുഖ്യ പ്രശ്നം ഗുണനിലവാരത്തിന്റേത് തന്നെയാണ്. രേഖയിൽ പറയുന്നപോലെ അപ്പർ പ്രൈമറി ക്ലാസുകളിൽ പഠിക്കുന്ന കുട്ടികളിൽ പകുതിയോളം പേർക്ക് അക്ഷരജ്ഞാനവുമില്ല, അക്കജ്ഞാനവുമില്ല. സ്കൂൾ വിദ്യാഭ്യാസത്തിന്റെ ഗുണനിലവാരം ഉയർത്തുകയും അതിന്റെ അടിസ്ഥാനത്തിൽ നമ്മുടെ ഉന്നത വിദ്യാഭ്യാസത്തെ ലോകോത്തര നിലവാരത്തിലാക്കണം. ഇതിനുള്ള മാർഗ്ഗം എന്ത്? കേരളം ഇതുവരെ നേടിയ നേട്ടങ്ങൾ വിദ്യാഭ്യാസമേഖലയിലെ പൊതു ഇടപെടലിന്റെ ഫലമായി ഉണ്ടായിട്ടുള്ളതാണ്. ജനകീയ ഇടപെടലിലൂടെയാണ് ഭൂരിപക്ഷം സ്കൂളുകളും രൂപംകൊണ്ടത്. ഇവയ്ക്ക് സർക്കാർ - സ്വകാര്യ വ്യത്യാസമില്ലാതെ സർക്കാരിന്റെ ധനസഹായവും ലഭിച്ചു. ഇത്തരത്തിൽ പൊതു നിയന്ത്രണമുള്ള സ്ഥാപനങ്ങളെയാണ് പൊതു വിദ്യാഭ്യാസമേഖല എന്ന് വിളിക്കുന്നത്. പക്ഷേ, ഇനിയങ്ങോട്ട് ഗുണനിലവാരം ഉയർത്തണമെങ്കിൽ സ്വകാര്യവല്ക്കരണവും കമ്പോളവല്ക്കരണവും അനിവാര്യമാണെന്ന സമീപനമാണ് പരിപ്രേക്ഷ്യ രേഖയിൽ. ഇതിനോട് ഇടതുപക്ഷത്തിന് ഒരു കാരണവശാലും യോജിക്കാനാവില്ല.

സ്കൂൾ വിദ്യാഭ്യാസ ഘടന

സ്കൂൾ വിദ്യാഭ്യാസത്തിന് മാതൃകയായി ഫിൻലാന്റ് രാജ്യത്തെയാണ് എടുത്തിട്ടുള്ളത്. വികസിത രാജ്യത്തിന്റെയും ഗുണനിലവാരം ലക്ഷ്യമായി നിർണ്ണയിക്കുന്നതിനോ, അന്തർദ്ദേശീയ വിദ്യാർത്ഥി അവലോകന സൂചികയിൽ കേരളത്തെ പങ്കാളിയാക്കുന്നതിനോ, ഏകീകൃത കരിക്കുലം നടപ്പാക്കുന്നതിനോ, അദ്ധ്യാപക പരിശീലനത്തിന്റെ ഗുണനിലവാരം ഉയർത്തുന്നതിനോ, ഭിന്നശേഷിക്കാർക്ക് പ്രത്യേക സൗകര്യം ഒരുക്കുന്നതിനോ, പിന്നോക്ക മേഖലകളിൽ വിദ്യാഭ്യാസ സൗകര്യങ്ങൾ മെച്ചപ്പെടുത്തുന്നതിനോ, ഒന്നിനും എതിരല്ല. കഴിയുമെങ്കിൽ എല്ലാ സ്കൂളുകളും കോഴിക്കോട് നടക്കാവ് സ്കൂളിന്റെ നിലവാരത്തിലേക്ക് ഉയർത്തുകയും വേണം. എതിർപ്പ് പൊതുസമഗ്ര സ്കൂൾ സമ്പ്രദായം (എ കോമൺ കോമ്പ്രഹെൻസീവ് സ്കൂൾ സിസ്റ്റം) സംബന്ധിച്ചാണ്. കോത്താരി കമീഷൻ മുതൽ ദേശീയ വിദ്യാഭ്യാസ നയങ്ങളിൽ ഈ സമീപനം ഉൾപ്പെടുത്തിയിട്ടുണ്ട് എന്നത് ശരിയാണ്. പക്ഷേ, കേരളത്തിന്റെ സവിശേഷതകൾ പരിഗണിക്കാതെ ഇത്തരമൊരു സമ്പ്രദായം യാന്ത്രികമായി നടപ്പാക്കുന്നത് കേരളത്തിന്റെ പൊതുവിദ്യാഭ്യാസത്തെ ബാധിക്കും.

കേരളത്തിൽ ഇന്ന് 5696 സർക്കാർ സ്കൂളുകളും 8098 എയ്ഡഡ് സ്കൂളുകളും 1715 അൺ-എയ്ഡഡ് സ്കൂളുകളുമാണ് ഉള്ളത്. അൺ-എയ്ഡഡ് സ്കൂളുകളുടെ പകുതി ഹൈസ്കൂൾ-ഹയർസെക്കന്ററി മേഖലയിലാണ്. അതേ സമയം സർക്കാർ സ്കൂളുകളുടെയും എയിഡഡ്

സ്കൂളുകളുടെയും പകുതിയോളം ലോവർ പ്രൈമറി സ്കൂളുകളാണ്. 38 ലക്ഷം കുട്ടികൾ 1 മുതൽ 10 വരെയുള്ള ക്ലാസുകളിൽ പഠിക്കുന്നു. ഇവയിൽ 11.8 ലക്ഷം കുട്ടികൾ സർക്കാർ സ്കൂളുകളിലും 22.7 ലക്ഷം എയ്ഡഡ് സ്കൂളുകളിലും 3.5 ലക്ഷം അൺ-എയ്ഡഡ് സ്കൂളിലും പഠിക്കുന്നു. ഹയർസെക്കന്ററിയിൽ 7.3 ലക്ഷം പഠിക്കുന്നതിൽ 3.2 ലക്ഷം സർക്കാർ സ്കൂളുകളിലും 3.4 ലക്ഷം എയ്ഡഡ് സ്കൂളുകളിലും 0.8 ലക്ഷം അൺ-എയ്ഡഡ് സ്കൂളുകളിലും പഠിക്കുന്നു.

അനാദായകരമായ സ്കൂളുകൾ

രണ്ട് പ്രബലമായ പ്രവണതകൾ നിലനില്ക്കുന്നു. ഒന്നാമത്തേത് അൺ-എയ്ഡഡ് സ്ഥാപനങ്ങളും അവിടെ പഠിക്കുന്ന കുട്ടികളുടെ എണ്ണ വും അതിവേഗത്തിൽ വർദ്ധിക്കുകയാണ്. യു ഡി എഫ് സർക്കാറിന്റെ ഭരണകാലത്താണ് ഈ വർദ്ധന ഒട്ടുമുക്കാലും ഉണ്ടായിട്ടുള്ളത്. അൺ-എയ്ഡഡ് സ്കൂളുകൾക്ക് ലക്കും ലഗാനും ഇല്ലാതെ അംഗീകാരം കൊടു ക്കുന്ന നയമാണ് യു ഡി എഫിന്റേത്. രണ്ടാമത്തെ പ്രവണത സമാന്തര മായി പൊതുവിദ്യാഭ്യാസ മേഖലയിൽ അനാദായകരമായ സ്കൂളുകളുടെ എണ്ണം വർദ്ധിക്കുന്നു. 2427 സർക്കാർ സ്കൂളുകളും 2825 എയിഡഡ് സ്ഥാപനങ്ങളും സർക്കാർ കണക്കിൽ ഇവ അനാദായകരമായ വിദ്യാല യങ്ങളാണ്. പൊതു വിദ്യാലയങ്ങളുടെ 40% വരും ഇത്. ഓരോ വർഷവും ഈ സംഖ്യ വർദ്ധിച്ചുവരികയാണ്. ഇതിൽ 4000 സ്കൂളുകൾ ലോവർപ്രൈമറി സ്ഥാപനങ്ങളാണ്. ഇതിൽത്തന്നെ പല സ്വകാര്യ മാനേജ്മെന്റുകളും റിയൽ എസ്റ്റേറ്റ് കണ്ണുവെച്ച് അനുവാദം കിട്ടിയാൽ തങ്ങളുടെ സ്കൂൾ പൂട്ടുവാൻ തയ്യാറായി വരുന്നുണ്ട്. ഈ പ്രവണത തുടർന്നാൽ കേരളത്തിലെ പൊതുവിദ്യാഭ്യാസം ഇല്ലാതാവും.

പരിപ്രേക്ഷ്യ രേഖ മുന്നോട്ടുവെക്കുന്ന അടിസ്ഥാന ഘടനാപരമായ പരിഷ്കാരം പൊതുവിദ്യാഭ്യാസ തകർച്ചയെ ആക്കം കൂട്ടും. ഈ പുതിയ സമ്പ്രദായം നിലവിൽ വന്നാൽ സർക്കാർ സ്കൂളുകളും സ്വകാര്യ എയ്ഡഡ് സ്കൂളുകളും അൺ-എയ്ഡഡ് സ്കൂളുകളും ഒറ്റ ഏകീകൃത വിദ്യാഭ്യാസ സംവിധാനത്തിലാവും. ഇതുവഴി 'വ്യത്യസ്ത സാമൂഹ്യ, സാമ്പത്തിക വർഗ്ഗങ്ങളിൽനിന്നും വിഭിന്ന പഠനശേഷിയുള്ള വിദ്യാർ ത്ഥികൾ ഒരേതരം സ്കൂളുകളിൽ പഠിക്കും. ഇത് സാമൂഹ്യനീതിയി ലേക്കുള്ള മുന്നോട്ടുള്ള വലിയൊരു കാൽവെപ്പായിരിക്കും.

അൺ-എയ്ഡഡ് സ്കൂളുകളിലെ ഉയർന്ന ഫീസും മറ്റു ചെലവുക ളും താങ്ങാൻ എത്ര പാവപ്പെട്ട കുട്ടികൾക്ക് കഴിയും എന്നത് പ്രസക്ത മായ ഒരു ചോദ്യമാണ്. ഇതിനുള്ള അധികച്ചെലവ് സർക്കാർ വഹിക്കണം എന്നുള്ളതായിരിക്കും ഉത്തരം. വിദ്യാഭ്യാസ അവകാശ നിയമത്തിലും ഇത് തന്നെയാണ് നിലപാട്. മറ്റൊരർത്ഥത്തിൽ അൺ-എയ്ഡഡ് സ്കൂളിന്റെ നടത്തിപ്പു ചെലവിൽ ഗണ്യമായ ഭാഗം സർക്കാറിന്റെ ചുമതലയിൽ വരും. ക്രമേണ അൺ-എയ്ഡഡ് സ്കൂളുകളുടെ എണ്ണം

വർദ്ധിക്കുന്നതിലേക്കും പൊതു വിദ്യാലയങ്ങൾ നിർമ്മാർജ്ജനം ചെയ്യുന്നതിലേക്കും ഈ നയം എത്തും. 50 ലക്ഷം കുട്ടികൾക്ക് പഠിക്കാനുള്ള സൗകര്യങ്ങൾ ഇന്ന് പൊതുവിദ്യാഭ്യാസ മേഖലയിൽ ഉണ്ട്. പിന്നെയെന്തിന് അൺ-എയ്ഡഡ് മേഖല?

സ്ക്കൂൾ വിദ്യാഭ്യാസത്തിന്റെ ഗുണനിലവാരം

സ്കൂൾ വിദ്യാഭ്യാസത്തിന്റെ ലക്ഷ്യം കുട്ടികളുടെ അക്കജ്ഞാനവും അക്ഷരജ്ഞാനവും വിവരനിലവാരവും ഉയർത്തുക എന്നുമാത്രമല്ല, ഉത്തമ പൗരബോധം അവർക്ക് പകർന്ന് നല്കുകയും വേണം. കേരളത്തിലെ ജനാധിപത്യ മതനിരപേക്ഷ പൗരബോധത്തിന്റെ അടിത്തറ പൊതുവിദ്യാഭ്യാസമാണ്. ഇതു ദുർബ്ബലപ്പെടുത്തുന്ന ഒരു പരിഷ്കാരത്തോടും യോജിക്കാൻ കഴിയില്ല. പരിപ്രേക്ഷ്യ രേഖ ഇത്തരമൊരു സാമൂഹ്യ ധർമ്മത്തെ പരിഗണിക്കുന്നേയില്ല.

അതേ സമയം പൊതുവിദ്യാഭ്യാസത്തിന്റെ ഗുണനിലവാരമുയർത്താനുള്ള കർമ്മപദ്ധതി വേണം. അൺ-എയ്ഡഡ് സ്കൂളുകളുടെ വർദ്ധനയ്ക്ക് മുഖ്യകാരണം പൊതുവിദ്യാലയങ്ങളിൽ വേണ്ടത്ര ആധുനിക സൗകര്യങ്ങൾ ഇല്ലാത്തതാണ്. എന്നാൽ അൺ-എയ്ഡഡ് സ്കൂളുകളിൽ ഭൂരിപക്ഷത്തിലും ആവശ്യമായ കളിസ്ഥലങ്ങളോ പ്രാപ്തരായ അദ്ധ്യാപകരോ ഇല്ല എന്നത് മറ്റൊരു വസ്തുതയാണ്. എങ്കിലും ഒരു യാഥാർത്ഥ്യം നിലനില്ക്കുന്നു. വിദ്യാഭ്യാസനിലവാരം അളക്കുവാനുള്ള ടെസ്റ്റുകളിൽ സർക്കാർ സ്കൂളുകളേക്കാൾ മെച്ചപ്പെട്ടതാണ് എയ്ഡഡ് സ്കൂൾ. അതിനും മുകളിലായിരിക്കും അൺ-എയ്ഡഡ് സ്കൂൾ. ഈ സ്ഥിതിവിശേഷത്തിന് മാറ്റം വരുത്തണം.

നടക്കാവ് സ്കൂൾ എന്നപോലെ ഭീമമായ തോതിൽ പ്രവാസി സഹായം ലഭിക്കുന്നതിനോ സർക്കാരിൽനിന്നും പ്രത്യേക സഹായം ലഭിക്കുന്നതിനോ എല്ലാ സ്കൂളുകൾക്കും കഴിയില്ല. പക്ഷേ, ഇത്രയും സജ്ജീകരണങ്ങൾ ഇല്ലെങ്കിലും വളരെ ഉന്നതനിലവാരം പുലർത്തുന്ന എത്രയോ പൊതുവിദ്യാലയങ്ങൾ ഉണ്ട്. വളരെ പിന്നോക്കം കിടന്നിരുന്ന സ്കൂളുകൾ പൊതു ഇടപെടലിന്റെ ഫലമായി മുന്നിലേക്ക് വന്നതിന് എത്രയോ ഉദാഹരണങ്ങൾ. ഈ അനുഭവങ്ങളുടെ അടിസ്ഥാനത്തിൽ തദ്ദേശസ്വയംഭരണ സ്ഥാപനങ്ങളുടെയും അദ്ധ്യാപക-രക്ഷാകർത്തൃ സംഘടനകളുടെയും പ്രാദേശികമായ ബഹുജനപങ്കാളിത്തത്തോടെ പൊതുവിദ്യാഭ്യാസത്തെ മെച്ചപ്പെടുത്തുന്നതിനായുള്ള ജനകീയ കാമ്പയിൻ ആണ് വേണ്ടത്. ഇതിനു സഹായകരമായ രീതിയിൽ എയ്ഡഡ് സ്കൂൾ അടക്കം വിദ്യാഭ്യാസസൗകര്യങ്ങൾ മെച്ചപ്പെടുത്തുന്നതിന് സർക്കാർ സഹായം നല്കണം. ഇതുവഴി അൺഎയ്ഡഡ് സ്കൂളുകൾക്ക് ലഭിച്ചുകൊണ്ടിരിക്കുന്ന മുൻകൈ ഇല്ലാതാക്കി കേരളത്തിലെ പൊതുവിദ്യാഭ്യാസത്തെ സംരക്ഷിക്കണം. കഴിഞ്ഞ ഇടതുപക്ഷ സർക്കാരുകളുടെ കാലത്തെ പാഠ്യപദ്ധതി ബോധന സമ്പ്രദായവും അദ്ധ്യാപക

പരിശീലനവും എല്ലാം ശക്തിപ്പെടുത്തണം.

ഉന്നത വിദ്യാഭ്യാസ വികസന തന്ത്രം

കേരളം ഒരു വൈജ്ഞാനിക സമൂഹമായി മാറുക എന്നത് ഭാവികേരളത്തിന്റെ സാമ്പത്തിക വളർച്ചയിൽ നിർണ്ണായകമാണ്. വൈജ്ഞാനിക സമൂഹമായി മാറണമെങ്കിൽ ലോകോത്തര നിലവാരത്തിൽ ഉന്നത വിദ്യാഭ്യാസം വളരണം. ഇതിന് പരിപ്രേക്ഷ്യ രേഖ കണ്ടെത്തിയിരിക്കുന്ന മാർഗ്ഗം ഈ ഗ്രന്ഥത്തിന്റെ തുടക്കത്തിൽ തന്നെ രേഖപ്പെടുത്തിയിട്ടുണ്ട്. അഞ്ച് ഭീമൻ വൈജ്ഞാനിക നഗരങ്ങൾ സ്ഥാപിക്കുക. ഈ നഗരങ്ങളെ കുറിച്ച് രേഖയിൽ പറയുന്നത് ഇപ്രകാരമാണ്. 'ഈ നിർദ്ദിഷ്ട പ്രദേശങ്ങൾ ഉന്നതനിലവാരമുള്ള വിദ്യാഭ്യാസവും പരിശീലനവും നാട്ടിലെയും വിദേശത്തെയും വിദ്യാർത്ഥികൾക്ക് ഉറപ്പ് വരുത്തി ലോകോത്തര ശ്രദ്ധ ആകർഷിക്കും..........ഈ കേന്ദ്രങ്ങൾ കേന്ദ്ര സർക്കാരിന്റെ വ്യവസായ വികസനത്തിനായി ആവിഷ്കരിച്ചിട്ടുള്ള നാഷണൽ ഇൻവെസ്റ്റ്മെന്റ് ആന്റ് മാനുഫാക്ചറിങ് സോൺസ് (നിങ്)പോലെ സമഗ്രമായ മേഖലകളായിരിക്കും. നിങ് വ്യവസായത്തിന് വേണ്ടിയുള്ളവയാണ്. അതേ സമയം വൈജ്ഞാനിക നഗരങ്ങളാവട്ടെ, വിജ്ഞാനം ഉല്പാദിപ്പിക്കാനും കയറ്റുമതി ചെയ്യാനും വേണ്ടിയുള്ളതാണ്. ഇതിനുവേണ്ടി സ്ഥാപനങ്ങളെയും സ്റ്റാർട്ട് അപ്പുകളെയും സ്പിൻ ഓഫുകളെയും ഉപയോഗപ്പെടുത്തും. ഇതിനായി പ്രത്യേകനിയമം ഉണ്ടാക്കും. ഈ പദ്ധതി നടപ്പാക്കാൻ സ്വകാര്യ മേഖല, തദ്ദേശസ്വയംഭരണ സ്ഥാപനങ്ങൾ, ദേശീയ അന്തർദ്ദേശീയ വിദഗ്ദ്ധർ എന്നിവരെല്ലാം അടങ്ങുന്ന ഒരു ഇന്റർ ഡിപ്പാർട്ട്മെന്റ് കമ്മിറ്റി ഉണ്ടാവും..... സേവനദാതാക്കൾ പൊതുമേഖലയോ, സ്വാകാര്യമേഖലയോ, വിദേശമേഖലയോ ആകാം. വ്യവസായ ഗ്രൂപ്പുകൾ സ്പോൺസർ ചെയ്ത ഉന്നതവിദ്യാഭ്യാസസ്ഥാപനങ്ങളുമാകാം. 'ഈ നഗരങ്ങളോട് ബന്ധപ്പെട്ടുകൊണ്ട് എല്ലാ ജില്ലകളിലും ഉപകേന്ദ്രങ്ങളും സ്ഥാപിക്കും. കേരളത്തിലെ വിദ്യാഭ്യാസമേഖലയാകെ ഇവയോട് ബന്ധപ്പെടുത്തിയായിരിക്കും വളരുക.

ഇതിനകം തന്നെ സെൽഫ് ഫിനാൻസ് കോളേജുകൾ അനുവദിച്ചുകൊണ്ട് കേരളത്തിലെ ഉന്നത വിദ്യാഭ്യാസമേഖല ഗണ്യമായും വാണിജ്യവല്ക്കരിക്കപ്പെട്ട് കഴിഞ്ഞിരിക്കയാണ്. ഫാർമസി, നേഴ്സിങ്, എഞ്ചിനീയറിങ്, കോളേജുകളുടെ 80% ത്തിൽ ഏറെ സെൽഫ് ഫിനാൻസ് സ്ഥാപനങ്ങൾ ആണ്. ഡെന്റൽ, ആയുർവ്വേദം, മെഡിക്കൽ കോളേജുകളുടെ 60%ത്തിൽ ഏറെ ഇത്തരം സ്ഥാപനങ്ങൾ ആണ്. ഇതിന്റെ ഫലമായി പ്രൊഫഷണൽ കോഴ്സുകൾ പഠിക്കുന്ന കുട്ടികളുടെ എണ്ണത്തിൽ ഒരു കുതിച്ചുചാട്ടം ഉണ്ടായിട്ടുണ്ട്. പക്ഷേ, അതേ സമയം വിദ്യാഭ്യാസനിലവാരം താഴേക്കാണ് പോയിട്ടുള്ളത്. ലാഭം ഒന്നു മാത്രം ലക്ഷ്യമിട്ടുകൊണ്ടുള്ള കച്ചവടമാണ് ഭൂരിപക്ഷ സ്ഥാപനങ്ങളും നടത്തുന്നത്. ഇവിടെ പഠിച്ചിറങ്ങുന്ന ഡോക്ടർമാർക്കോ എഞ്ചിനീയർമാർക്കോ നേഴ്സു

മാർക്കോ മിനിമം നിലവാരം ഉറപ്പുപറയാൻ പറ്റാത്ത അവസ്ഥയാണ്. ഗണ്യമായൊരു പങ്ക് കുട്ടികൾ കോഴ്സുകൾ പൂർത്തിയാക്കുന്നില്ല. സാമൂഹ്യനിയന്ത്രണം ഇല്ലാതെ സാമൂഹ്യനീതിക്ക് പരിഗണന നല്കാത്ത ഒരു ഉന്നതവിദ്യാഭ്യാസ മേഖലയാണ് ഇതുവഴി വളർന്നു വന്നിട്ടുള്ളത്. ഇന്നുള്ള അൺ–എയ്ഡഡ് ഉന്നത വിദ്യാഭ്യാസമേഖല ഇല്ലാതാക്കണം എന്നൊരു നിലപാടേ അല്ല ഞങ്ങൾ എടുക്കുന്നത്. മറിച്ച് കേരളത്തെ ഒരു വൈജ്ഞാനിക സമൂഹമാക്കി മാറ്റുന്നതിന് പൊതുവിദ്യാഭ്യാസത്തെ വേണം മുഖ്യമായി ആശ്രയിക്കുവാൻ. ലോകത്തെ പ്രസിദ്ധമായ സർവ്വകലാശാലയിൽ മഹാഭൂരിപക്ഷവും പൊതു സർക്കാറിന്റെയോ മറ്റു ഉദാരമതികളുടെയോ ഫണ്ടുകൊണ്ടാണ് പ്രവർത്തിക്കുന്നത്. അവ വിദ്യാഭ്യാസ വാണിജ്യസ്ഥാപനങ്ങളല്ല.

വിഭവ സ്രോതസ്സുകൾ

ഇതിനു പണം എവിടെ നിന്ന് എന്ന ഒരു പ്രസക്തമായ ചോദ്യം ഉന്നയിക്കാം. കേരളീയർ ഒരുമിച്ച് തീരുമാനിച്ചാൽ ഇതിനുള്ള പണം നമുക്ക് കേരളത്തിൽ നിന്നുതന്നെ കണ്ടെത്താം. കേരളത്തിലെ സഹകരണ സ്ഥാപനങ്ങൾ, സാമൂഹ്യനിയന്ത്രണത്തിന് വിധേയമാകാൻ തയ്യാറുള്ള ആരാധനാലയങ്ങൾ തുടങ്ങിയവയ്ക്ക് നിർണ്ണായക പങ്ക് ഇക്കാര്യത്തിൽ വഹിക്കാനാവും. കേന്ദ്ര സർക്കാരും റിസർവ്വ് ബാങ്കും സ്വർണ്ണ നിക്ഷേപ പദ്ധതി ആവിഷ്കരിച്ചിട്ടുണ്ട്. ഒരു ലക്ഷ്യം ഇന്ത്യയിലെ ക്ഷേത്രങ്ങളിലുള്ള നിധികളാണ്. റിസർവ്വ് ബാങ്ക് ഏതാനും വർഷം മുമ്പ് ഇത്തരം ക്ഷേത്രങ്ങളെക്കുറിച്ച് കണക്കുകൾ ശേഖരിക്കുകയുണ്ടായി. എന്തുകൊണ്ട് കേരളത്തിലെ യുവതീയുവാക്കൾക്ക് ലോകോത്തര നിലവാരമുള്ള ഉന്നത വിദ്യാഭ്യാസം ലഭ്യമാക്കുന്നതിന് ക്ഷേത്രനിധി ഉപയോഗപ്പെടുത്തിക്കൂടാ?

ഇത്തരമൊരു പ്രശ്നം ചർച്ച ചെയ്യുന്നതിനെത്തന്നെ, 'ക്ഷേത്രസ്വത്തുക്കൾ സർക്കാർ കവരുന്നു' എന്ന ഭയാശങ്ക സൃഷ്ടിച്ച് ചിലർ തടസ്സപ്പെടുത്തുന്നു. നിധി കേരളത്തിന്റെ വികസനത്തിന് ഉപയോഗപ്പെടുത്തുന്നതിന് അത് അന്യാധീനപ്പെടുത്തുകയോ ക്ഷേത്രത്തിൽനിന്നു മാറ്റുകപോലുമോ ചെയ്യേണ്ട ആവശ്യമില്ല. നിശ്ചയമായും പല ചരിത്രകാരന്മാരും അഭിപ്രായപ്പെട്ടിട്ടുള്ളതുപോലെ നിധിയിലെ പൗരാണിക നാണയങ്ങളും അപൂർവ്വങ്ങളായ ആഭരണങ്ങളും കലാവസ്തുക്കളും മറ്റും എല്ലാവർക്കും കാണാനും പഠിക്കാനും വേണ്ടി ക്ഷേത്രത്തിൽത്തന്നെ പ്രത്യേക മ്യൂസിയമുണ്ടാക്കി അവിടെ പ്രദർശിപ്പിക്കാം. ബാക്കി എണ്ണിത്തിട്ടപ്പെടുത്തി സുരക്ഷിതമാക്കി നിലവറകളിൽ തന്നെയിരിക്കട്ടെ. അവയുടെ ഈടിന്മേൽ കടപ്പത്രങ്ങൾ ഇറക്കി വിദ്യാഭ്യാസആരോഗ്യ മുതൽ മുടക്കിനുള്ള പണവും കണ്ടെത്താം.

ഇതൊരു പുതിയ കാര്യമല്ല. നമ്മുടെ നാട്ടിലെ ദേവസ്വങ്ങൾ ഇപ്പോൾ തന്നെ കോളേജുകൾ നടത്തുന്നുണ്ടല്ലോ. തിരുപ്പതി പോലുള്ള

ദേവസ്ഥാനങ്ങൾ അതിവിപുലമായ രീതിയിൽ ഇത്തരത്തിൽ സാമൂഹ്യ ക്ഷേമ സംവിധാനങ്ങൾ ഒരുക്കിയിട്ടുണ്ട്. ശ്രീപത്മനാഭസ്വാമി ക്ഷേത്രത്തിനായി രൂപീകരിക്കുന്ന ദേവസ്വം രൂപംനല്കുന്ന ഒരു ട്രസ്റ്റിന് ഇത്തരം വിദ്യാഭ്യാസ ആരോഗ്യ സ്ഥാപനങ്ങളുടെ മേൽനോട്ടം ഏറ്റെടുക്കാം.

ഇത്തരത്തിൽ നിധി സെക്യൂരിറ്റൈസ് ചെയ്ത് പണം സമാഹരിച്ചാൽ അതിന്റെ പലിശച്ചെലവ് എവിടെ നിന്ന് എന്ന ചോദ്യം ഉയരും. ഇതിൽ ഗണ്യമായ ഭാഗം സർക്കാർ വഹിക്കണം. ഇതിന്റെ അടിസ്ഥാനത്തിൽ ട്രസ്റ്റിലും സ്ഥാപനങ്ങൾ നടത്തിപ്പിലും സർക്കാരിന്റെ നിയന്ത്രണങ്ങൾ ഉണ്ടാകും. ഏതാനും ധർമ്മാശുപത്രികളോ കോളേജുകളോ സ്ഥാപിക്കുന്ന കാര്യമല്ല ഉദ്ദേശിക്കുന്നത്. കേരളത്തെ വൈജ്ഞാനിക സമൂഹമാക്കി മാറ്റുന്നതിനുവേണ്ടി അന്തർദ്ദേശീയ നിലവാരമുള്ള ഉന്നത വിദ്യാപീഠങ്ങളുടെയും ലബോറട്ടറികളുടെയും റഫറൽ ആശുപത്രികളുടെയും ആയുർവ്വേദ ഗവേഷണത്തിനു വേണ്ടിയുള്ള സ്ഥാപനങ്ങളുടെയും ഒരു ശൃംഖല സൃഷ്ടിക്കുവാനാണ് നിർദ്ദേശം. ഇതിന് ഭീമമായ മുതൽമുടക്ക് വേണ്ടിവരും. ആവർത്തനച്ചെലവും ഉണ്ടാകും. അടുത്ത പത്തുവർഷംകൊണ്ട് 20 – 25000 കോടി രൂപ മുതൽ മുടക്കേണ്ടിവന്നേക്കാം. ഇത്തരം ഒരു മുതൽമുടക്ക് സംസ്ഥാനത്തെ സാമ്പത്തിക വളർച്ച ഉത്തേജിപ്പിക്കുകയും അതുവഴി സംസ്ഥാന വരുമാനത്തിന്റെ വളർച്ചയിലേക്ക് നയിക്കുകയും ചെയ്യും. അതുകൊണ്ട് ക്ഷേത്രനിധിയിൽനിന്നുള്ള മുതൽമുടക്ക് ജഡഭാരമായിത്തീരുകയില്ല.

പൊതു സാമൂഹ്യ നിയന്ത്രണത്തിനുകീഴിൽ കേവലം കച്ചവട താല്പര്യാടിസ്ഥാനത്തിലല്ലാതെ ഒരു ലോകോത്തര ഉന്നത വിദ്യാഭ്യാസ സംവിധാനം നമുക്ക് കേരളത്തിൽ സൃഷ്ടിക്കാനാവും. ഇത് സംബന്ധിച്ച് സംസ്ഥാനത്തെ എല്ലാവർക്കും ഇടയിൽ ഒരു പൊതുഅഭിപ്രായ സമന്വയം ഉണ്ടാക്കിയിട്ടേ എന്തെങ്കിലും നടപടി സ്വീകരിക്കാൻ പാടുള്ളൂ എന്നതും വ്യക്തമാണ്. എന്നിരുന്നാലും വിദേശ – നാടൻ കോർപ്പറേറ്റ് മൂലധനത്തിന്റെയും വിദേശ സർവ്വകലാശാലകളുടെയും വാണിജ്യാടിസ്ഥാനത്തിലുള്ള ഇടപെടൽ പരീക്ഷണത്തേക്കാൾ എന്തുകൊണ്ടും അഭികാമ്യം ഇപ്പറഞ്ഞതായിരിക്കും. വിദേശ സർവ്വകലാശാലകളും ഉന്നത വിദ്യാപീഠങ്ങളുമായി അടുത്ത ആശയവിനിമയവും പഠനഗവേഷണ ബന്ധങ്ങളും അനിവാര്യമാണ്.അത്തരത്തിലുള്ള സഹകരണമില്ലാതെ ആധുനിക കാലഘട്ടത്തിൽ വിജ്ഞാന ഉല്പാദനവും സ്വായത്തമാക്കലും സാദ്ധ്യമല്ല. പക്ഷേ, അതിന് പരിപ്രേക്ഷ്യ രേഖയുടെ സ്വതന്ത്ര വിദ്യാഭ്യാസ വ്യാപാര മേഖല ആവശ്യമില്ല.

14

ആരോഗ്യരംഗം; കേരള മോഡലിൽനിന്ന് അമേരിക്കൻ മോഡലിലേക്ക്

ഏതാണ്ട് വികസിതരാജ്യങ്ങൾക്കു തുല്യമായ ആരോഗ്യ നിലവാരം കേരളത്തിനു കൈവരിക്കാൻ കഴിഞ്ഞിട്ടുണ്ട്. അംഗീകൃത ആരോഗ്യ മാനദണ്ഡങ്ങളായ പൊതുശിശു മരണ നിരക്കുകൾ ഇന്ത്യൻ ശരാശരിയേക്കാൾ കൂടുതൽ അടുത്തു നില്ക്കുന്നത് വികസിതരാജ്യങ്ങളോടാണ്. ആയുർദൈർഘ്യം ഇന്ത്യയിൽ 63 ആയിരിക്കുമ്പോൾ കേരളത്തിൽ 74 ആണ്. ഇതിനു മുഖ്യകാരണം ഗ്രാമനഗര വ്യത്യാസമില്ലാതെ സംസ്ഥാനം മുഴുവൻ വ്യാപിച്ചു കിടക്കുന്ന പ്രാഥമിക ആരോഗ്യകേന്ദ്രങ്ങളും അതിനു മുകളിലുള്ള താലൂക്ക് ജില്ലാ മെഡിക്കൽ കോളേജ് ശൃംഖലയുമാണ്. പ്രാഥമികാരോഗ്യകേന്ദ്രങ്ങളിലൂടെ ഫലപ്രദമായ ചികിത്സ മാത്രമല്ല രോഗ പ്രതിരോധ പ്രവർത്തനങ്ങളും നടപ്പിലാക്കി. ഇവയെല്ലാം പാവപ്പെട്ടവർക്കു കൂടി പ്രാപ്യമായിരുന്നു. അങ്ങനെ സാമൂഹ്യനീതിയിൽ അധിഷ്ഠിതമായ ആരോഗ്യനിലവാരം കേരളത്തിനു കൈവരിക്കാൻ കഴിഞ്ഞു.

പുതിയ വെല്ലുവിളികൾ

1980 കളോടെ കേരളത്തിന്റെ ആരോഗ്യമേഖല പുതിയ വെല്ലുവിളികളെ നേരിട്ടു തുടങ്ങി. ഇന്ന് അതൊരു പ്രതിസന്ധിയിലാണെന്നു പറയാം. രോഗാതുരത ഇന്ത്യയിൽ ഏറ്റവും ഉയർന്ന സംസ്ഥാനമാണ് കേരളം. ഇന്ത്യയിലെ രോഗാതുരതാനിരക്ക് 9.1 ശതമാനമായിരിക്കുമ്പോൾ കേരളത്തിലേത് 25 ശതമാനമാണ്. രോഗതിരിച്ചറിവിന്റെ ആത്മനിഷ്ഠ സ്വഭാവം പരിഗണിച്ചാൽപ്പോലും ഇത് താരതമ്യേനേ ഉയർന്ന രോഗാതുരതാനിരക്കാണ്. ഒരുവശത്ത് പ്രമേഹം, രക്താതിസമ്മർദ്ദം, കൊളസ്ട്രോൾ തുടങ്ങിയ ജീവിതശൈലീരോഗങ്ങളും കേരളത്തിലേക്കു കടന്നു വരുന്നു. ആയുർദൈർഘ്യം വർദ്ധിക്കുമ്പോൾ സ്വാഭാവികമായി

ഉണ്ടാകുന്നതിനേക്കാൾ ഉയർന്നതോതിൽ അർബ്ബുദം, പക്ഷാഘാതം, ഹൃദയാഘാതം, കിഡ്നി, ലിവർ പ്രശ്നങ്ങൾ തുടങ്ങിയവ പെരുകി. നിർമ്മാർജ്ജനം ചെയ്തുവെന്നു കരുതിയ മഞ്ഞപ്പിത്തം, കോളറ, മലേറിയ, എലിപ്പനി തുടങ്ങിയ തിരിച്ചുവന്നു. ഡെങ്കിപ്പനി, ചിക്കുൻ ഗുനിയ തുടങ്ങിയ പുതിയ പകർച്ചവ്യാധികളും കേരളത്തിൽ പടർന്നു. മാതൃമരണ നിരക്ക് ദേശീയ ശരാശരിയേക്കാൾ വളരെ താഴ്ന്നതാണെങ്കിലും അന്തർദ്ദേശീയ മാനദണ്ഡപ്രകാരം വളരെ ഉയർന്നതാണ്. 2001 ലെ കാനേഷുമാരി പ്രകാരം ഗൗരവമായ മാനസികാരോഗ്യപ്രശ്നമുള്ളവർ കേരളത്തിലെ ജനസംഖ്യയുടെ 0.4 ശതമാനം വരും. അഖിലേന്ത്യാശരാശരി 0.2 മാത്രമാണ്. മദ്യാസക്തി വർദ്ധിക്കുന്നു. ജനസംഖ്യയിൽ കേരളത്തിന്റെ വിഹിതം 3 ശതമാനത്തിൽ താഴെയാണെങ്കിലും 2010 ൽ ആത്മഹത്യകളുടെ 6.7 ശതമാനം കേരളത്തിലാണ്. 2031 ആകുമ്പോഴേക്കും 60 ശതമാനത്തിലേറെ പ്രായമുള്ളവരുടെ എണ്ണം 33 ശതമാനത്തോളം വരുമെന്നാണ് കണക്കാക്കപ്പെടുന്നത്. അന്ന് 15 വയസ്സിൽ താഴെയുള്ള കുട്ടികളുടെ ശതമാനം പതിനാറ് വരും. ഈ വെല്ലുവിളികളെ എങ്ങനെ അഭിമുഖീകരിക്കണം എന്നതു സംബന്ധിച്ച് വളരെ വ്യത്യസ്തമായ കാഴ്ചപ്പാടാണ് നമ്മളും പരിപ്രേക്ഷ്യരേഖയും തമ്മിലുള്ളത്.

ആരോഗ്യത്തിന്റെ വാണിജ്യവല്ക്കരണം

കേരളീയരുടെ വർദ്ധിച്ചുവരുന്ന രോഗാതുരത നേരിടുന്നതിനായി വാണിജ്യാടിസ്ഥാനത്തിലുള്ള വൻകിടാശുപത്രികളെയാണ് നാം കൂടുതൽ ആശ്രയിക്കുന്നത്. സർക്കാർ ആശുപത്രി സംവിധാനത്തിന്റെ വിപുലീകരണം വളരെ പതുക്കെയാണ്. യാതൊരു സാമൂഹ്യനിയന്ത്രണവുമില്ലാതെ പണം കൈയിലുള്ള ആർക്കും മുതൽമുടക്കാവുന്ന മേഖലയായി ആതുരസേവനരംഗം മാറി. ഇന്ന് സ്വകാര്യസ്ഥാപനങ്ങൾ പൊതു ആരോഗ്യസ്ഥാപനങ്ങളുടെ മൂന്നു മടങ്ങുവരും. ബെഡുകളുടെ എണ്ണമെടുത്താൽ ഒന്നര മടങ്ങുവരും. അതിരുകവിഞ്ഞ സ്വകാര്യവല്ക്കരണത്തിന്റെയും വാണിജ്യവല്ക്കരണത്തിന്റെയും ഫലമായി ആരോഗ്യച്ചെലവ് കുതിച്ചുയരുകയാണ്. ശാസ്ത്രസാഹിത്യ പരിഷത്തിന്റെ പഠനം അനുസരിച്ച് 1987 ൽ പ്രതിശീർഷ ആരോഗ്യച്ചെലവ് 88 രൂപയായിരുന്നത് 2004 ൽ 1710 ഉം 2011 ൽ 5629 രൂപയായും വർദ്ധിച്ചു. ചികിത്സാച്ചെലവ് ദാരിദ്ര്യരേഖയ്ക്കു കീഴിലേക്ക് കുടുംബങ്ങളെ തള്ളിവിടുന്നതിന് ഒരു കാരണമായിട്ടുണ്ട്. ഇന്ത്യയിൽ ആരോഗ്യത്തിന്റെ സ്വകാര്യച്ചെലവ് ഏറ്റവും ഉയർന്ന സംസ്ഥാനം കേരളമാണ്.

ഈ സ്വകാര്യവല്ക്കരണ വാണിജ്യവല്ക്കരണ പ്രവണത കൂടുതൽ ശക്തിപ്പെടുത്തുന്ന ഒരു സമീപനമാണ് പരിപ്രേക്ഷ്യരേഖയിലുള്ളത്. ആമുഖത്തിൽ സൂചിപ്പിച്ചതുപോലെ ആരോഗ്യമേഖലയെ കൂടുതൽ വാണിജ്യവല്ക്കരിച്ചുകൊണ്ട് സ്വകാര്യനിക്ഷേപത്തെ ആകർഷിക്കുകയും അതുവഴി നാട്ടിലെ സമ്പന്നരുടെ ആരോഗ്യ ആവശ്യങ്ങൾ മാത്രമല്ല,

അന്തർദ്ദേശീയമായി രോഗചികിത്സയ്ക്കുള്ള കേന്ദ്രമായി കേരളത്തെ മാറ്റാനാണ് ലക്ഷ്യമിടുന്നത്. ഇതിനായി വിദ്യാഭ്യാസമേഖലയിലെന്നപോലെ ആരോഗ്യനഗരങ്ങൾ സ്ഥാപിക്കുന്നതിനും അവിടേക്ക് വിദേശ മൂലധനമടക്കം ആകർഷിക്കുന്നതിനും പരിപാടിയുണ്ട്. അനിയന്ത്രിതമായ ഇത്തരത്തിലുള്ള വളർച്ച പൊതുസംവിധാനത്തിൽനിന്നും സാധാരണക്കാർ ഉപയോഗപ്പെടുത്തുന്ന സ്വകാര്യസ്ഥാപനങ്ങളിൽനിന്നും ഡോക്ടർമാരെയും മറ്റും ആകർഷിച്ചെടുക്കുകയും അവയുടെ നിലനില്പ് അപകടത്തിലാക്കുകയും ചെയ്യും.

പരിപ്രേക്ഷ്യരേഖയിലെ രണ്ടാമത്തെ മുഖ്യസമീപനം ആരോഗ്യ ഇൻഷ്വറൻസിനു നല്കുന്ന ഊന്നലാണ്. ലോകത്ത് ഇന്ന് അടിസ്ഥാനപരമായി രണ്ട് ആരോഗ്യ സംവിധാനങ്ങൾ ഉണ്ട്. ഒന്നാമത്തേത് ബ്രിട്ടണിലെ ദേശീയ ആരോഗ്യസംവിധാനമാണ്. സൗജന്യവും കാര്യക്ഷമവുമായ പൊതുസംവിധാനത്തിലൂടെ എല്ലാവർക്കും സൗജന്യമായ ആരോഗ്യപരിരക്ഷ ഉറപ്പുവരുത്തുകയാണ് ഇതിന്റെ രീതി. കേരളം പിന്തുടരുന്നത് ഇത്തരത്തിലുള്ള സമീപനമാണ്. ഇതിനു കടകവിരുദ്ധമാണ് അമേരിക്കയിലെ ആരോഗ്യഇൻഷ്വറൻസ് സമ്പ്രദായം. അവിടെ പൊതു ആരോഗ്യസംവിധാനമില്ല. എല്ലാവരും ആരോഗ്യ ഇൻഷ്വറൻസ് എടുക്കണം. ഇൻഷ്വറൻസ് കമ്പനി ചികിത്സാച്ചെലവ് ആശുപത്രിക്കു നല്കിക്കൊള്ളും. ആശുപത്രികളും ഇൻഷ്വറൻസ് കമ്പനിയും മരുന്നു കച്ചവടക്കാരും തമ്മിലുള്ള ഒരു അവിശുദ്ധ കൂട്ടുകെട്ടായി ഇത് അധഃപതിച്ചതിന്റെ ഫലമായി ഇൻഷ്വറൻസ് ചെലവ് നാൾക്കുനാൾ വർദ്ധിച്ചു. ഇതിന്റെ ഫലമായി പാവപ്പെട്ടവർക്ക് ഇൻഷ്വറൻസെടുക്കാൻ കഴിയാതെയായി. ചികിത്സ അവർക്ക് അപ്രാപ്യമായി. ഇതിനെ പരിഷ്കരിക്കാനാണ് പ്രസിഡന്റ് ഒബാമ, ഒബാമാ കെയർ കൊണ്ടുവന്നത്. കേരളാ മോഡൽ വിട്ട് ഇത്തരമൊരു അമേരിക്കൻ മോഡലിലേക്ക് നീങ്ങാനാണ് യു ഡി എഫ് സർക്കാരിന്റെ പരിപാടി. കേന്ദ്രത്തിന്റെ പുതിയ ആരോഗ്യനയം ഇതാണ്.

ഇടതുപക്ഷ സർക്കാരുകളുടെ നയം

കേന്ദ്രസർക്കാർ പാവപ്പെട്ടവർക്കു വേണ്ടി രാഷ്ട്രീയ സ്വസ്ഥ്യ ഭീമാ യോജന (ആർ എസ് ബി വൈ) എന്നൊരു ഇൻഷ്വറൻസ് പരിപാടി ആവിഷ്കരിച്ചിട്ടുണ്ട്. ഇൻഷ്വറൻസ് തുകയുടെ പകുതി കേന്ദ്രം വഹിക്കും, പകുതി സംസ്ഥാനം വഹിക്കണം. 30000 രൂപ വരെയുള്ള കിടത്തി ചികിത്സാച്ചെലവ് ഇൻഷ്വറൻസ് കമ്പനി വഹിക്കും. കഴിഞ്ഞ ഇടതുപക്ഷ സർക്കാരിന്റെ കാലത്താണ് ഈ സ്കീം വന്നത്. നടപ്പാക്കിയില്ലെങ്കിൽ കേന്ദ്രസഹായം നഷ്ടപ്പെടും. നാട്ടിലിത് രാഷ്ട്രീയ പ്രശ്നവുമാകും. ഈ പശ്ചാത്തലത്തിൽ പദ്ധതി നടപ്പാക്കാൻ തീരുമാനിച്ചു. പക്ഷേ, 11 ലക്ഷം ബി പി എൽ കുടുംബങ്ങൾക്കു മാത്രമല്ല, അതിനു മുകളിലുള്ള പാവപ്പെട്ടവർക്കു കൂടി പരിരക്ഷ നല്കാൻ തീരുമാനിച്ചു. അതിനും മുകളിലു

ള്ളവർക്ക് സ്വയം പ്രീമിയം അടച്ചുകൊണ്ട് ഇൻഷ്വറൻസിൽ ചേരാൻ അവകാശവും കൊടുത്തു. രണ്ടാമത് സ്വീകരിച്ച ഒരു നടപടി സർക്കാർ ആശുപത്രികളുടെ ഫീസുകൾ കൂടി കണക്കിലെടുത്തുകൊണ്ട് താഴ്ന്ന നിരക്ക് ആശുപത്രി വാടകയ്ക്കും ടെസ്റ്റുകൾക്കും മറ്റും നിശ്ചയിച്ചതാണ്. ഇതുവഴി വലിയ ഫീസുകൾ വാങ്ങുന്ന വാണിജ്യാശുപത്രികളെ ഒഴിവാക്കാനായി. മൂന്നാമതൊരു നടപടി കൂടി സ്വീകരിച്ചു. 30000 രൂപ മാത്രമേ ചികിത്സാച്ചെലവായി ഇൻഷ്വറൻസ് കമ്പനി തരൂ. എന്നാൽ ഹൃദയാഘാതം, ക്യാൻസർ, കിഡ്നി രോഗം തുടങ്ങിയവയ്ക്ക് ഈ തുക തികച്ചും അപര്യാപ്തമാണ്. അതുകൊണ്ട് ഇത്തരം രോഗികൾക്കെല്ലാം ശ്രീചിത്രാ, ആർ സി സി, മെഡിക്കൽ കോളേജുകൾ ഇവയിൽ ചികിത്സ നല്കുന്നതിന് ചെലവ് ഇൻഷ്വറൻസിൽനിന്നു നല്കുന്നതിനും തീരുമാനിച്ചു. അവസാനമായി ഇൻഷ്വറൻസ് പണം സർക്കാർ ഖജനാവിലേക്കല്ല, അതതു ബന്ധപ്പെട്ട ആശുപത്രികളുടെ വികസന മാനേജ്മെന്റ് കമ്മിറ്റികൾക്കു നല്കുന്നതിനും തീരുമാനിച്ചു. ഈ നടപടികളുടെ മുഖ്യലക്ഷ്യം ഇൻഷ്വറൻസിനു വേണ്ടി മുടക്കുന്ന പണത്തിൽ കൂടുതൽ പങ്ക് പൊതു ആരോഗ്യമേഖലയ്ക്ക് ഉറപ്പുവരുത്തുന്നതിനായിരുന്നു. പൊതു ആരോഗ്യ സംവിധാനത്തെ ശക്തിപ്പെടുത്തുന്നതിന് ഇൻഷ്വറൻസിനെ ഉപയോഗപ്പെടുത്തുക എന്നതായിരുന്നു തന്ത്രം.

അതോടൊപ്പം പൊതുആരോഗ്യ സംവിധാനം മെച്ചപ്പെടുത്തുന്നതിന് ഒട്ടേറെ നടപടികൾ സ്വീകരിച്ചു. മെഡിക്കൽ കോളേജ് അദ്ധ്യാപകരുടെ സേവന വേതന വ്യവസ്ഥകൾ പരിഷ്കരിച്ച് സ്വകാര്യ ചികിത്സാരീതികൾ അവസാനിപ്പിച്ചു. മെഡിക്കൽ കോളേജുകളിലെ സൗകര്യങ്ങൾ വികസിപ്പിച്ച് 200 പുതിയ എം ബി ബി എസ് സീറ്റുകൾ അനുവദിപ്പിച്ചു. ആരോഗ്യ സർവ്വകലാശാലയ്ക്കു രൂപംനല്കി. യു ഡി എഫ് സർക്കാർ സ്വീകരിച്ച നയം ഈ നടപടികളെ മുന്നോട്ടു കൊണ്ടുപോകാൻ സഹായമായില്ല. നിലവിലുള്ള മെഡിക്കൽ കോളേജുകളുടെ പ്രശ്നങ്ങൾ അവഗണിച്ചുകൊണ്ട് പുതിയ മെഡിക്കൽ കോളേജുകൾ ആരംഭിച്ചു കൈയടി നേടാനായി ശ്രമം. ഇതിനെല്ലാം മകുടം ചാർത്തുംവിധം സമാന്തരമായ ഇൻഷ്വറൻസ് സംവിധാനങ്ങളും ആരംഭിച്ചു. ഇന്നിപ്പോൾ ഫിഷറീസ്, പട്ടികജാതി പട്ടികവർഗ്ഗ ഡിപ്പാർട്ട്മെന്റുകൾക്ക് അവരുടേതായ ആരോഗ്യ ഇൻഷ്വറൻസ് പദ്ധതിയുണ്ട്. ധനവകുപ്പുതന്നെ കാരുണ്യ എന്ന പേരിൽ പുതിയൊരു പദ്ധതി ആരംഭിച്ചു. നടപ്പുവർഷത്തിൽ ഏതാണ്ട് 600 കോടി രൂപയാണ് ഈയിനത്തിൽ ചെലവഴിക്കുന്നത് എന്നാണ് കണക്ക്. സുവ്യക്തമായ മാനദണ്ഡങ്ങളുടെ അടിസ്ഥാനത്തിൽ രോഗികൾക്ക് ധനസഹായം നല്കലല്ല, മറിച്ച് ധനവകുപ്പ് നിശ്ചയിക്കുന്ന ഉദ്യോഗസ്ഥൻ വിവേചനാധികാരത്തോടെ നടപ്പാക്കുന്ന ഒരു ആശ്രിത പരിപാടിയായി കാരുണ്യ മാറിയിരിക്കുകയാണ്. യഥാർത്ഥത്തിൽ ഇതൊരു ആരോഗ്യ ഇൻഷ്വറൻസ് പദ്ധതിയാണ്. ഇത്തരത്തിലുള്ള എല്ലാ പദ്ധതികളും കൂട്ടിച്ചേർത്താൽ ഏതാണ്ട് 1000 കോടി രൂപയാണ് ഇൻഷ്വറൻസോ അർദ്ധ

ഇൻഷ്വറൻസോ ആയ പദ്ധതികൾക്കുവേണ്ടി ചെലവഴിച്ചുകൊണ്ടിരിക്കുന്നത്. ചിസ് പ്ലസ് പദ്ധതിപോലെ കാരുണ്യാപദ്ധതി കൂടി ആവിഷ്കരിക്കുകയും ഈ പണം പുതിയവയടക്കമുള്ള സർക്കാർ മെഡിക്കൽ കോളേജുകളും ശ്രീചിത്രയും ആർ സി സി പോലുള്ള സ്ഥാപനങ്ങളും വികസിപ്പിക്കുന്നതിന് പ്രയോജനപ്പെടുത്താൻ കഴിഞ്ഞിരുന്നെങ്കിൽ കേരളത്തിലെ ആരോഗ്യമേഖലയിൽ ഒരു കുതിച്ചുചാട്ടമുണ്ടായേനെ. ഇത്തരത്തിലുള്ള വിമർശനപരമായ പരിശോധന ഇൻഷ്വറൻസ് പദ്ധതികളെക്കുറിച്ച് പരിപ്രേക്ഷ്യരേഖയിലില്ല.

കേരള അനുഭവം മറക്കുന്ന പരിപ്രേക്ഷ്യം

പൊതു ആരോഗ്യസംവിധാനത്തെ മെച്ചപ്പെടുത്തുന്നത് സംബന്ധിച്ച് വിശദമായി ചർച്ച ചെയ്യുന്നുണ്ട്. സാമൂഹ്യാരോഗ്യം എന്ന തലക്കെട്ടിനു കീഴിൽ ചർച്ച ചെയ്യുന്ന അനുഭവങ്ങളുടെ താഴെ കൊടുത്തിരിക്കുന്ന ലിസ്റ്റു വായിച്ചാൽ ഈ ചർച്ചയുടെ പൊതുസ്വഭാവം മനസ്സിലാക്കാൻ പറ്റും.

- ആഫ്രിക്കയിലെ എച്ച് ഐ വി എയ്ഡ്സ് അദ്ധ്യാപക പരിശീലന പരിപാടി.
- നേഴ്സ് കുടുംബ നാഷണൽ പാർട്നർഷിപ്പ് സർവ്വീസ്
- ഐസ്ലാൻഡിലെ മിഡ്വൈഫ് ക്ലിനിക്കുകൾ
- കെനിയയിലെ ആൻഡി മലേറിയ മരുന്നിന്റെ വിതരണ സമ്പ്രദായം
- വിയറ്റ്നാമിലെ പുനരുല്പാദന ആരോഗ്യപരിപാടിയുടെ മാതൃക
- ചൈനയിലെ സുരക്ഷാ മാതൃ പരിപാടി.
- വിയറ്റ്നാമിലെ നാഷണൽ യൂണിയൻ ഓഫ് സ്റ്റുഡന്റ്സിന്റെ ആരോഗ്യപരിപാടി.
- സിങ്കപ്പൂരിലെ ആരോഗ്യ വിഭവസമാഹരണ സമ്പ്രദായം

ഇതൊക്കെയും അതിനപ്പുറവും പഠിച്ചോട്ടെ. പക്ഷേ, കേരളത്തിൽ പൊതുആരോഗ്യ സമ്പ്രദായത്തെ മെച്ചപ്പെടുത്തുന്നതിന് നടന്ന സമാനതകളില്ലാത്ത ഒരു ജനകീയ ഇടപെടലുണ്ട്. അധികാരവികേന്ദ്രീകരണത്തിന്റെ ഫലമായി ആരോഗ്യമേഖലയിൽ തദ്ദേശ സ്വയംഭരണ സ്ഥാപനങ്ങൾ ഇടപെട്ടതിന്റെ ഗുണപരമായ നേട്ടങ്ങളെക്കുറിച്ച് ഒട്ടേറെ പഠനങ്ങളുണ്ട്. അവയെക്കുറിച്ച് ഒരു പരാമർശംപോലും കരടു രേഖയിലില്ല.

കേരളത്തിലെ ആരോഗ്യച്ചെലവ് കുത്തനെ ഉയരുന്നതിന് പ്രധാനപ്പെട്ട കാരണം മരുന്നുകൾക്കു വേണ്ടിവരുന്ന ചെലവാണ്. പേറ്റന്റ് നിയമത്തിൽ വന്ന മാറ്റങ്ങളും മരുന്നു കമ്പനികൾക്ക് അനുകൂലമായ നയങ്ങളും ചേർന്നപ്പോൾ മരുന്നു കൊള്ളയായി മാറിയിരിക്കുകയാണ്. ഈയൊരു പ്രശ്നത്തെക്കുറിച്ച് ഒരൊറ്റ വാചകമാണ് രേഖയിലുള്ളത്. "4.5.2.10 വില കുറഞ്ഞ ആന്റി സൈക്കോട്ടിക് മരുന്നുകൾ വാങ്ങി വിതരണം ചെയ്യുന്നത് ഗുണകരമായിരിക്കും. പൊതു ഇൻഷ്വറൻസിലൂടെ വളരെ ഉയർന്ന വിലയുള്ള വിഷാദരോഗങ്ങൾക്കുള്ള മരുന്നുകളും ലഭ്യമാക്കാനാവും".

കേരളത്തിൽ ഏറെ ചർച്ച ചെയ്യപ്പെടുന്ന ഒരു കാര്യമാണ് പൊതുമേഖലാ വ്യവസായ സ്ഥാപനമായ കെ എസ് ഡി പി ആരോഗ്യവകുപ്പിന്റെ അടുക്കള ഫാക്ടറിയാക്കി മാറ്റണമെന്നുള്ളത്. ബഹുരാഷ്ട്ര കമ്പനികളുടെ സമ്പൂർണ്ണ ആധിപത്യത്തിന് ഇരയായിക്കൊണ്ടിരിക്കുന്ന ഔഷധരംഗത്ത് പൊതുആരോഗ്യ സംവിധാനത്തിലെ മരുന്നുകളുടെ വിലയെങ്കിലും പിടിച്ചു നിർത്താൻ നമുക്കൊരു അത്താണിയാകേണ്ടതാണ് ഈ സ്ഥാപനം. ഇതിനെക്കുറിച്ചൊന്നും യാതൊരു ചിന്തയും പരിപ്രേക്ഷ്യരേഖയിലില്ല.

കരടു രേഖയിലെ ആരോഗ്യപരിപാടി അടിമുടി പിന്തിരിപ്പനാണ്. സ്വകാര്യവല്ക്കൃതവും വാണിജ്യവല്ക്കൃതവും ഇൻഷ്വറൻസ് കേന്ദ്രിതവുമായ ഒരു ആരോഗ്യസംവിധാനത്തിലേക്ക് കേരളത്തെ നീക്കുന്നതിനുള്ള ഒരു പരിപാടിയാണ്.

വാൽക്കഷണം – കരടുരേഖയിൽനിന്ന് സമൂലമായ മാറ്റം വരുത്തിയ ഒരദ്ധ്യായമാണ് ആരോഗ്യം സംബന്ധിച്ചത് എന്നു തോന്നുന്നു. അവസാന രേഖയിൽ ആമുഖത്തിൽ ആരോഗ്യനയങ്ങളും മറ്റും തുടരുന്നുണ്ടെങ്കിലും ആരോഗ്യ അദ്ധ്യായത്തിൽനിന്ന് അവ ബഹിഷ്കൃതമായിട്ടുണ്ട്. അതേസമയം, അധികാരവികേന്ദ്രീകരണത്തെ പരിഗണിച്ചിട്ടുണ്ട്. പക്ഷേ, ആരോഗ്യ ഇൻഷ്വറൻസ് സംബന്ധിച്ച് അപ്പോഴും ഒരു വീണ്ടുവിചാരമുണ്ടായിട്ടില്ല.

15

സ്ത്രീ ശാക്തീകരണത്തിൽ വിട്ടുപോയത്

സ്ത്രീയും വികസനവും എന്ന ചർച്ച കേരളത്തെക്കുറിച്ചുള്ളതാണെങ്കിൽ ആരംഭിക്കുക സ്ത്രീപദവി പ്രഹേളികയിൽ നിന്നാണ്. ഇതുമായി ബന്ധപ്പെട്ട കണക്കുകളാണ് പരിപ്രേക്ഷ്യ രേഖയിലെ സ്ത്രീ ശാക്തീകരണം സംബന്ധിച്ച അദ്ധ്യായത്തിന്റെ നല്ല പങ്കും. അവിതർക്കിതമായ ഒരു നിരീക്ഷണം ഇതാണ്. കേരളത്തിലെ സ്ത്രീകളുടെ സാമൂഹ്യ-സാമ്പത്തിക നില മറ്റു സംസ്ഥാനങ്ങളെ അപേക്ഷിച്ച് വളരെ ഉയർന്നതാണ്.

- ദേശീയ സാംപിൾ സർവ്വേയുടെ അവസാന കണക്ക് പ്രകാരം (2009–10) കേരളത്തിലെ ഗ്രാമീണ സ്ത്രീകളുടെ നിരക്ഷരത 15% ആയിരിക്കുമ്പോൾ ഇന്ത്യയിൽ അത് 47% ആണ്. നഗര മേഖലയിൽ ഈ തോത് യഥാക്രമം 13 ഉം 26% വീതമാണ്.
- കേരളത്തിലെ 100 വിദ്യാർത്ഥികളിൽ 54 പേർ പെൺകുട്ടികൾ ആയിരിക്കുമ്പോൾ ഇന്ത്യയിൽ അത് 40 മാത്രമായിരിക്കുകയാണ്. ബിരുദാനന്തര ബിരുദ വിദ്യാർത്ഥികളിൽ ഈ തോത് യഥാക്രമം 69 ഉം 44 ഉം ആണ്.
- കേരളത്തിൽ 1000 പുരുഷന്മാർക്ക് 1084 സ്ത്രീകൾ ഉള്ളപ്പോൾ ഇന്ത്യയിൽ 940 സ്ത്രീകളേ ഉള്ളൂ. (2011)
- സ്ത്രീകളുടെ ആയുർദൈർഘ്യം കേരളത്തിൽ 74 ആയിരിക്കുമ്പോൾ ഇന്ത്യയിൽ അത് 64 ആണ്.
- ശിശുമരണ നിരക്ക് ഇന്ത്യയിൽ ഏറ്റവും താഴ്ന്നത് കേരളത്തിലാണ്. കുടുംബത്തിലെ ശരാശരി കുട്ടികളുടെ എണ്ണവും താഴ്ന്നത് കേരളത്തിലാണ്.

രണ്ടാമത്തെ അവിതർക്കിതമായ നിരീക്ഷണം ഇതാണ്. സ്ത്രീക

ളുടെ സാമൂഹ്യ പദവി നോക്കിയാൽ കേരളത്തിന്റെ നില മറ്റു സംസ്ഥാന ങ്ങളിൽനിന്ന് മെച്ചപ്പെട്ടതാണെന്ന് പറയാനാവില്ല.

- കേരളത്തിൽ സ്ത്രീകളുടെ തൊഴിലില്ലായ്മ ദേശീയ ശരാശരിയേ ക്കാൾ 3–4 മടങ്ങ് ഉയർന്നതാണ്.
- കേരളത്തിലെ സ്ത്രീകളുടെ തൊഴിൽ പങ്കാളിത്തം ഇന്ത്യൻ ശരാശരിയേക്കാൾ കുറവാണ്. ഇന്ത്യയിൽ 25.1 ആയിരിക്കുമ്പോൾ കേരളത്തിലേത് 18.23 മാത്രവുമാണ്.
- വിവിധ തൊഴിൽ മേഖലകൾ എടുത്താൽ സ്ത്രീകളുടെ വേതനം പുരുഷന്മാരെ അപേക്ഷിച്ച് ഗണ്യമായി താഴ്ന്നതാണ്.
- കേരളത്തിലെ ശിശുമരണ നിരക്ക് 13 ശതമാനം മാത്രമേ ഉള്ളൂ എങ്കിലും മാതൃമരണ നിരക്ക് 41 ആണ്. വികസിതരാജ്യങ്ങളിൽ ശിശുമരണനിരക്കും മാതൃമരണനിരക്കും തമ്മിൽ വലിയ വ്യത്യാ സമില്ല.
- കേരളത്തിൽ സ്ത്രീകൾക്കെതിരായ അതിക്രമങ്ങളുടെ നിരക്ക് 2001 ൽ 17.1 ആയിരുന്നത് 2010 ൽ 27.1 ആയി ഉയർന്നു. ഇത് ഇന്ത്യാ രാജ്യത്തെ കുറ്റനിരക്കിനേക്കാൾ 54% ഉയർന്നതാണ്.
- തിരുവനന്തപുരത്തെ ബസ് യാത്രക്കാരായ സ്ത്രീകളിൽ 96% പേരും ലൈംഗിക പീഡനത്തെക്കുറിച്ച് പരാതിപ്പെട്ടു. ബലാൽസംഗ കേസു കളുടെ എണ്ണം കേരളത്തിൽ സ്ത്രീകൾക്കെതിരായ കുറ്റകൃത്യങ്ങ ളുടെ 7% വും ഇന്ത്യയിൽ അത് 1.8% മാത്രമാണ്.

മേല്പറഞ്ഞ കണക്കുകൾപോലെ ഒട്ടേറെ വസ്തുതകൾ പരിപ്രേ ക്ഷ്യ രേഖയിൽ ഉണ്ട്. പക്ഷേ, ഈ അവസ്ഥാവിശേഷം മാറ്റി തുല്യത കൈവരിക്കാൻ എന്തു ചെയ്യണമെന്നുള്ള കാര്യത്തിൽ പൊതുവായ നിർദ്ദേശങ്ങളേ ഉള്ളൂ. ജെൻഡർ മുഖ്യധാരാവല്ക്കരണമാണ് മുന്നോട്ടു വെക്കുന്ന ഏകതന്ത്രം. 'ജെൻഡർ മുഖ്യാധാരാവല്ക്കരണത്തിന്റെ ഏറ്റവും പ്രധാനപ്പെട്ട ഘടകം ബോധവല്ക്കരണമാണ്. അത് സ്കൂളിലും, പൊതുസ്ഥലത്തും എല്ലാം വേണ്ടതുണ്ട്. ഇതിനാവശ്യമായ പരിശീ ലനവും പ്രചരണ പരിപാടികളും വേണം. രണ്ടാമത്തെ ഘടകം സാമ്പ ത്തിക ശാക്തീകരണമാണ്. ഇതിനായി ഭൂമി തുടങ്ങിയ ആസ്തികളിൽ സ്ത്രീകൾക്ക് കൂടുതൽ പങ്കും തൊഴിൽ കമ്പോളത്തിൽ തുല്യതയും വേണം. മൂന്നാമത്തെ ഘടകം സാമൂഹ്യശാക്തീകരണമാണ്. ഇതിന് വേണ്ടി അതിക്രമങ്ങൾക്ക് എതിരെ പ്രതിരോധവും സംരക്ഷണ നടപടി കളും ആവശ്യമാണ്. നാലാമത്തെ ഘടകം സ്ത്രീകളുടെ ആരോഗ്യവും അഞ്ചാമത് നിയമപരമായ ശാക്തീകരണവുമാണ്. ആറാമത് രാഷ്ട്രീയ ശാക്തീകരണമാണ്. ഇവയൊക്കെ ആസ്പദമാക്കി ഒട്ടേറെ നിർദ്ദേശ ങ്ങൾ വെച്ചിട്ടുണ്ട്. പക്ഷേ, ഇവ എങ്ങനെ നടപ്പാക്കണമെന്നോ നടപ്പാക്കു ന്നതിന് ഇതുവരെയുള്ള അനുഭവമെന്തെന്നോ ഉള്ള അന്വേഷണമില്ല.

അധികാരവികേന്ദ്രീകരണവും സ്ത്രീ ശാക്തീകരണവും

യഥാർത്ഥത്തിൽ മേല്പറഞ്ഞ വിഷയങ്ങളുമായി ബന്ധപ്പെട്ട കേരളത്തിന്റെ ഏറ്റവും സമ്പന്നമായ അനുഭവം അധികാരവികേന്ദ്രീകരണത്തിലാണ്. എന്നാൽ 'കേരളത്തിൽ സർക്കാർ തന്നെ മുഖ്യാധാരാവല്ക്കരണം ഏറ്റെടുക്കണം' എന്നു പറയുന്ന പരിപ്രേക്ഷ്യ രേഖ ജനകീയാസൂത്രണവും അതിനെത്തുടർന്നുള്ളതുമായ കീഴ്ത്തട്ടിലെ ജനകീയ ഇടപെടലുകളെ പരാമർശിക്കുന്നതേയില്ല. നിശ്ചയമായിട്ടും സംസ്ഥാന തല നയരൂപീകരണം പ്രധാനമാണ്. നയപരമായ കാര്യത്തിൽ വലിയ അഭിപ്രായഭിന്നത ഉണ്ടാവാൻ സാദ്ധ്യത ഇല്ലതാനും. പക്ഷേ, പ്രായോഗികമായ ഇടപെടലിന്റെ സാദ്ധ്യതകൾ കൂടുതൽ കീഴ്ത്തട്ടിലാണ്.

ജനകീയാസൂത്രണത്തിന്റെ മുഖ്യലക്ഷ്യങ്ങളിലൊന്നായി വികസനത്തിൽ സ്ത്രീ നീതി കൈവരിക്കലായിരുന്നു. ഇതിനായി ആസൂത്രണത്തിന്റെ എല്ലാ ഘട്ടങ്ങളിലും സ്ത്രീകളുടെ പങ്കാളിത്തം ഉറപ്പ് വരുത്തി. വനിതാ ജനപ്രതിനിധികൾ സ്ത്രീ പങ്കാളിത്തവും പദ്ധതികളിൽ വനിതാ പരിഗണനയും ഉറപ്പ് വരുത്തുന്നതിൽ മുഖ്യ പങ്കുവഹിച്ചു. ഇതിനാവശ്യമായ ബൃഹത്തായ വനിതാ പരിശീലന പദ്ധതി ജനകീയാസൂത്രണത്തിന്റെ സവിശേഷതയായിരുന്നു.

പദ്ധതികൾ തയ്യാറാക്കുമ്പോൾ ഓരോന്നിന്റെയും ജെൻഡർ പ്രത്യാഘാതം സംബന്ധിച്ച് ഒരു പ്രസ്താവന ഉൾപ്പെടുത്തണം എന്നത് നിർബ്ബന്ധമായിരുന്നു. ഇത് മാത്രമല്ല, പദ്ധതി അടങ്കലിന്റെ 10% സ്ത്രീകൾ പ്രത്യേക ഗുണഭോക്താക്കളും അവരുടെ മാനേജ്മെന്റ് നിയന്ത്രണത്തിലുള്ള പ്രോജക്ടുകൾക്കും വേണ്ടി നീക്കി വെക്കണം എന്ന് നിർദ്ദേശിച്ചിരുന്നു. വനിതാ ഘടക പദ്ധതി എന്നതായിരുന്നു ഇതിന്റെ പേര്. ഇന്ത്യയിൽ ആദ്യമായിട്ടാണ് ഇന്ത്യയിലെ സർക്കാരുകളുടെയും ഏതെങ്കിലും ഒരു തട്ടിൽ ഇപ്രകാരം സ്ത്രീ പരിഗണന ഉറപ്പ് വരുത്താനുള്ള ശ്രമം. പൊതുവേ പ്രോജക്ടുകൾ സ്ത്രീ വിശേഷണം ചേർത്ത് വനിതാ ഘടക പദ്ധതിയിൽ ഉൾപ്പെടുത്തുന്ന പ്രവണത ആദ്യ രണ്ട് വർഷം കൊണ്ട് ഇല്ലാതാക്കി. പിന്നെ ശ്രദ്ധ സ്ത്രീ വികസന പ്രോജക്ടുകൾ കേവലം പ്രായോഗിക ജെൻഡർ ആവശ്യങ്ങളിലൊതുക്കാതെ സ്ത്രീ പദവിയിൽ മാറ്റം വരുത്താൻ ഉതകുന്നവയാക്കുകയായിരുന്നു. ഇതിലും ശ്രദ്ധേയമായ വിജയം നേടി. ദൗർഭാഗ്യവശാൽ യു ഡി എഫ് സർക്കാർ വനിതാ ഘടക പദ്ധതിയെ തകർത്തിരിക്കുകയാണ്. ആദ്യം ഇത് വേണ്ടെന്നു വെച്ചു. എതിർപ്പിനെത്തുടർന്ന് പുനഃസ്ഥാപിച്ചു. പക്ഷേ, വിധവകൾക്കുള്ള പാർപ്പിടങ്ങളിൽ വനിതാ ഘടക പദ്ധതി ഉൾപ്പെടുത്താം എന്ന് വന്നതോടെ വനിതാഘടക പദ്ധതി പാർപ്പിട പദ്ധതിയായി അധഃപതിച്ചു.

കുടുംബശ്രീയുടെ അനുഭവം

കേരളത്തിലെ സ്ത്രീശാക്തീകരണ പ്രക്രിയയിൽ ഏറ്റവും പ്രധാന

പ്പെട്ട പങ്കു വഹിക്കുന്നതാണ് കുടുംബശ്രീ. കുടുംബശ്രീയെക്കുറിച്ച് സാമൂഹ്യ സുരക്ഷിതത്വം ചർച്ചചെയ്യുന്ന വേളയിൽ പരാമർശിക്കുന്നുണ്ടെങ്കിലും സ്ത്രീ ശാക്തീകരണവുമായി ബന്ധപ്പെട്ട് ഒരു പരാമർശം പോലും ഇല്ലാത്തത് പരിപ്രേക്ഷ്യ രേഖയുടെ പ്രധാനപ്പെട്ട ദൗർബല്യമാണ്. ഇന്ത്യയിലെ ഇതര സംസ്ഥാനങ്ങളിലും മറ്റു രാജ്യങ്ങളിലുമുള്ള സ്വയം സഹായ സംവിധാനങ്ങളിൽനിന്ന് വ്യത്യസ്തമാണ് കുടുംബശ്രീ. സന്നദ്ധ സംഘടനയല്ല, തദ്ദേശ സ്വയംഭരണ സ്ഥാപനങ്ങളാണ് കുടുംബശ്രീയുടെ സംഘാടകർ. കേവലം മൈക്രോ ഫിനാൻസ് പ്രവർത്തനം മാത്രമല്ല, സർക്കാരിന്റെയും പഞ്ചായത്തിന്റെയും ദാരിദ്ര്യ നിർമ്മാർജ്ജന പരിപാടികൾ ഏകോപിപ്പിക്കുന്ന വേദി കൂടിയാണ് കുടുംബശ്രീ. ഗ്രാമസഭയുടെ ഉപഘടകങ്ങളായി ഈ സ്ത്രീകളുടെ അയൽക്കൂട്ട ശൃഖലയെ വളർത്തിയെടുക്കണം എന്നതായിരുന്നു കാഴ്ചപ്പാട്. എല്ലാത്തിലുമുപരി സ്ത്രീശാക്തീകരണമാണ് കുടുംബശ്രീയുടെ ഒരു പ്രധാന ലക്ഷ്യം.

കുടുംബശ്രീയുടെ ഇതുവരെയുള്ള പ്രവർത്തനങ്ങളുടെ ഫലമായി അനുഭവ വേദ്യമായ പല മാറ്റങ്ങളും ഉണ്ടായിട്ടുണ്ട്. ലഘു വായ്പാ പദ്ധതി, സൂക്ഷ്മ തൊഴിൽ സംരംഭങ്ങൾ, തൊഴിലുറപ്പ് പദ്ധതിയുടെ സംഘാടനം എന്നിവയെല്ലാമായി ബന്ധപ്പെട്ട് സ്ത്രീകളുടെ സാമ്പത്തികശാക്തീകരണം ഒരു പരിധി വരെ മുന്നോട്ട് കൊണ്ടുപോവാൻ കുടുംബശ്രീക്ക് കഴിഞ്ഞിട്ടുണ്ട്. ഇന്ന് തദ്ദേശ സ്വയംഭരണ സ്ഥാപനങ്ങളുടെ നാനാപ്രവർത്തനങ്ങളിൽ സ്ത്രീകൾ സാന്നിദ്ധ്യംകൊണ്ടും ഒരു പരിധി വരെ പ്രവർത്തനംകൊണ്ടും സജീവമാണ്. സാന്നിദ്ധ്യത്തിന്റെ രാഷ്ട്രീയം കേരളത്തിൽ വലിയ ചലനങ്ങൾ സൃഷ്ടിക്കുന്നുണ്ട്. വനിതാ പ്രതിനിധികളായി മത്സരിക്കുന്നവരിൽ ഗണ്യമായ ഒരു വിഭാഗം കുടുംബശ്രീ സ്ത്രീകളാണ്.

കേരളത്തിലെ 40 ലക്ഷത്തോളം കുടുംബങ്ങളെ പ്രതിനിധീകരിക്കുന്ന ഈ സ്ത്രീ ശാക്തീകരണ പ്രസ്ഥാനത്തെ തകർക്കുന്ന സമീപനമാണ് യു ഡി എഫ് സർക്കാർ എടുക്കുന്നത്. കുടുംബശ്രീ എന്ന ഒരു സംവിധാനത്തിന് പകരം സർക്കാർ സമാന്തര സ്വയം സഹായസംഘങ്ങളെ ആശ്രയിക്കുകയാണ്. തുടർച്ചയായ സംഘപ്രവർത്തനത്തിലൂടെ സൃഷ്ടിക്കപ്പെടുന്ന ഒരുമയും ഐക്യവുമാണ് അയൽക്കൂട്ടങ്ങളിലെ വായ്പാ തിരിച്ചടവ് ഉറപ്പ് വരുത്തുന്നത്. എന്നാൽ അയൽക്കൂട്ട അംഗം ഒരേ സമയം മറ്റ് സ്വയം സഹായസംഘങ്ങളിലും അംഗമാവുന്നതോടെ ഈ ഗ്രൂപ്പ് ഡൈനാമിക്സ് ദുർബ്ബലമാവും. തിരിച്ചടവിനെയും വായ്പാ സംവിധാനത്തെയും പ്രതികൂലമായി ബാധിക്കും. ഈ ഒരു തിരിച്ചറിവ് ഇല്ലാതെയാണ് യു ഡി എഫ് സർക്കാർ പ്രവർത്തിക്കുന്നത്. ദീർഘകാല പരിപ്രേക്ഷ്യത്തെക്കുറിച്ച് ഒരു ലേഖനമുണ്ടാക്കുമ്പോൾ ഇത് സംബന്ധിച്ച് കേരളം പിന്തുടരേണ്ട നയം എന്ത് എന്ന് വ്യക്തമാക്കേണ്ടതില്ലേ?

തദ്ദേശസ്വയംഭരണ സ്ഥാപനങ്ങളിലെ 50%ത്തിലേറെ ജനപ്രതിനിധികൾ സ്ത്രീകളായത് കീഴ്ത്തട്ടിൽ ഒരു പുതിയ നിര വനിതാ നേതാക്കളെ സൃഷ്ടിച്ചിരിക്കുകയാണ്. മറ്റു പല സംസ്ഥാനങ്ങളിലും ഉണ്ടെന്ന്

പറയുന്ന ഭർത്താവ് ഭരണമൊന്നും കേരളത്തിൽ കാണാനാവില്ല. ഈ വനിതാ ജനപ്രതിനിധികളെ സ്ത്രീ ശാക്തീകരണ പ്രക്രിയയിൽ എങ്ങനെ പ്രയോജനപ്പെടുത്തണം എന്നത് സംബന്ധിച്ച് ഒരു കാഴ്ചപ്പാട് പരിപ്രേക്ഷ്യത്തിൽ ഇല്ല.

സ്ത്രീ പീഡനം

സ്ത്രീകളുടെ നേരെയുള്ള അതിക്രമങ്ങളാണ് ഏറ്റവും അസ്വസ്ഥകരമായ ഒരു പ്രവണത. സ്ത്രീസൗഹൃദമായ പൊലീസും കോടതിയും പ്രധാനമാണ്. പക്ഷേ, പുരുഷന്മാരടക്കമുള്ള ജനങ്ങളുടെ മനോഭാവത്തിൽ മാറ്റം വരുത്തിക്കൊണ്ടല്ലാതെ അതിക്രമങ്ങൾക്ക് അറുതി വരുത്താനാവില്ല. ഇതെങ്ങനെ പ്രാദേശികമായി വികസന പദ്ധതിയിൽ ഏറ്റെടുക്കണമെന്നതിന് നല്ലൊരു ഉദാഹരണമാണ് മാരാരിക്കുളം തെക്ക് പഞ്ചായത്ത് നടപ്പാക്കിയ സ്ത്രീ സൗഹൃദ ഗ്രാമം പരിപാടി. ആദ്യം നിലവിലുള്ള അതിക്രമങ്ങളെ ഓരോ തരവും എവിടെ, എപ്പോൾ, ആര് നടത്തി എന്നത് സംബന്ധിച്ച് വിശദമായ കണക്കെടുത്തു. ഇതിന് സർവ്വേ നടത്തുന്നതിന് പകരം കുടുംബശ്രീ അയൽക്കൂട്ടങ്ങളിലെ ചർച്ചയ്ക്കുശേഷം ഓരോ സ്ത്രീയും അവരുടെ കഴിഞ്ഞ 3 മാസത്തെ അനുഭവങ്ങളെ അടിസ്ഥാനമാക്കി ഒരു ചോദ്യാവലി പൂരിപ്പിച്ചു. ഈ പ്രവർത്തനത്തിന്റെ രഹസ്യസ്വഭാവം പൂർണ്ണമായും ഉറപ്പു വരുത്തി. അങ്ങനെ അതിക്രമങ്ങൾ സംബന്ധിച്ച് കൃത്യമായ ബെഞ്ച്മാർക്ക് വിവരം ലഭ്യമായി. ക്രൈം മാപ്പുകൾ തയ്യാറാക്കി. 5 വർഷം കഴിയുമ്പോൾ സ്ത്രീകൾക്ക് എതിരായ ഓരോ ഇനവും അതിക്രമവും ഗണ്യമായി കുറയ്ക്കുന്നതിന് വിദ്യാഭ്യാസം, ആരോഗ്യം, തൊഴിൽ, വിനോദം, കൗൺസലിങ് തുടങ്ങി ഓരോ മേഖലയിലും എന്ത് ഇടപെടൽ വേണമെന്ന് തീരുമാനിച്ചു. ഇവയ്ക്ക് പ്രോജക്ടുകൾ തയ്യാറാക്കി നടപ്പാക്കിക്കൊണ്ടിരിക്കുകയാണ്. പ്രതീക്ഷിച്ച അധികസഹായം ലഭിക്കാത്തതുകൊണ്ട് പദ്ധതിയുടെ നടത്തിപ്പ് മന്ദഗതിയിലാണ്. പക്ഷേ, പ്രാദേശിക കൂട്ടായ്മയുടെ അടിസ്ഥാനത്തിൽ എങ്ങനെ ഇടപെടണം എന്നതിന് നല്ലൊരു മാതൃകയാണ്. ഈ അനുഭവം കൂടെ കണക്കിലെടുത്താണ് സംസ്ഥാനതലത്തിൽ നിർഭയ എന്ന പരിപാടിക്ക് രൂപംനല്കിയത്. പക്ഷേ, ഒന്നും നടന്നില്ല.

80 രാജ്യങ്ങളിൽ ജെൻഡർ ബജറ്റിങ് നടപ്പാക്കുന്നുണ്ടെന്നും "കേരള സർക്കാരിനും ഈ രീതി അവലംബിക്കാം" എന്നും പരിപ്രേക്ഷ്യ രേഖ നിർദ്ദേശിക്കുന്നുണ്ട്. ജെൻഡർ ബജറ്റ് 2008-09 ൽ സംസ്ഥാന ബഡ്ജറ്റുമായി ബന്ധപ്പെട്ട് ആരംഭിച്ചുവെന്നും കേരള സംസ്ഥാന പദ്ധതിയിൽ സ്ത്രീകൾക്ക് വേണ്ടിയുള്ള അടങ്കൽ 6%ത്തിൽ താഴെയായിരുന്നത് 2010-11 ൽ പഞ്ചായത്തുകളിൽ എന്നപോലെ സംസ്ഥാനതലത്തിലും 10% ആയി ഉയർത്തി എന്നതും രേഖക്കാർക്ക് അറിയില്ല. യു ഡി എഫ് സർക്കാർ ആദ്യ മൂന്ന് ബജറ്റിൽ തന്നെ ഈ സമ്പ്രദായം വേണ്ടെന്ന് വെച്ചു.

16

ദുർബ്ബലവിഭാഗങ്ങളെ മുഖ്യധാരയിലെത്തിക്കാൻ

കേരളത്തിന്റെ വികസനനേട്ടങ്ങളുടെ പങ്കാളികളാകാൻ കഴിയാത്ത പട്ടികജാതിക്കാർ, പട്ടികവർഗ്ഗക്കാർ, മത്സ്യത്തൊഴിലാളികൾ തുടങ്ങിയ വിഭാഗക്കാരെ മുഖ്യധാരയിലേക്കു കൊണ്ടുവരിക എന്നത് സുപ്രധാനമായ ഒരു വികസനദൗത്യമാണ്. മത്സ്യത്തൊഴിലാളികളുടെ പ്രശ്നങ്ങൾക്ക് വേണ്ടത്ര പരിഗണന പരിപ്രേക്ഷ്യരേഖയിലില്ല എന്നു നാം കണ്ടു. ഇതുതന്നെയാണ് പട്ടികവിഭാഗങ്ങളുടെ കാര്യത്തിലെ സ്ഥിതിയും. സ്വീകരിക്കേണ്ട നയങ്ങളെക്കുറിച്ചുള്ള പൊതുചർച്ചയ്ക്ക് ഏറെ സ്ഥലം നീക്കിവെച്ചിട്ടുണ്ട്. പക്ഷേ, പട്ടികവിഭാഗങ്ങൾ ഇന്നു നേരിടുന്ന മൂർത്തമായ പ്രശ്നങ്ങളെക്കുറിച്ച് പരാമർശമേയില്ല.

വിദ്യാഭ്യാസ ആരോഗ്യ സൂചികകളെടുത്താൽ പട്ടികവിഭാഗങ്ങളുടെ നില അഖിലേന്ത്യാ ശരാശരിയേക്കാൾ വളരെ മെച്ചമാണെങ്കിലും കേരളത്തിന്റെ പൊതുസ്ഥിതി അപേക്ഷിച്ച് വളരെ പിന്നിലാണ്. അതേസമയം തൊഴിലിന്റെ സ്വഭാവം, വരുമാനം തുടങ്ങിയ മാനദണ്ഡങ്ങളെടുത്താൽ കേരളത്തിലെ ശരാശരിയിൽനിന്ന് വളരെ താഴെയാണ് ഈ വിഭാഗം. പട്ടികജാതിക്കാരിൽ 34 ശതമാനം പേർ ദാരിദ്ര്യരേഖയ്ക്കു കീഴിലാണ്. പട്ടികവർഗ്ഗക്കാർ 50 ശതമാനത്തിലേറെയാണ്. ഈ സ്ഥിതി മറികടക്കുന്നതിനുള്ള തന്ത്രത്തിന് മൂന്നു ഘടകങ്ങളാണുള്ളത് എന്ന് രേഖ ചൂണ്ടിക്കാണിക്കുന്നു. ഒന്ന്, വിദ്യാഭ്യാസ തൊഴിൽ സംവരണം (ഇതിനെയാണ് ഇംഗ്ലീഷിൽ അഫർമേറ്റീവ് ആക്ഷൻ എന്നു വിളിക്കുന്നത്). രണ്ട്, വികസന പരിപാടികൾ, മൂന്ന്, സാമൂഹ്യ ഉന്നമനത്തിനുള്ള നടപടികൾ. ഒരു ഘടകവും കൂടി ചേർക്കാവുന്നതാണ്. പ്രിവെൻഷൻ ഓഫ് അട്രോസിറ്റീസ് ആക്ട് പോലുള്ള റെഗുലേറ്ററി നടപടികൾ. ഒന്നും രണ്ടും കാര്യങ്ങളാണ് പ്രത്യക്ഷമായി വികസന പദ്ധതികളുമായി ബന്ധപ്പെട്ടു

വരുന്നത്. യു ഡി എഫിന്റെ പരിപ്രേക്ഷ്യപ്രകാരമുള്ള വികസനമാണ് നടക്കുന്നതെങ്കിൽ വികസനപ്രക്രിയയിൽ ഇന്നു നിലനില്ക്കുന്ന പരിരക്ഷകൾ ഇല്ലാതാകും എന്നുള്ളതാണ് യാഥാർത്ഥ്യം.

ആഗോളവല്ക്കരണവും പട്ടികവിഭാഗങ്ങളും

ആഗോളവല്ക്കരണ പരിഷ്കാരങ്ങളുടെ ഫലമായി പട്ടികവിഭാഗങ്ങൾക്ക് ഇന്ത്യയിൽ ലഭിച്ചുകൊണ്ടിരുന്ന അവകാശങ്ങളും ആനുകൂല്യങ്ങളും നിഷേധിക്കപ്പെടുന്ന കാലത്താണ് കേരളത്തിന്റെ വികസനത്തിന് നാമൊരു പുതു കാഴ്ചപ്പാട് ഉണ്ടാക്കാൻ ശ്രമിച്ചത്. ആഗോളവല്ക്കരണ നയങ്ങൾ പട്ടികവിഭാഗങ്ങളെ എങ്ങനെ പ്രതികൂലമായി ബാധിക്കുന്നു എന്നുള്ളത് പരിപ്രേക്ഷ്യരേഖയ്ക്ക് ഒരു പ്രശ്നമേയല്ല.

ഒന്ന്) കേരളത്തിലെ പട്ടികജാതിക്കാരുടെ സാക്ഷരത 83 ശതമാനവും പട്ടികവർഗ്ഗക്കാരുടേത് 74 ശതമാനവുമാണെങ്കിലും വിദ്യാഭ്യാസത്തിന്റെ ഉയർന്നഘട്ടങ്ങളിൽ ഇവരുടെ പങ്കാളിത്തം തുലോം പരിമിതമാണ്. പട്ടികജാതിക്കാരുടെ 2.18 ശതമാനമേ ബിരുദക്കാരുള്ളൂ. ബിരുദാനന്തരബിരുദക്കാർ 0.4 ശതമാനം മാത്രം. പട്ടികജാതിക്കാരുടെ കൊഴിഞ്ഞുപോക്കു നിരക്ക് സ്കൂളിൽ 10 ശതമാനവും ഹയർ സെക്കന്ററിയിൽ 22 ശതമാനവും ബിരുദവിദ്യാഭ്യാസത്തിൽ 10 ശതമാനവുമാണ്. 2009–10ൽ പട്ടികവർഗ്ഗക്കാരുടെ ഉന്നത വിദ്യാഭ്യാസത്തിലെ എൻറോൾമെന്റ് ശതമാനം 14 മാത്രമാണ്. സ്വകാര്യവല്ക്കരണത്തിന്റെയും വാണിജ്യവല്ക്കരണത്തിന്റെയും ഫലമായി ഇന്നുള്ള വിദ്യാഭ്യാസ സാദ്ധ്യത പോലും പട്ടികവിഭാഗങ്ങൾക്ക് കൊട്ടിയടയ്ക്കപ്പെടാൻ പോവുകയാണ്. സ്വാശ്രയ കോളേജുകളിൽ സംവരണ സംവിധാനം നടപ്പാക്കണമെന്ന് നിർബ്ബന്ധമില്ല. പ്രവേശനം ലഭിച്ചാൽത്തന്നെ കനത്ത ഫീസ് താങ്ങാനുള്ള സാമ്പത്തികശേഷി പട്ടികവിഭാഗങ്ങൾക്കില്ല. ഇന്ന് പ്രൊഫഷണൽ കോളേജുകളിൽ മഹാഭൂരിപക്ഷം സീറ്റുകളും സ്വാശ്രയമേഖലയിലാണ്. ഇവിടങ്ങളിലെ വിദ്യാഭ്യാസം പട്ടികവിഭാഗങ്ങൾക്കു നിഷേധിക്കപ്പെടുന്നു.

രണ്ട്) പട്ടികവിഭാഗങ്ങളിൽ 70–80 ശതമാനം കാർഷികമേഖലയിലാണ് തൊഴിലെടുക്കുന്നത്. സംഘടിത മേഖലയിൽ തൊഴിൽ ലഭിക്കുന്നത് സംവരണത്തിലൂടെ പൊതുമേഖലയിൽ മാത്രമാണ്. പത്താംക്ലാസ് പാസായ പട്ടികജാതിക്കാരുടെ (15–59 വയസ്സ്) തൊഴിലില്ലായ്മ 59 ശതമാനമാണ്. ഹയർ സെക്കന്ററി പാസായവരുടെ തൊഴിലില്ലായ്മ 76 ശതമാനമാണ്. ബിരുദവും അതിനു മുകളിലും വിദ്യാഭ്യാസം നേടിയവരുടെ തൊഴിലില്ലായ്മ ഏതാണ്ട് 60 ശതമാനം വരും. പട്ടികവർഗ്ഗക്കാരുടെ സ്ഥിതി ഇതിനേക്കാൾ ദയനീയമാണ്. സംവരണത്തിന്റെ അടിസ്ഥാനത്തിൽ സർക്കാർ, പൊതുമേഖലാ സ്ഥാപനങ്ങളിലെ ജോലിയാണ് സംഘടിതമേഖലയിലെ ഇവരുടെ തൊഴിൽസാദ്ധ്യത. എന്നാൽ പൊതുമേഖല സ്വകാര്യവല്ക്കരിക്കപ്പെടുമ്പോൾ സംവരണാനുകൂല്യങ്ങൾ നിഷേധിക്കപ്പെടുന്നു. സർക്കാർ ജീവനക്കാരുടെ കാര്യത്തിലാ

ണെങ്കിൽ അപ്രഖ്യാപിതമായ നിയമനമരവിപ്പാണുള്ളത്. സ്വകാര്യമേഖലയിൽ സംവരണം വേണമെന്നുള്ള ആവശ്യം പരിഗണിക്കുന്നതിനു പോലും പരിപ്രേക്ഷ്യരേഖ തയ്യാറായിട്ടില്ല. സ്വകാര്യമേഖലയിലെ സംവരണത്തോട് സംരംഭകർക്ക് കടുത്ത എതിർപ്പാണ്.

മൂന്ന്) പട്ടികവിഭാഗങ്ങളിൽ 75 ശതമാനവും ഭൂരഹിതരാണ്. ഇവർക്ക് കൃഷിഭൂമി നല്കാനുള്ള മാർഗ്ഗം ഭൂപരിഷ്കരണം നടപ്പാക്കലാണ്. 20 ലക്ഷം ഹെക്ടർ മിച്ചഭൂമി ഇന്ത്യയിലുണ്ടെന്നാണ് കണക്ക്. ഇതിനു പുറമെയാണ് തരിശുഭൂമി. ഇവ ഏറ്റെടുത്ത് ഭൂരഹിതർക്ക് വിതരണം ചെയ്യുന്നതിനുള്ള പരിപാടി ഉപേക്ഷിച്ചിരിക്കുകയാണ്. കോർപ്പറേറ്റുകൾക്കു വേണ്ടി ഭൂമി ഏറ്റെടുക്കുന്നതിനെക്കുറിച്ചും കാർഷികോല്പാദനത്തെ അവരുടെ കീഴിൽ കൊണ്ടുവരുന്നതിനെക്കുറിച്ചുമാണ് ചർച്ചകൾ. കേരളത്തിലെ ആദിവാസികളുടെ ഭൂപ്രശ്നം പരിഹരിക്കുന്നതിനും 1975 ലെ നിയമം റദ്ദാക്കണമെന്ന അപ്രായോഗികമായ നിർദ്ദേശമാണ് രേഖയിലുള്ളത്. അതേസമയം വനാവകാശ നിയമം ഫലപ്രദമായി നടപ്പാക്കുന്നതിനെക്കുറിച്ചോ ലീസ് എഗ്രിമെന്റു കഴിഞ്ഞ തോട്ടങ്ങൾ ഏറ്റെടുക്കുന്നതിനെക്കുറിച്ചോ പരിഗണിക്കാൻപോലും തയ്യാറല്ല. കൃഷിഭൂമി ലഭ്യമല്ലെങ്കിൽ അതതു പ്രദേശത്ത് പൊന്നും വിലയ്ക്ക് ഭൂമി അക്വയർ ചെയ്ത് കിടപ്പാടമെങ്കിലും പട്ടികവിഭാഗങ്ങൾക്ക് ഉറപ്പുവരുത്താനുള്ള ശ്രമവുമില്ല.

നാല്) ആധുനിക തൊഴിൽമേഖലയിൽ പ്രവേശിക്കാൻ കഴിയുന്നില്ല എന്നതു മാത്രമല്ല, പട്ടികവിഭാഗങ്ങളുടെ പരമ്പരാഗതമായ തൊഴിൽമേഖലകൾ ആഗോളവല്ക്കരണ നയങ്ങൾമൂലം തകർന്നുകൊണ്ടിരിക്കുകയാണ്. തൊഴിലെടുക്കുന്ന പട്ടികവർഗ്ഗക്കാരിൽ 30 ശതമാനവും പട്ടികജാതിക്കാരിൽ 12 ശതമാനവും കുടിൽവ്യവസായങ്ങളിൽ പണിയെടുക്കുന്നവരാണ്. പരമ്പരാഗത വ്യവസായങ്ങൾക്ക് നല്കിക്കൊണ്ടിരുന്ന സംരക്ഷണങ്ങൾ ആഗോളവല്ക്കരണ നയങ്ങൾമൂലം ഇല്ലാതാവുകയാണ്. കാർഷിക മേഖല മുരടിപ്പിലാണ്. ഇതാണ് പട്ടികവിഭാഗങ്ങളുടെ ഉപജീവന പ്രതിസന്ധിയുടെ അടിസ്ഥാനകാരണം.

അഞ്ച്) പട്ടികവർഗ്ഗക്കാരെ സംബന്ധിച്ചിടത്തോളം നല്ലപങ്കു വികസന പ്രവർത്തനങ്ങളും അവരുടെ വികസനമുരടിപ്പിലേക്കാണ് നയിച്ചത്. ഏറ്റവും തീക്ഷ്ണമായ ഉദാഹരണം, കേരളത്തിലെ ഏക ട്രൈബൽ ബ്ലോക്കായ അട്ടപ്പാടിയിലേതാണ്. അട്ടപ്പാടി വികസന പദ്ധതി നടപ്പിലാക്കിയതിന്റെ ഭാഗമായി ആദിവാസികൾക്കു ഭൂമി നഷ്ടപ്പെട്ടു, വനാവകാശങ്ങൾ നിഷേധിക്കപ്പെട്ടു. മദ്യത്തിന് അവർ അടിമകളായി. ഇന്ന് ലോകത്തിനു മുന്നിൽ ഈ പാവങ്ങളുടെ ദുരിതം കേരളത്തിനു മാനക്കേടായി മാറിയിരിക്കുകയാണ്. ആദിവാസിമേഖലയിൽ സ്വീകരിക്കേണ്ട പ്രത്യേക സംരക്ഷണ നടപടികളെക്കുറിച്ച് വേണ്ടത്ര പരിഗണന രേഖയിലില്ല.

പട്ടികവിഭാഗങ്ങൾക്കുള്ള ഘടകപദ്ധതിയും ഉപപദ്ധതിയും

പട്ടികവിഭാഗങ്ങളുടെ സാമൂഹ്യസാമ്പത്തിക ഉന്നമനത്തിനായി വികസനപദ്ധതികളിൽനിന്ന് കേന്ദ്രത്തിലും സംസ്ഥാനങ്ങളിലും ജനസംഖ്യാനുപാതികമായി തുക നീക്കിവെക്കണം എന്നതാണ് ചട്ടം. പട്ടികജാതിക്കാർക്കുള്ള ഈ പദ്ധതിയെ പ്രത്യേക ഘടകപദ്ധതിയെന്നും പട്ടികവർഗ്ഗക്കാരുടേതിനെ പട്ടികവർഗ്ഗ ഉപപദ്ധതിയെന്നും വിളിക്കുന്നു. എന്നാൽ പട്ടികജാതി പട്ടികവർഗ്ഗം ഇന്ത്യയുടെ ജനസംഖ്യയുടെ 25 ശതമാനം വരും. എന്നാൽ കേന്ദ്രസർക്കാരിന്റെ പദ്ധതിയിൽ 2013–14ലെ ബജറ്റ് 10 ശതമാനം പണം മാത്രമാണ് വകയിരുത്തിയത്. ഇതിന്റെ ഫലമായി പട്ടികജാതിക്കാർക്ക് അർഹതപ്പെട്ട 46000 കോടി രൂപയും പട്ടികവർഗ്ഗക്കാർക്ക് 20000 കോടി രൂപയും നഷ്ടപ്പെട്ടു. വകയിരുത്തുന്ന പണം അപര്യാപ്തമാണെന്നു മാത്രമല്ല, അതിൽ ഗണ്യമായൊരു പങ്ക് വിനിയോഗിക്കപ്പെടുന്നില്ല എന്നത് തുല്യ ഗൗരവമായ പ്രശ്നമാണ്. വിനിയോഗമാകട്ടെ, പലപ്പോഴും ദുർവ്വിനിയോഗമായും മാറുന്നു. മോദി സർക്കാരാണെങ്കിൽ പദ്ധതി തന്നെ വേണ്ടെന്നുവെച്ചിരിക്കുകയാണ്. അതോടെ ഘടകപദ്ധതിയും ഉപപദ്ധതിയും ഇല്ലാതായി. ഇത് പട്ടികവിഭാഗങ്ങളുടെ വികസനത്തിന് വലിയ തിരിച്ചടിയാണ്.

കേരളത്തിലെ സ്ഥിതിയും ഇന്ത്യയിലേതുപോലെ തന്നെയായിരുന്നു. ഒന്നാം പദ്ധതിക്കാലത്ത് പട്ടികവിഭാഗങ്ങൾക്കായി നീക്കിവെച്ച തുക പദ്ധതി അടങ്കലിന്റെ 2.6 ശതമാനമേ ഉണ്ടായിരുന്നുള്ളൂ. മൂന്നാം പദ്ധതി ആയപ്പോഴേക്കും 1.5 ശതമാനമായി താണു. അഞ്ചാം പദ്ധതിയായപ്പോഴേക്കും അത് 0.9 ശതമാനമായി. 1977 ൽ അധികാരത്തിൽവന്ന ജനതാസർക്കാർ നല്കിയ വിശദമായ മാർഗ്ഗനിർദ്ദേശങ്ങൾ സ്ഥിതിഗതികളെ കുറച്ചൊക്കെ മെച്ചപ്പെടുത്തി.

പട്ടികജാതി ഘടകപദ്ധതിയും പട്ടികവർഗ്ഗ ഉപപദ്ധതിയും ജില്ലാതലത്തിൽ ആസൂത്രണംചെയ്യുന്നതിന് 1983 ലെ യു ഡി എഫ് സർക്കാർ തീരുമാനമെടുത്തു. ഓരോ ജില്ലയിലും കളക്ടർ അദ്ധ്യക്ഷനായുള്ള വർക്കിങ് ഗ്രൂപ്പ് രൂപീകരിക്കുകയും വിവിധ ജില്ലാതല വകുപ്പുകളിൽനിന്ന് നിർദ്ദേശങ്ങൾ സ്വീകരിച്ചുകൊണ്ട് ജില്ലാ ആക്ഷൻ പ്ലാൻ തയ്യാറാക്കുകയും ചെയ്തു. അപ്പോഴും ജനസംഖ്യാനുപാതികമായി പണം നീക്കിവെക്കപ്പെട്ടില്ല. പട്ടികജാതിക്കാർക്കും പട്ടികവർഗ്ഗക്കാർക്കും വേണ്ടി എല്ലാ വകുപ്പുകളും പ്രോജക്ടുകൾ തയ്യാറാക്കി അവ ജില്ലാതലത്തിൽ ഏകോപിപ്പിച്ച് നടപ്പാക്കുകയായിരുന്നല്ലോ രീതി. പല വകുപ്പുകളും ഇക്കാര്യത്തിൽ ഉപേക്ഷ വിചാരിച്ചു. മറ്റുപലരും പൊതു പ്രോജക്ടുകളിൽ മനക്കണക്കിലൂടെ പട്ടികവിഭാഗങ്ങൾക്കുള്ള പണം വകയിരുത്തുകയാണ് ചെയ്തത്. മാത്രമല്ല, ആസൂത്രണ പ്രക്രിയ പൂർണ്ണമായും ഉദ്യോഗസ്ഥ കേന്ദ്രീകരണമാണ്. ഗുണഭോക്താക്കളായ ജനങ്ങളുടെ പങ്കാളിത്തം ഉണ്ടായിരുന്നില്ല.

ജനകീയാസൂത്രണവും പട്ടികവിഭാഗങ്ങളും

ജനകീയാസൂത്രണമാണ് പട്ടികവിഭാഗങ്ങൾക്കുള്ള പദ്ധതികളുടെ ആസൂത്രണത്തിലും നടത്തിപ്പിലും സമൂലമായ മാറ്റം വരുത്തിയത്. ജനസംഖ്യാനുപാതികമായി പട്ടികവിഭാഗങ്ങൾക്കുള്ള പണം പദ്ധതി അടങ്കലിൽ കൃത്യമായി നീക്കിവെക്കപ്പെട്ടു. അതിനുശേഷം രണ്ടിന്റെയും അടങ്കലിന്റെ പകുതിയിലേറെ തദ്ദേശസ്വയംഭരണ സ്ഥാപനങ്ങൾക്കായി കീഴ്ത്തലങ്ങളിലേക്കു നല്കി. ഇപ്രകാരം ഓരോ തദ്ദേശസ്വയംഭരണ സ്ഥാപനത്തിനും ലഭിച്ച തുക പട്ടികജാതിക്കാരുടെയും പട്ടികവർഗ്ഗക്കാരുടെയും സജീവ പങ്കാളിത്തത്തോടെ എങ്ങനെ ചെലവഴിക്കണമെന്ന് ആസൂത്രണം ചെയ്യാൻ പ്രത്യേകം മാർഗ്ഗനിർദ്ദേശങ്ങൾക്കു രൂപം നല്കി. ഗ്രാമസഭകളിൽ പട്ടികജാതി, പട്ടികവർഗ്ഗ ഉപപദ്ധതികൾ ചർച്ച ചെയ്യുന്നതിന് പ്രത്യേക വിഷയ ഗ്രൂപ്പുകൾക്കു രൂപം നല്കി. ഇത്തരം വിഷയഗ്രൂപ്പുകൾ വികസന സെമിനാറുകളിലും നിർബ്ബന്ധമായിരുന്നു. ഇവിടെ നിന്ന് ഉയർന്നുവരുന്ന നിർദ്ദേശങ്ങൾ പ്രോജക്ടുകളായി രൂപം നല്കാൻ പ്രത്യേകം കർമ്മസമിതികൾക്കു രൂപം നല്കി. ഈ പ്രോജക്ടുകൾ മാർഗ്ഗനിർദ്ദേശങ്ങൾക്ക് അനുസൃതമാണോ എന്നു പരിശോധിക്കുന്നതിന് ബ്ലോക്കു ജില്ലാതലത്തിൽ പട്ടികജാതി പട്ടികവർഗ്ഗ വകുപ്പുദ്യോഗസ്ഥരുടെയും സാമൂഹ്യപ്രവർത്തകരുടെയും വിദഗ്ദ്ധരുടെയും വിദഗ്ദ്ധസമിതികൾക്കു രൂപംനല്കി. ഇത്രയും പരിശോധനകൾക്കു ശേഷവും എവിടെയെങ്കിലും അധികാരം ദുർവ്വിനിയോഗം ചെയ്യുന്നതായി ആർക്കെങ്കിലും ആക്ഷേപമുണ്ടെങ്കിൽ, അവ സ്വീകരിക്കുന്നതിനും പരിശോധിക്കുന്നതിനും ജില്ലാതല അപ്പീൽ കമ്മിറ്റികൾക്കും രൂപം നല്കി.

പട്ടികവർഗ്ഗ ഉപപദ്ധതിയുടെ കാര്യത്തിൽ ഈ സംവിധാനം വേണ്ടത്ര ഫലപ്രദമായി പ്രവർത്തിക്കുന്നില്ല എന്നു ബോദ്ധ്യപ്പെട്ടതിനെത്തുടർന്ന് പൊതുഗ്രാമസഭയിലെ ഉപഗ്രൂപ്പുകൾക്കു പകരം പദ്ധതിക്കു രൂപം നല്കാൻ പ്രത്യേകം ഊരുകൂട്ടങ്ങൾ യോഗം ചേരണമെന്നതു നിർബ്ബന്ധമാക്കി. ഊരുകൂട്ടത്തിന്റെ അംഗീകാരമില്ലാതെ ഒരു പ്രോജക്ടും നടപ്പാക്കാനാവില്ല. ഊരുകൂട്ടങ്ങളിലും ഗ്രാമസഭകളിലും പട്ടികവിഭാഗങ്ങളുടെ പങ്കാളിത്തം ശക്തിപ്പെടുത്തുന്നതിനും സജീവമാക്കുന്നതിനും വേണ്ടി എല്ലാ പഞ്ചായത്തിലും അതത് സമുദായങ്ങളിൽനിന്നുള്ള പദ്ധതി കോർഡിനേറ്റർമാരെ നിശ്ചയിച്ചു. അഭ്യസ്തവിദ്യരായ യുവതീയുവാക്കൾക്ക് ഓണറേറിയവും നല്കുന്നതിന് തീരുമാനമായി.

2006 ൽ വീണ്ടും ഇടതുപക്ഷ സർക്കാർ അധികാരത്തിൽ വന്നപ്പോഴാണ് പട്ടികജാതി പട്ടികവർഗ്ഗ ഉപപദ്ധതികളുടെ നടത്തിപ്പിൽ സുപ്രധാനമായ മറ്റൊരു മാറ്റം കൊണ്ടുവന്നത്. അമ്പതു ശതമാനം പട്ടികജാതി പട്ടികവർഗ്ഗ ഉപപദ്ധതി അടങ്കൽ പൂൾ ചെയ്ത് തദ്ദേശസ്വയംഭരണ സ്ഥാപനങ്ങൾക്കു കൈമാറിയെന്നു പറഞ്ഞല്ലോ. എന്നാൽ ബാക്കി അമ്പതു ശതമാനം അതത് ഡിപ്പാർട്ടുമെന്റുകളാണ് ചെലവഴിച്ചിരുന്നത്. പട്ടിക

ജാതി, പട്ടികവർഗ്ഗ ക്ഷേമവകുപ്പിന്റെ പദ്ധതിവിഹിതം പൂർണ്ണമായും ഈ വിഭാഗങ്ങൾക്കു തന്നെ ചെലവഴിച്ചപ്പോൾ മറ്റുവകുപ്പുകളുടെ കാര്യത്തിൽ പൂർണ്ണമായും ഇങ്ങനെ അവകാശപ്പെടാൻ കഴിയുമായിരുന്നില്ല. ഉചിതമല്ലാത്ത പ്രോജക്ടുകളും മനക്കണക്കുരീതിയും ഇവിടെ തുടർന്നു. പലരും പണം സമയത്തു ചെലവഴിക്കുന്നതിലും വീഴ്ച വരുത്തി. ഈ ദൗർബല്യം തിരുത്തുന്നതിനു വേണ്ടി സംസ്ഥാനതലത്തിൽ ബാക്കിവെച്ച അമ്പതുശതമാനം പണവും പൂൾ ചെയ്ത് പട്ടികജാതി പട്ടികവർഗ്ഗ ക്ഷേമവകുപ്പിനു നല്കി. പട്ടികജാതി പട്ടികവർഗ്ഗ ക്ഷേമവകുപ്പാണ് ഈ പണം മറ്റുവകുപ്പുകൾക്കു കൈമാറുക. കൃത്യമായ പ്രോജക്ടുകൾക്കാണ് പണം അനുവദിക്കുന്നത്. അതിന്റെ നടത്തിപ്പും കൃത്യമായി മോണിറ്റർ ചെയ്യും. മാത്രമല്ല, ഈ പണം ഒരിക്കലും ലാപ്സാകില്ല എന്നും നിഷ്കർഷിച്ചു. ഏതെങ്കിലും തദ്ദേശസ്വയംഭരണ സ്ഥാപനം പണം ചെലവഴിച്ചില്ലെങ്കിൽ പരിഹാരത്തുകയായി ജനറൽ ഫണ്ടിൽ നിന്ന് പട്ടികജാതി പട്ടികവർഗ്ഗ ഉപപദ്ധതികൾക്കായി അധികപണം നീക്കിവെക്കണമെന്നും നിബന്ധനയുണ്ടായി.

ഇതോടെ ഇന്ത്യയിലാദ്യമായി പട്ടികജാതി പട്ടികവർഗ്ഗ ക്ഷേമത്തിനായി ജനസംഖ്യാനുപാതികമായി പണം പൂർണ്ണമായും നീക്കിവെക്കുന്ന സംസ്ഥാനമായി കേരളം മാറി. മാത്രമല്ല, സർക്കാർ വകുപ്പുതലത്തിൽ നിലനിന്നിരുന്ന മനക്കണക്കുരീതിക്കും വിരാമമായി. പക്ഷേ, വിസ്മയകരമെന്നു പറയട്ടെ, ന്യൂസിലാന്റിലെ ആദിവാസികൾക്കുവേണ്ടിയുള്ള സമ്പാദ്യപദ്ധതിയെക്കുറിച്ചും ആസ്ത്രേലിയയിലെ തദ്ദേശവാസികൾക്കുള്ള കൗൺസലിങ് - മെന്റർഷിപ്പ് പ്രോഗ്രാമിനെക്കുറിച്ചും ബൊളീവിയയിലെ തദ്ദേശീയർക്കുള്ള സംവേദന പദ്ധതിയെക്കുറിച്ചുമെല്ലാം പരിശോധിക്കുന്ന കരടു പരിപ്രേക്ഷ്യരേഖയിൽ കേരളത്തിലെ വികേന്ദ്രീകൃത പങ്കാളിത്ത പദ്ധതിയെക്കുറിച്ച് ഒരു പരാമർശം പോലുമില്ല എന്നുള്ളത് ആരെയും വിസ്മയിപ്പിക്കേണ്ടതാണ്. പുതുക്കിയ രേഖയിൽ മുട്ടുശാന്തിക്കായി ഒരു പേജു ചേർത്തിട്ടുണ്ട്. അധികാരവികേന്ദ്രീകരണത്തിന്റെ അനുഭവങ്ങൾ മാത്രമല്ല, അട്ടപ്പാടിയിലെ അഹാഡ്സ് പദ്ധതിയിലെയും അനുഭവങ്ങൾ പരിശോധിക്കേണ്ടതുണ്ട്. ഇതു സംബന്ധിച്ച് അഭിപ്രായവ്യത്യാസങ്ങൾ ചിലർ പ്രകടിപ്പിച്ചിട്ടുണ്ടെങ്കിലും പട്ടികവർഗ്ഗക്കാർക്കുള്ള ഭവനപദ്ധതിയിൽ അഹാഡ്സ് ഏറ്റെടുത്തതു മാത്രമാണ് വിജയിച്ചിട്ടുള്ളത്. സ്ത്രീകളെ ഫലപ്രദമായി സംഘടിപ്പിക്കുന്നതിനും മദ്യപാനം പോലുള്ള വിപത്തുകൾക്കെതിരെ ചെറുത്തുനില്പു സംഘടിപ്പിക്കുന്നതിനും കഴിഞ്ഞു. വിപുലമായ വനവല്ക്കരണ - നീർത്തട പദ്ധതിയിൽ പട്ടികവർഗ്ഗക്കാർക്ക് വർഷം മുഴുവൻ തൊഴിലുറപ്പിലൂടെ തൊഴിൽ നല്കി. അഹാഡ്സിന്റെ പിൻവാങ്ങലിനു ശേഷമാണ് അട്ടപ്പാടിയിൽ ദാരുണമായ പോഷകാഹാരക്കുറവ് മരണങ്ങളും ആരോഗ്യപ്രതിസന്ധിയും രൂപംകൊണ്ടത്.

17

പ്രവാസികളും കേരള വികസനവും

കേരള രൂപീകരണത്തിനുശേഷം ഭൂപരിഷ്കരണം കഴിഞ്ഞാൽ കേരള സമ്പദ്ഘടനയെ ഏറ്റവും ഗാഢമായി സ്വാധീനിച്ച സാമ്പത്തിക പ്രതിഭാസം ഗൾഫിലേക്കുള്ള കുടിയേറ്റമാണ്. ഗൾഫ് കുടിയേറ്റം എങ്ങനെ കേരള സമ്പദ്ഘടനയെ രൂപാന്തരം വരുത്തി എന്ന് മനസ്സിലാക്കണമെങ്കിൽ 1957 ലെയും 2014 ലെയും കേരള സമ്പദ്ഘടനകളെ താരതമ്യപ്പെടുത്തിയാൽ മതി. താഴ്ന്ന പ്രതിശീർഷ വരുമാനം,താഴ്ന്ന വരുമാന വളർച്ച, താഴ്ന്ന ഉപഭോഗം, താഴ്ന്ന സമ്പാദ്യം എന്നിവ ലക്ഷണങ്ങളായുള്ള ഒരു പിന്നോക്ക സമ്പദ്ഘടന ഇന്ന് ഉയർന്ന പ്രതിശീർഷ വരുമാനം, ഉയർന്ന വരുമാന വളർച്ച, ഉയർന്ന ഉപഭോഗം , ഉയർന്ന സമ്പാദ്യം എന്നിവ ലക്ഷണങ്ങളായുള്ള ഒരു മുന്നോക്ക സമ്പദ്ഘടനയായി രൂപാന്തരപ്പെട്ടു.

കേരള സമ്പദ്ഘടനയുടെ സ്വഭാവത്തിൽ മേല്പറഞ്ഞ അടിസ്ഥാനപരമായ മാറ്റങ്ങൾക്ക് കാരണം ഗൾഫ് കുടിയേറ്റവും അതിന്റെ ഫലമായി കേരളത്തിലേക്ക് ഒഴുകി എത്തിയ പുറം വരുമാനവുമാണെന്ന വസ്തുത ഒരാൾക്കും നിഷേധിക്കാനാവില്ല. ഈ മാറ്റത്തിന് കാരണം കേരളത്തിനുള്ളിലെ വ്യവസായവും കൃഷിയും അഭിവൃദ്ധിപ്പെട്ടതു കൊണ്ടല്ല. യഥാർത്ഥത്തിൽ സാമ്പത്തിക വളർച്ച ഉണ്ടായിട്ടും സാമ്പത്തിക മേഖല മുരടിച്ച് നില്ക്കുന്നതാണ് നാം നേരിടുന്ന സമകാലിക വികസന വെല്ലുവിളി. ഗൾഫിൽനിന്ന് വരുന്ന വരുമാനം ഉപഭോഗത്തിലേക്കും സമ്പാദ്യത്തിലേക്കും ഒഴുകുന്നു. പക്ഷേ, സമ്പാദ്യം ഉല്പാദന മേഖലകളിലെ നിക്ഷേപമായി മാറുന്നില്ല.

നിക്ഷേപമില്ലാത്തതിന് ഉത്തരവാദി പ്രവാസിയോ?

ദൗർഭാഗ്യവശാൽ ഈ ഒരു സ്ഥിതിവിശേഷത്തിനുള്ള ഉത്തരവാദിത്വം പ്രവാസികളുടെ മേൽ കെട്ടിവെക്കുന്നതിനുള്ള പ്രവണത ചിലപ്പോളെങ്കിലും കാണാറുണ്ട്. ഇത്തരം ഒരു പരാമർശം പരിപ്രേക്ഷ്യരേഖയിൽ കണ്ടെത്തിയത് എന്നെ അത്ഭുതപ്പെടുത്തി.

> 20.4.2 പുറം പണം വരുമാനത്തിന്റെ പ്രത്യാഘാതങ്ങൾ എന്ത് എന്നുള്ളത് അവതർക്കിതമായ ഒന്നല്ല. പുറം വരുമാനം ചില മേഖലകളിൽ വിഭവഞെരുക്കം സൃഷ്ടിക്കുന്നത് വഴി സംസ്ഥാനത്തിന്റെ ദീർഘകാല വളർച്ചയുടെ സാദ്ധ്യതകൾക്ക് തടസ്സമാകാം..... മാതൃസമ്പദ്ഘടനയിലെ വിദേശ വരുമാനം ലഭിക്കുന്നവരുടെ സംരംഭകത്വത്തെയും തൊഴിലെടുക്കാനുള്ള താല്പര്യത്തെയും പ്രതികൂലമായി ബാധിക്കാം. സ്ഥിരമായ കുടിയേറ്റമാണെങ്കിൽ കേരളത്തിന് കുടിയേറ്റക്കാരന്റെ വൈദഗ്ദ്ധ്യത്തിന്റെയും അദ്ധ്വാനത്തിന്റെയും പ്രത്യക്ഷ നേട്ടം ഇല്ലാതാവുന്നു. ഇത് പരമ്പരാഗത സമൂഹത്തിൽനിന്ന് വൈജ്ഞാനിക സമൂഹമായുള്ള സമ്പദ്ഘടനയുടെ പരിവർത്തനവേളയിൽ ഗൗരവപരമായ പ്രശ്നങ്ങൾ സൃഷ്ടിക്കാം. അതുകൊണ്ട് സർക്കാരിന്റെ മുന്നിലെ വെല്ലുവിളി കുടിയേറ്റത്തിന്റെ ദോഷങ്ങൾ എങ്ങനെ കുറയ്ക്കാം, ഗുണവശങ്ങൾ എങ്ങനെ വർദ്ധിപ്പിക്കാം എന്നുള്ളതാണ്.
>
> 20.4.3 മറ്റൊരു വെല്ലുവിളി, എങ്ങനെ തിരിച്ചുവരുന്ന കുടിയേറ്റക്കാർക്ക് തൊഴിലവസരങ്ങൾ ലഭ്യമാക്കാം എന്നതാണ്. അതോടൊപ്പം അവരുടെ വൈദഗ്ദ്ധ്യവും പണവും സംസ്ഥാനത്തിന്റെ വികസനത്തിനുവേണ്ടി ഉപയോഗിക്കാനും കഴിയണം. ഇവരുടെ വിഭവശേഷി പരിഗണിക്കുമ്പോൾ തിരിച്ചു വരുന്ന കുടിയേറ്റക്കാരുടെ സംസ്ഥാനത്തിന്റെ വികസനത്തിലേക്കുള്ള സംഭാവന പ്രതീക്ഷകൾക്കനുസരിച്ച് ഉയർന്നില്ല എന്ന് പറയേണ്ടതുണ്ട്...... കേരളത്തിലെ പ്രവാസികൾക്ക് സംസ്ഥാനത്തെ വികസനത്തിന് ഇതിനേക്കാൾ എത്രയോ സംഭാവന ചെയ്യാൻ കഴിയും. തിരിച്ചു വന്ന പ്രവാസികളുടെ നിക്ഷേപ പ്രവർത്തനങ്ങൾ അതിശുഷ്കമാണ്. എന്തെങ്കിലും സാമ്പത്തിക പ്രവർത്തനം ഏറ്റെടുക്കാൻ ശ്രമിച്ചവർ വളരെ ചുരുക്കമാണ്. കുറച്ച് വ്യാപാര കടകളും ടാക്സികളും കാർഷിക സംസ്കരണ സ്ഥാപനങ്ങളുമൊഴികെ തിരിച്ച് വന്ന പ്രവാസികൾ ഒരു വിധത്തിലുമുള്ള നിക്ഷേപ പ്രവർത്തനങ്ങളിലും പങ്കാളികൾ ആവുന്നില്ല".

യാഥാർത്ഥ്യം മേല്പറഞ്ഞതിൽനിന്നും വ്യത്യസ്തമാണ്. ഗൾഫിലെ പ്രവാസികളിൽ മഹാഭൂരിപക്ഷവും കൂലിവേലക്കാരും താഴ്ന്ന ശമ്പളക്കാരുമാണ്. അവർ മുഴുവൻ സംരംഭകരായി മാറും എന്ന്

പ്രതീക്ഷിക്കുന്നതിൽ അപ്പുറം മൗഢ്യം വേറെയില്ല. അവർ ചെയ്യേണ്ടത് ചെയ്തു കഴിഞ്ഞു. പണിയെടുത്തുണ്ടാക്കുന്ന വരുമാനം കേരളത്തിലേക്ക് അയച്ചു. കേരളത്തിലെ ആഭ്യന്തര കമ്പോളത്തിന്റെ വികാസത്തിന് ഇത് കാരണമായി. ബാക്കി മിച്ചം വന്നത് ബാങ്കുകളിൽ സമ്പാദ്യമായി. ഈ സമ്പാദ്യത്തെയും കമ്പോളസാദ്ധ്യതകളെയും ഉപയോഗപ്പെടുത്താൻ കഴിയാത്തത് പ്രവാസിയുടെ കുഴപ്പമല്ല, നാടിന്റെ കുഴപ്പമാണ്. സമ്പാദിക്കുന്നവരും നിക്ഷേപിക്കുന്നവരും രണ്ട് വിഭാഗങ്ങളാണ്. എല്ലാവരും സമ്പാദിക്കും. പക്ഷേ, വളരെ ചുരുക്കം പേരെ സംരംഭകരാകൂ. എന്തുകൊണ്ട് സംരംഭകത്വം കേരളത്തിൽ വികസിച്ചില്ല എന്നതിന് പ്രവാസിയുടെമേൽ കുതിര കയറിയിട്ട് കാര്യമില്ല. കേരളത്തിന്റെ ബാങ്കുകളിലെ സമ്പാദ്യം കേരളത്തിനുള്ളിൽ നിക്ഷേപമായി മാറുന്നതിന് പകരം ബാങ്കിങ് ചാനലുകളിലൂടെ മറ്റു സംസ്ഥാനങ്ങളിലേക്ക് ഒഴുകിപ്പോവുകയാണ്. കഴിഞ്ഞ മൂന്ന് പതിറ്റാണ്ടെടുത്താൽ കേരളത്തിന്റെ ക്രെഡിറ്റ് ഡെപ്പോസിറ്റ് റേഷ്യോ ഏതാണ്ട് 60 ശതമാനമേ വരൂ.

വിദേശ കുടിയേറ്റത്തിന്റെ ഫലമായി കേരളത്തിൽ ചില മേഖലകളിൽ തൊഴിൽ ദൗർലഭ്യവും വിദഗ്ദ്ധരുടെ നഷ്ടവും ഉണ്ടായിട്ടുണ്ട് എന്നത് ശരിയാണ്. പക്ഷേ, ഈ നഷ്ടത്തേക്കാൾ എത്രയോ ഇരട്ടി തുകയാണ് പ്രവാസിപ്പണമായി കേരളത്തിലേക്ക് എത്തിയത്. സ്ഥിരമായ കുടിയേറ്റമാണെങ്കിൽ സ്ഥിര നഷ്ടമുണ്ടാവും എന്നത് ശരിയാണ്. പക്ഷേ, ഗൾഫ് കുടിയേറ്റം താല്ക്കാലികം മാത്രമാണ്. അവിടെ ജോലിചെയ്യാൻ പോവുന്നവർ അവരുടെ സമ്പാദ്യവും കഴിവുകളുമായി നാളെ അല്ലെങ്കിൽ മറ്റന്നാൾ തിരിച്ച് വന്നേ പറ്റൂ. കുടിയേറ്റത്തിന്റെ ഫലമായി ചില മേഖലകളിൽ ഉണ്ടാവുന്ന പ്രശ്നങ്ങൾ തിരിച്ചറിഞ്ഞ് പരിഹാര നടപടികൾ സ്വീകരിക്കാനായാൽ ദീർഘകാല വളർച്ചാ സാദ്ധ്യതകൾ മങ്ങേണ്ടതില്ല.

കേരളസമ്പദ്ഘടന ഒരു ദിശാസന്ധിയിലാണ്. ഗൾഫ് പണ വരുമാനത്തിന്റെ അടിസ്ഥാനത്തിൽ ഉണ്ടായിട്ടുള്ള വളർച്ചയെ എങ്ങനെ സുസ്ഥിരമാക്കാം? ഈ വളർച്ചയെ ഉല്പാദനമേഖലകളുമായി എങ്ങനെ ബന്ധപ്പെടുത്താം? അതുവഴി അഭ്യസ്തവിദ്യരായ യുവജനങ്ങളുടെ പ്രതീക്ഷകൾക്കനുസരിച്ചുള്ള ഗുണനിലവാരമുള്ള തൊഴിലുകൾ എങ്ങനെ സൃഷ്ടിക്കാം? ഈ സമകാലീന വികസന വെല്ലുവിളികളെ നേരിടാൻ പ്രവാസി സാദ്ധ്യതകൾ നമ്മെ സഹായിക്കും.

കുടിയേറ്റം : ഇന്നലെ, ഇന്ന്, നാളെ

സെന്റർ ഫോർ ഡെവലപ്മെന്റ് സ്റ്റഡീസിന്റെ സർവ്വേ കണക്ക് പ്രകാരം 1998 ൽ 13.6 ലക്ഷം പേരാണ് വിദേശത്തുണ്ടായിരുന്നത്. ഇപ്പോൾ (2014) അത് 24 ലക്ഷമായി ഉയർന്നിരിക്കുന്നു. ഇതിൽ ഏതാണ്ട് 20 ലക്ഷം മലയാളികൾ ഗൾഫിലാണ് പണിയെടുക്കുന്നത്. 2008 ൽ 43288 കോടി രൂപയായിരുന്ന പ്രവാസി പണവരുമാനം 2014 ൽ 71142 കോടി രൂപയായി

ഉയർന്നു. 2015 ൽ ഇത് ഒരു ലക്ഷം കോടി രൂപ കവിഞ്ഞു എന്നാണ് മതിപ്പുകണക്ക്. സംസ്ഥാന വരുമാനത്തിന്റെ ശതമാനമായി കണക്കാക്കിയാൽ ഇത് 12 ൽ നിന്ന് 21 ശതമാനമായി ഉയർന്നു. കേരളത്തിലെ കാർഷിക/വ്യവസായ മേഖലയിൽ നിന്നുള്ള വരുമാനത്തേക്കാൾ കൂടുതൽ ആണ് ഈ തുക.

പ്രവാസി പണ വരുമാനത്തിന്റെ അഭൂതപൂർവ്വമായ ഈ വർദ്ധനയുടെ പിന്നിൽ പല കാരണങ്ങളുമുണ്ട്. ഒന്നാമത്തേത് പ്രവാസികളുടെ എണ്ണം കൂടിക്കൊണ്ടിരിക്കുന്നത് തന്നെയാണ്. അതുപോലെ തന്നെ പ്രവാസികളിൽ അഭ്യസ്തവിദ്യരുടെയും വെള്ള കോളറുകാരുടെയും പ്രൊഫഷണലുകളുടെയും എണ്ണം കൂടി വരികയാണ്. സ്വാഭാവികമായും ഇവരുടെ വരുമാനം അവിടത്തെ തൊഴിലാളികളേക്കാൾ ഉയർന്നതായിരുന്നു. രണ്ടാമത്തെ കാരണം രൂപയുടെ മൂല്യത്തകർച്ചയാണ്. 1991 ൽ ഒരു ഡോളർ 18 രൂപയ്ക്ക് സമമായിരുന്നു. ഇപ്പോൾ ഒരു ഡോളർ പ്രവാസി നാട്ടിലേക്ക് അയച്ചാൽ 66 രൂപ ലഭിക്കും. രൂപയുടെ മൂല്യം തകരുന്നതിനനുസരിച്ച് രൂപയിൽ കണക്കാക്കുമ്പോൾ പ്രവാസി പണ വരുമാനം വർദ്ധിക്കും. വിദേശത്ത് പണം സൂക്ഷിക്കുന്നതിനേക്കാൾ നാട്ടിൽ ബാങ്കിൽ പണം സൂക്ഷിക്കുന്നത് ആകർഷകമാകും. അതുപോലെ തന്നെ രൂപയുടെ വിനിമയ നിരക്ക് സ്വതന്ത്രമായതോടെ ഹവാലാ നിരക്കുമായിട്ടുള്ള അന്തരം ഗണ്യമായി കുറഞ്ഞു. അതുകൊണ്ട് ഹവാല വഴി പണം അയച്ചിരുന്നവർ ഇപ്പോൾ കൂടുതൽ ബാങ്കുകളെ ആശ്രയിച്ചിരിക്കുകയാണ്.

ഇന്ത്യ മൊത്തത്തിലെടുത്താലും പ്രവാസി പണ വരുമാനം ദേശീയ സമ്പദ്ഘടനയിൽ സുപ്രധാന പങ്ക് വഹിക്കുന്നു. നമ്മൾ ചരക്കുകളും സേവനങ്ങളും കയറ്റുമതി ചെയ്യുമ്പോൾ നമുക്ക് വിദേശനാണയം ലഭിക്കുന്നു. ഇറക്കുമതി ചെയ്യുമ്പോൾ വിദേശനാണയം ചെലവാകുന്നു. ഇന്ത്യ നേരിടുന്ന പ്രശ്നം കയറ്റുമതിയേക്കാൾ വളരെ കൂടുതലാണ് നമ്മുടെ ഇറക്കുമതി. അതുകൊണ്ട് അതിഭീമമായ വിദേശനാണയ കമ്മിയാണ് വ്യാപാര ഇനത്തിൽ ഇന്ത്യ നേരിടുന്നത്. ഈ കമ്മി മൂന്ന് രീതിയിലാണ് നികത്തുന്നത്. വിദേശവായ്പ എടുക്കാം. 2010 ൽ ഇത് 1.3 ലക്ഷം കോടി രൂപ വരും. വിദേശനിക്ഷേപകരെ ആകർഷിക്കാം. 2010 ൽ 1.8 ലക്ഷം കോടി രൂപയാണ് വിദേശ നിക്ഷേപകർ ഇന്ത്യയിലേക്ക് കൊണ്ടുവന്നത്. മൂന്നാമത്തെ വിഭാഗം പ്രവാസികളാണ്. ഇവർ 2010 ൽ ഇന്ത്യയിലേക്കയച്ച വിദേശ പണം 2.5 ലക്ഷം കോടി രൂപയാണ്. ഈ വിദേശരാജ്യ വരുമാനം ഇല്ലായിരുന്നെങ്കിൽ ഇന്ത്യൻ സമ്പദ്ഘടന അതീവ ഗുരുതരമായ പ്രതിസന്ധിയിലായേനെ.

വിദേശ നാണയം നേടിത്തരുന്നു എന്നുള്ളതുകൊണ്ട് ഒട്ടേറെ പ്രോത്സാഹനങ്ങൾ കയറ്റുമതിക്കാർക്ക് കേന്ദ്ര സർക്കാർ നല്കുന്നുണ്ട്. അതുപോലെ തന്നെ വിദേശനിക്ഷേപകരെ ആകർഷിക്കുന്നതിനുവേണ്ടി നാനാവിധ ഇളവുകൾ നല്കുന്നുണ്ട്. വിദേശ നിക്ഷേപകരുടെ നികുതി

വെട്ടിപ്പ് തടയാനുള്ള നടപടികളെല്ലാം ഇന്ത്യാ സർക്കാർ നിർത്തിവെച്ചിരിക്കുകയാണ്. നികുതി വെട്ടിപ്പു കേസിൽ കോടതിപോലും അനുകൂലമായ നിലപാടെടുത്തിട്ടും സർക്കാർ നികുതി കുടിശ്ശിക ഉപേക്ഷിക്കുകയാണ്. എന്നാൽ ഇവരേക്കാൾ കൂടുതൽ വിദേശനാണയങ്ങൾ വാങ്ങിത്തരുന്ന പ്രവാസികൾക്ക് യാതൊരുവിധ ആനുകൂല്യങ്ങളും നല്കാൻ തയ്യാറല്ല. അതിനു പകരം അവർ അയക്കുന്ന പണത്തിനുമേൽ സേവന നികുതി അടിച്ചേല്പിക്കാനാണ് ശ്രമം. കനത്ത വിമാന കൂലി അവർ നല്കേണ്ടി വരുന്നു. പുനരധിവാസ പരിപാടികളില്ല. ഇതില്പരം നന്ദി കേട് പ്രവാസികളോട് കേന്ദ്രസർക്കാരിന് കാണിക്കാനാവില്ല.

ഈ പശ്ചാത്തലത്തിലാണ് കേരളത്തിന്റെ വികസന താല്പര്യങ്ങൾ മുൻ നിർത്തിക്കൊണ്ട് പ്രവാസികളുടെ ക്ഷേമവും സുരക്ഷിതത്വവും ഉറപ്പ് വരുത്തുന്നതിന് ഒരു നയം ആവിഷ്കരിക്കാൻ ശ്രമിക്കുന്നത്. ഇതുമായി ബന്ധപ്പെട്ട് രേഖ മുന്നോട്ടുവെക്കുന്ന നിർദ്ദേശങ്ങളിൽ നല്ലൊരു പങ്ക് സ്വീകാര്യമാണ്. പക്ഷേ, അവയോട് ചിലതെങ്കിലും കൂട്ടിച്ചേർക്കേണ്ടതുണ്ട്.

കുടിയേറ്റത്തിന് പ്രോത്സാഹനം

മുമ്പ് കുടിയേറ്റത്തെ ഒരു മസ്തിഷ്ക ചോർച്ചയായിട്ടാണ് ഉല്പതിഷ്ണുക്കൾ കരുതി വന്നിരുന്നത്. എന്നാൽ നാം കണ്ടത് കുടിയേറ്റം വഴി ലഭ്യമാവുന്ന വിദേശ പണം സമ്പദ്ഘടനയിൽ ഗുണകരമായ മാറ്റങ്ങൾ സൃഷ്ടിക്കാം. എന്നാൽ ഗൾഫ് കുടിയേറ്റമെടുത്താൽ ബുദ്ധിശക്തിയേക്കാൾ കായികശക്തിയാണ് കയറ്റുമതി ചെയ്യപ്പെടുന്നത്. എന്നുമാത്രമല്ല, പുറത്ത് ജോലിക്ക് പോവുന്നവർ കൂടുതൽ വൈദഗ്ദ്ധ്യത്തോടെ തിരിച്ചുവരികയും ചെയ്യും. എന്നു മാത്രമല്ല, ആഗോളസാഹചര്യങ്ങളിൽ സമൂലമായ മാറ്റം വന്നു കഴിഞ്ഞു. ഇന്നത്തെ ആഗോളക്രമത്തിൽ മൂലധനത്തിന് സർവ്വ സ്വാതന്ത്ര്യമായി. രാജ്യാതിർത്തികൾ കടന്ന് വ്യാപരിക്കാൻ അവകാശമുണ്ട്. എന്നാൽ അതേ സ്വാതന്ത്ര്യം തൊഴിലെടുക്കുന്നവർക്കില്ല. കുടിയേറ്റത്തിന് മേൽ കർശനമായ നിയന്ത്രണങ്ങൾ തുടരുകയാണ്. പണ്ടൊരു കാലത്ത് വെള്ളക്കാരൻ സർവ്വസ്വതന്ത്രമായി അമേരിക്കയിലേക്കും ആഫ്രിക്കയിലേക്കും ആസ്ട്രേലിയയിലേക്കും കുടിയേറിയത് അവർ മറക്കുന്നു. ഇതേ അവകാശം ഇന്നത്തെ തൊഴിലാളിക്കും ലഭിക്കുന്നത് ആഗോള മൂലധനത്തിനെതിരായ പോരാട്ടത്തിന് സഹായകമാവും. ഈ പശ്ചാത്തലത്തിൽ കേരളത്തിൽ നിന്നും വിദേശത്തേക്ക് പോവുന്നതിന് പ്രോത്സാഹിപ്പിക്കുന്നതിന് ഒരു മടിയും ഉണ്ടാവേണ്ടതില്ല.

ഇതുവരെയുള്ള കുടിയേറ്റം പൂർണ്ണമായും പ്രവാസികളുടെ കുടുംബ-സൗഹൃദ ബന്ധങ്ങളെയും പണം നല്കി വിസ വാങ്ങാനുള്ള ശേഷിയെയും വ്യക്തിപരമായ കഴിവിനെയും ആശ്രയിച്ചിട്ടായിരുന്നു. തുടക്കത്തിൽ മാത്രമല്ല, ഇന്നും സ്ഥിതി ഇതുതന്നെ. ഗൾഫ് രാജ്യങ്ങ

ളിലെ കുടിയേറ്റ ചരിത്രം പരിശോധിച്ചാൽ ഏത് പ്രദേശത്തുനിന്ന് അവർ തൊഴിലാളികളെ റിക്രൂട്ട് ചെയ്യുന്നു എന്നുള്ളത് സാമ്പത്തിക ഘടകങ്ങളെ കണക്കിലെടുത്തുകൊണ്ട് മാത്രമല്ല, രാഷ്ട്രീയ പരിഗണനകൾ കൂടെ വച്ചുകൊണ്ടാണെന്ന് കാണാം. അതുകൊണ്ട് കേരളത്തിൽനിന്നുള്ള തൊഴിലാളികൾക്ക് തൊഴിലവസരങ്ങൾ വർദ്ധിപ്പിക്കുന്നതിന് വേണ്ടി ഗൾഫ് മേഖലകളും മറ്റുമായി ഊഷ്മള ബന്ധം വളർത്തിയെടുക്കേണ്ടതുണ്ട്. ഇന്ത്യാ സർക്കാരിനാണ് ഇക്കാര്യത്തിൽ എന്തെങ്കിലും മൗലികമായി ചെയ്യാൻ പറ്റുക എന്നതും വ്യക്തമാണ്.

സംസ്ഥാന സർക്കാരിന് പുതിയ തൊഴിൽ സാദ്ധ്യതയെക്കുറിച്ചുള്ള വിവരങ്ങൾ തൊഴിൽ അന്വേഷകർക്ക് എത്തിച്ചുകൊടുക്കുക, ഫിനിഷിങ് സ്കൂൾ നടത്തുക, കുടിയേറ്റത്തിനാവശ്യമായ വായ്പ ഉദാരമായി ലഭ്യമാക്കുക എന്നിവ ചെയ്യാൻ കഴിയും. ഇതിനായി ഒരു പ്രത്യേക വിദേശ വാർത്താ ബുള്ളറ്റിൻ പ്രസിദ്ധീകരിക്കുന്നതും നന്നായിരിക്കും. ബ്രിട്ടീഷ് ഭരണകാലത്തെ കുടിയേറ്റ നിയമം ചെറിയ ഭേദഗതിയോടെ ഇന്നും തുടരുകയാണ്. ഇതിനു പകരം സമഗ്രമായ പുതിയ നിയമ നിർമ്മാണം ആവശ്യമാണ്.

കേരളത്തിൽനിന്നും ഗൾഫിലേക്കുള്ള വിമാന ചാർജ്ജുകൾ രണ്ടും മൂന്നും മടങ്ങ് വർദ്ധിപ്പിക്കുന്നു. എന്നാൽ ഇന്ത്യയിലെ മറ്റു നഗരങ്ങളിലേക്ക് ഉള്ള വിമാന ചാർജ്ജുകൾക്ക് താരതമ്യേന ചെറിയ വർദ്ധന മാത്രമേ ഉണ്ടാവാറുള്ളുതാനും. കേരളത്തോടുള്ള വലിയ വിവേചനമാണിത്. ഈ നയം തിരുത്തിക്കാൻ ഇതുവരെ കഴിഞ്ഞിട്ടില്ല. കേന്ദ്ര സർക്കാർ ഇടപെടുന്നത് നിർബ്ബന്ധിതമാക്കുന്ന ശക്തമായ ജനകീയ പ്രക്ഷോഭം അനിവാര്യമാണ്.

പ്രവാസികളുടെ ക്ഷേമവും സംരക്ഷണവും

പ്രവാസി നയത്തിന്റെ രണ്ടാമത്തെ ഭാഗം വിദേശത്ത് ജോലി ചെയ്യുമ്പോൾ അവരുടെ സുരക്ഷിതത്വത്തിനും നാടുമായുള്ള വൈകാരിക ബന്ധം ശക്തിപ്പെടുത്തുന്നതിനും വേണ്ടിയുള്ള നടപടികളാണ്.

പ്രവാസികളെക്കുറിച്ചുള്ള സമഗ്രമായ ഒരു ഡാറ്റ ബേസ് ആവശ്യമാണ്. വീട് കയറിയുള്ള സെൻസസ് കണക്കെടുപ്പിലൂടെ പ്രവാസികളുടെ വിവരങ്ങൾ ശേഖരിക്കാനുള്ള ശ്രമം കേരള സർക്കാരിന്റെ ഒരു പരാജയമായിരുന്നു. വ്യക്തിഗത വിവരങ്ങൾ പോട്ടെ, ഈ സർവ്വേയിലെ മൊത്തക്കണക്കുകൾപോലും ആരും ഇപ്പോൾ പരിഗണിക്കാറില്ല. നോർക്ക വഴിയുള്ള വോളന്റിയായ രജിസ്ട്രേഷനാണ് ഇപ്പോൾ നിലവിലുള്ളത്. ഇത് ആകർഷകമാക്കുന്നതിനുള്ള നടപടികൾ എടുക്കണം. കേരളത്തിലെ കുടിയേറ്റം സംബന്ധിച്ച് ഇന്ന് നമുക്ക് കൈവശമുള്ള അടിസ്ഥാന വിവരങ്ങൾ 1998 മുതൽ സെന്റർ ഫോർ ഡെവലപ്മെന്റ് സ്റ്റഡീസ് നടത്തിയിട്ടുള്ള 5 റൗണ്ട് കേരള മൈഗ്രേഷൻ സർവ്വേ ആണ്. കൂടുതൽ ഗവേഷകരെ പ്രവാസി പഠനങ്ങളിലേക്ക് ആകർഷിക്കുന്ന

തിനാവശ്യമായ പണം ലഭ്യമാക്കേണ്ടതുണ്ട്. പ്രവാസിയുടെ മേൽവിലാസം മാത്രമല്ല, ഏർപ്പെട്ടിരിക്കുന്ന തൊഴിൽ, വരുമാനം, പ്രത്യേക വൈദഗ്ധ്യം, തിരിച്ചു വന്നാൽ ഏർപ്പെടാൻ ഉദ്ദേശിക്കുന്ന തൊഴിൽ ഇവയെക്കുറിച്ചൊക്കെ വ്യക്തമായ ഡാറ്റ ആസൂത്രണത്തിന് അനിവാര്യമാണ്.

പ്രവാസികളും സ്വന്തം നാടും സംസ്കാരവുമായിട്ടുള്ള മമതയും ബന്ധവും ശക്തിപ്പെടുത്തേണ്ടത് അനിവാര്യമാണ്. സ്ഥിരമായി വിദേശത്ത് താമസിക്കുന്ന മലയാളികളുടെ പുതിയ തലമുറകൾ, പ്രത്യേകിച്ച് പാശ്ചാത്യരാജ്യങ്ങളിലുള്ളവർ, സാംസ്കാരികമായി ആതിഥേയരാജ്യങ്ങളിലേക്ക് ഇഴുകിച്ചേരുന്നത് സ്വാഭാവികമാണ്. ഇവരുടെ എല്ലാം കഴിവുകളെ സംസ്ഥാനത്തിന്റെ വികസനത്തിന് ഉപയോഗപ്പെടുത്താമെങ്കിൽ ബോധപൂർവ്വം മലയാളത്തെയും മലയാള സംസ്കാരത്തെയും അവർക്ക് പരിചയപ്പെടുത്തുന്നതിന് വേണ്ട സംവിധാനങ്ങൾ വേണ്ടതുണ്ട്. ഗൾഫ് രാജ്യങ്ങളിലെ പ്രവാസികളുടെ കുട്ടികൾക്ക് പഠിക്കാനുള്ള സൗകര്യം സൃഷ്ടിക്കാനുള്ള ചുമതല നമുക്കുണ്ട്. പ്രവാസികളുടെ കുട്ടികൾക്ക് ഒഴിവു കാലത്തും മറ്റും കേരളത്തിൽ വരുന്നതിനും സാംസ്കാരിക പൈതൃകത്തെ മനസ്സിലാക്കുന്നതിനും പ്രോത്സാഹിപ്പിക്കുന്ന പദ്ധതികൾ വേണം. ഭാഷാ പഠന പ്രോത്സാഹനത്തിനുള്ള മലയാള മിഷന്റെ പ്രവർത്തനം വിപുലപ്പെടുത്തണം .

മേല്പറഞ്ഞ സാംസ്കാരിക ലക്ഷ്യങ്ങൾ നേടുന്നതിൽ പ്രവാസി സംഘടനകൾക്ക് സുപ്രധാന പങ്കുവഹിക്കാനാവും. ഈ സംഘടനകൾക്ക് ഔപചാരിക അംഗീകാരം നല്കി ഇവരുടെ മേഖലാ അടിസ്ഥാനത്തിലും വർഷത്തിലൊരിക്കലെങ്കിലും ആഗോളതലത്തിലും സമ്മേളനങ്ങളും ആശയവിനിമയവും നടത്തേണ്ടതാണ്. വിവിധ മേഖലകളിൽ കഴിവ് തെളിയിച്ച മലയാളികളെ ആദരിക്കണം.

വിദേശത്ത് ജോലി ചെയ്യുന്നവരുടെ സുരക്ഷിതത്വം എംബസികളുടെ ചുമതലയാണ്. ഗൾഫ് രാജ്യങ്ങളിലെങ്കിലും കേരള പ്രവാസി സംഘങ്ങളെ ഏകോപിപ്പിച്ചുകൊണ്ടും രോഗബാധിതർക്കും അപകടം സംഭവിക്കുന്നവർക്കും ജോലി നഷ്ടപ്പെടുന്നവർക്കും സംരക്ഷണം നല്കാൻ പരിപാടിയുണ്ടാവണം. ഇതിന് മലയാളികൾ കൂടുതലുള്ള രാജ്യങ്ങളിൽ കേരളത്തിൽനിന്നുള്ള ഒരു ഉദ്യോഗസ്ഥനെ നിയമിക്കണം.

മൃതദേഹം നാട്ടിലേക്ക് കൊണ്ടുവരാൻ ഉള്ള കാലതാമസം ഒഴിവാക്കപ്പെടണം. ജയിലിൽ കിടക്കുന്നവർക്കും കേസിൽ ഉൾപ്പെട്ടിട്ടുള്ളവർക്കും നിയമപരമായ അവകാശങ്ങൾ നിഷേധിക്കപ്പെട്ടിട്ടുള്ളവർക്കും നിയമസഹായം നല്കുന്നതിനുവേണ്ടിയുള്ള വക്കീലന്മാരുടെ പാനൽ ഓരോ മേഖലയിലും രൂപീകരിക്കണം. ആവശ്യമെങ്കിൽ ഇതിനുള്ള ചെലവ് സർക്കാർ വഹിക്കണം.

തിരിച്ചുവരുന്ന പ്രവാസികൾ

ഗൾഫിൽ പോവുന്നവർ എന്നെങ്കിലും തിരിച്ചു വന്നേ മതിയാവൂ. അതേ സമയം പാശ്ചാത്യരാജ്യങ്ങളിലേക്കുള്ള കുടിയേറ്റം താരതമ്യേന സ്ഥിരമായിട്ടുള്ള കുടിയേറ്റമാണ്. 1980 കളിലാണ് ജോലി കാലാവധി കഴിഞ്ഞ് ഗൾഫിൽനിന്ന് പ്രവാസികൾ ഗണ്യമായ രീതിയിൽ മടങ്ങാൻ തുടങ്ങിയത്. 1986 ൽ ഇവരുടെ എണ്ണം 40000 വരുമായിരുന്നു. 1998 ൽ തിരിച്ചു വന്നവരുടെ എണ്ണം 7.4 ലക്ഷമായിരുന്നു. 2008 ൽ ഇവരുടെ എണ്ണം 11.6 ലക്ഷമായി ഉയർന്നു. കേരളത്തിലെ പ്രായപൂർത്തിയായ 22 പേർക്ക് ഒരാൾ വീതവും ജോലിയെടുക്കുന്ന പുരുഷന്മാരെ മാത്രം കണക്കാക്കിയാൽ 9 പേരിൽ ഒരാൾ വീതവും വിദേശത്തുനിന്ന് മടങ്ങി വന്നവരാണ്. 2015 ൽ ഇവരുടെ എണ്ണം 16 ലക്ഷമായി ഉയരുമെന്നാണ് സക്കറിയയും ഇരുദയരാജനും കണക്കാക്കിയിട്ടുള്ളത്. തിരിച്ചു വരുന്നവർക്ക് മുൻകൂറായി തന്നെ പേര് രജിസ്റ്റർ ചെയ്യുന്നതിനും അവരുടെ ആവശ്യങ്ങളും പ്രശ്നങ്ങളും നോർക്കയുമായി ചർച്ച ചെയ്യുന്നതിനുള്ള സൗകര്യം ഉണ്ടാവണം.

ഗൾഫിലേക്ക് കുടിയേറുന്നതിന് ഭാരിച്ച ചെലവുണ്ട്. ഇത് മുതലായി എന്തെങ്കിലും സമ്പാദ്യം സ്വരൂപിക്കണമെങ്കിൽ 3 വർഷത്തെ ജോലിയെങ്കിലും വേണം. എന്നാൽ ഒട്ടനവധി പേർക്ക് തൊഴിൽ നഷ്ടപ്പെട്ടതിന്റെ ഫലമായോ, അപകടങ്ങൾ സംഭവിച്ചതിന്റെ ഭാഗമായോ ഈ കാലയളവിനു മുമ്പുതന്നെ തിരിച്ച് വരേണ്ടി വരുന്നു. സൗദിയിലെ നിതാഖാത്, ഇറാഖ്-ലിബിയ പ്രതിസന്ധി തുടങ്ങിയ ഘട്ടങ്ങളിലെല്ലാം ഒട്ടേറെപ്പേർക്ക് ഇങ്ങനെ ഒഴിഞ്ഞ് പോരേണ്ടി വന്നു. ഇവരെ പുനരധിവസിപ്പിക്കുന്നതിന് പ്രത്യേക ഫണ്ടുണ്ടാവണം.

മടങ്ങി വരുന്ന മറ്റ് പ്രവാസികൾക്ക് അവസരങ്ങളും തൊഴിലും ഉറപ്പ് വരുത്തുന്നതിനുവേണ്ടി ഇവരുടെ വിവരങ്ങൾ ശേഖരിച്ച് കേരളത്തിലെ തൊഴിലുടമകൾക്ക് ലഭ്യമാക്കണം. ഇവരുടെ വിദേശതൊഴിൽ പരിചയവും വൈദഗ്ദ്ധ്യവും നാടിന്റെ വികസനത്തിനുവേണ്ടി ഉപയോഗപ്പെടുത്തുക എന്നുള്ളതാണ് സമീപനം. പുനരധിവാസമല്ല, ഉദ്ഗ്രഥനമാണ് ഇവിടെ വേണ്ടത്.

പ്രവാസി കഴിവുകളും സമ്പാദ്യവും വികസനത്തിന്

കേരളത്തിന്റെ വികസനത്തിൽ നിർണ്ണായകമായ സ്വാധീനം ഗൾഫ് കുടിയേറ്റം നടത്തിയിട്ടുണ്ടെങ്കിലും കേരളത്തിന്റെ വികസനത്തിൽ പ്രവാസികളുടെ പ്രത്യക്ഷമായ പങ്കാളിത്തം കുറവാണ്. ചൈന തുടങ്ങിയ രാജ്യങ്ങളിലെ അനുഭവം ഇതിൽനിന്നും വിപരീതമാണ്. കേരളത്തിലെ നിക്ഷേപാന്തരീക്ഷം മെച്ചപ്പെടുത്തുന്നതിനോടൊപ്പം പ്രവാസികളുടെ കഴിവുകളെയും സമ്പാദ്യത്തെയും വികസന മേഖലകളിലേക്ക് ആകർഷിക്കാൻ ഉതകുന്ന കൃത്യമായ സ്കീമുകൾക്ക് രൂപം നല്കാൻ കഴിയണം.

കേരള വികസന നിധി രൂപീകരിക്കുക എന്നുള്ളതാണ് ഏറെ ചർച്ച ചെയ്യപ്പെടുന്ന ഒരു നിർദ്ദേശം. ഇതിൽ പണം നിക്ഷേപിക്കുന്നവർക്ക് ഉറപ്പായും ബാങ്ക് പലിശ നിരക്കിനേക്കാൾ ഉയർന്ന പ്രതിഫലം ഗ്യാരന്റി ചെയ്യണം. നിധി തങ്ങളുടെ ഫണ്ട് ഉപയോഗപ്പെടുത്തി പശ്ചാത്തല സൗകര്യ പ്രോജക്ടുകളും വ്യവസായ സംരംഭങ്ങളും ആരംഭിക്കാവുന്നതാണ്. ഈ സംരംഭങ്ങളിൽ നിശ്ചിത തുകയ്ക്കുള്ള തങ്ങളുടെ ഡെപ്പോസിറ്റ് (ഉദാഹരണത്തിന് 25 ലക്ഷം രൂപ) ഓഹരിയായി നിക്ഷേപിക്കാൻ തയ്യാറുള്ള പ്രവാസികൾക്ക് തിരിച്ചു വരുമ്പോൾ യോഗ്യതയ്ക്കനുസരിച്ച് ഏതെങ്കിലും ഒരു സ്ഥാപനത്തിൽ തൊഴിൽ നേടുന്നതിനുള്ള അവകാശമുണ്ടാവും. ഗൾഫിൽനിന്ന് തിരിച്ച് വരുമ്പോൾ നാട്ടിലൊരു തൊഴിൽ ഉറപ്പുവരുത്താനുള്ള നിക്ഷേപം എന്നുള്ള നിലയിൽ ഇത്തരമൊരു സംരംഭം വളരെയധികം ആകർഷകമായിരിക്കും.

നിധിക്ക് പുറമെ ഇൻകൽ മാതൃകയിൽ വ്യവസായ സംരംഭങ്ങൾ തുടങ്ങാവുന്നതാണ്. സർക്കാരിന്റെ കൂടെ പങ്കാളിത്തമുള്ള പ്രവാസി മലയാളികളുടെ സംയുക്ത സംരംഭമാണ് ഇൻകൽ. കഴിഞ്ഞ സർക്കാരിന്റെ കാലത്താണ് ഇൻകൽ രൂപീകരിച്ചതെങ്കിലും ഈ സ്ഥാപനത്തിന് പ്രത്യേക ആനുകൂല്യങ്ങൾ അനുവദിക്കുന്നതിനെതിരെ ഉദ്യോഗസ്ഥതലത്തിൽ ശക്തമായ എതിർപ്പ് ഉണ്ടായതുകൊണ്ട് വിചാരിച്ച രീതിയിൽ പ്രവർത്തനം മുന്നോട്ടുകൊണ്ടു പോവാനായില്ല. പ്രവാസി നിക്ഷേപം ആകർഷിക്കുന്നതിനു വേണ്ടി പ്രത്യേക സൗകര്യങ്ങൾ ഇത്തരം കമ്പനികൾക്ക് അനുവദിക്കേണ്ടതുണ്ട്.

പ്രവാസികൾക്ക് സംരംഭങ്ങൾ ആരംഭിക്കുന്നതിനായി പ്രത്യേക വായ്പാ സൗകര്യങ്ങളടക്കം സ്കീമുകൾ കൊണ്ടുവരണം. നാട്ടിലേക്ക് മടങ്ങി വരുന്നതിന് മുമ്പുതന്നെ സംരംഭകരാവാൻ സാദ്ധ്യതയുള്ള വ്യക്തികളോട് പ്രത്യേകിച്ച് പ്രൊഫഷണലുകളോട് ആശയവിനിമയം നടത്തുന്നതിന് പ്രത്യേക ഏജൻസി തന്നെ വേണം. നിക്ഷേപകർക്ക് ഏകജാലക സമ്പ്രദായത്തിലൂടെ ആവശ്യമായ അനുവാദങ്ങൾ നല്കണം.

പ്രവാസികളുടെ സഹകരണ സംഘങ്ങൾ ഇന്ന് സംസ്ഥാനത്തിന്റെ പലഭാഗത്തും പ്രവർത്തിക്കുന്നുണ്ട്. വാണിജ്യ അടിസ്ഥാനത്തിലുള്ള ജൈവകൃഷി, കാർഷിക മൂല്യ വർദ്ധിത ഉല്പന്നങ്ങൾ, വാണിജ്യ ചെയിനുകൾ തുടങ്ങിയവ ഈ സംഘങ്ങളുടെ ആഭിമുഖ്യത്തിൽ ആരംഭിച്ചിട്ടുണ്ട്.

കേരളത്തിലെ വിജയകരമായ അധികാര വികേന്ദ്രീകരണത്തിന്റെ പശ്ചാത്തലത്തിൽ പ്രാദേശിക വികസനത്തിൽ അതത് പ്രദേശത്തെ പ്രവാസികളെയും പ്രവാസി കൂട്ടായ്മകളെയും പ്രയോജനപ്പെടുത്താനാവും. കേവലം ദീനാനുകമ്പ പ്രവർത്തനങ്ങൾക്ക് മാത്രമല്ല, വിദ്യാഭ്യാസ സ്ഥാപനങ്ങൾ, ആരോഗ്യസ്ഥാപനങ്ങൾ തുടങ്ങിയവയുടെ വികസനത്തിനും പ്രവാസിസംഭാവനകൾക്ക് വലിയ പങ്കുവഹിക്കാനാവും. ഇത്തരം

സംഭാവനകളെ പ്രോത്സാഹിപ്പിക്കുന്നതിന് വേണ്ടി പ്രവാസികൾ നല്കുന്ന ഓരോ രൂപയ്ക്കും തുല്യമായ തുക അല്ലെങ്കിൽ ആനുപാതിക മായ തുക സർക്കാരിൽനിന്ന് നല്കുന്നതിനുള്ള ഒരു സ്കീമിന് രൂപം നല്കണം.

വിദേശത്തുള്ള പ്രവാസി വ്യവസായ വാണിജ്യ സംരംഭകരുമായി സജീവ ബന്ധം പുലർത്തുന്നതിനുവേണ്ടി കേരള പ്രവാസി വാണിജ്യ ചേമ്പറുകൾക്ക് രൂപം നല്കണം. ഓരോ വിദേശ മേഖലയ്ക്കും പ്രത്യേക ചേമ്പറുകളുണ്ടാവും. ഇവരും കേരളത്തിലെ ചേമ്പറുകളും തമ്മിൽ സൗഹൃദ ബന്ധം വളർത്തിയെടുക്കണം. പ്രവാസി പ്രൊഫഷണൽ സംഘടനകൾ എല്ലാ രാജ്യങ്ങളിലും രൂപീകരിക്കണം. ഈ സംഘട നകളെ കേരളത്തിലെ ഗവേഷണ സ്ഥാപനങ്ങളുമായിട്ടും വ്യവസായ സംരംഭങ്ങളുമായിട്ടും ബന്ധപ്പെടുത്തണം.

മേല്പറഞ്ഞ കടമകൾ നിർവ്വഹിക്കുന്നതിന് ഇന്ന് നിലവിലുള്ള സംവിധാനങ്ങൾ തികച്ചും അപര്യാപ്തമാണ്. പൊതുവിൽ പറഞ്ഞാൽ ഇടതുപക്ഷ സർക്കാരുകളുടെ കാലത്താണ് ഇതിനുള്ള കൂടുതൽ ഫല പ്രദമായ നടപടികൾ സ്വീകരിച്ചിട്ടുള്ളത്. ആദ്യം വേണ്ടത് പ്രവാസി ഡി പ്പാർട്ട്മെന്റിനുള്ള ബജറ്റ് വിഹിതം ഗണ്യമായി ഉയർത്തുകയാണ്. വിദേ ശത്തു നിന്നുമുള്ള പ്രവാസി പണവരുമാനത്തിന്റെ 0.001% ഇതിനായി വകയിരുത്തണം.

18

അധികാരവികേന്ദ്രീകരണത്തിന് മാതൃക നോർഡിക് രാജ്യങ്ങൾ

വിഷൻ 2030 തയ്യാറാക്കിയവർക്ക് എന്തുകാര്യത്തിനാണെങ്കിലും ഒരു വിദേശ മാതൃക കൂടിയേ തീരൂ. കേരളത്തിലെ ജനകീയാസൂത്രണവും അതിന്റെ അടിസ്ഥാനത്തിലുള്ള അധികാര വികേന്ദ്രീകരണവും നമ്മുടെ നാടിന്റെ ഒരു തനത് ഉല്പന്നമാണ്. 1957 മുതൽ മാറി മാറി വന്ന ഇടതുപക്ഷ സർക്കാരുകൾ നടത്തിയ അധികാര വികേന്ദ്രീകരണ പരിസമാപ്തിയാണ്. ശാസ്ത്ര പ്രസ്ഥാനം, സി ഡി എസ് പോലുള്ള ഗവേഷണ സ്ഥാപനങ്ങൾ, സാക്ഷരതാ പ്രസ്ഥാനം, ഒട്ടനവധി പ്രാദേശിക വികസന പരീക്ഷണങ്ങൾ, എല്ലാത്തിലും ഉപരി പണവും അധികാരവും താഴേക്ക് നല്കാൻ ബഹുജനങ്ങളെ അണിനിരത്തുന്നതിനായുള്ള കാമ്പയിൻ - ഇവയൊക്കെയാണ് 73-74 -ാം ഭേദഗതിയുടെ സാദ്ധ്യതയെ കേരളത്തിൽ യാഥാർത്ഥ്യമാക്കിയത്.

ബഹുഭൂരിപക്ഷം സംസ്ഥാന സർക്കാരുകളും കേവലം ഔപചാരിക തലത്തിൽ ഒതുങ്ങി നിന്നപ്പോൾ കേരളം അന്യാദൃശ്യമായ രീതിയിൽ അധികാരവും വിഭവങ്ങളും താഴേക്ക് നല്കി. നമ്മുടെ അനുഭവങ്ങളെ വിമർശനപരമായി പരിശോധിച്ച് ദൗർബ്ബല്യങ്ങളെ തിരുത്തുന്നതിനായിരിക്കും ശ്രമിക്കുക എന്നാണ് കരുതിയത്. പക്ഷേ, ഇവിടെയും കേരളത്തിന് മുന്നിൽ നോർഡിക് രാജ്യങ്ങളെയാണ് മാതൃകയായി പ്രതിഷ്ഠിച്ചിരിക്കുന്നത്. തികച്ചും വ്യത്യസ്തങ്ങളായ സാഹചര്യങ്ങളിൽ പരിണമിച്ചുണ്ടായ വികസിത രാജ്യങ്ങളിൽനിന്ന് സാങ്കേതിക കാര്യങ്ങളല്ലാതെ നമുക്കേറെ സ്വീകരിക്കാനുണ്ടാവില്ല. പുറത്തേക്ക് എവിടെയെങ്കിലും നോക്കണമെങ്കിൽ നാം ആദ്യം നോക്കേണ്ടത് ലാറ്റിൻ അമേരിക്കൻ രാജ്യങ്ങളിലേക്കാണ്. കേരളത്തിലെ ജനകീയാസൂത്രണംപോലെ ലാറ്റിൻ അമേരിക്കയിലെ ഇടതുപക്ഷ സർക്കാരുകൾ പങ്കാളിത്ത ബജറ്റ് ആവിഷ്ക്കരിക്കുക

യുണ്ടായി. ജനാധിപത്യവല്ക്കരണത്തിന്റെ വിശാലമായ സങ്കല്പങ്ങൾ യു ഡി എഫിന് ഉൾക്കൊള്ളാൻ കഴിയുന്നില്ലെങ്കിൽ അതിൽ അത്ഭുതപ്പെടാനില്ല. ഏതായാലും ജനകീയാസൂത്രണത്തെക്കുറിച്ച് ഒരു വാചകത്തിൽ ഒരു പരാമർശമുള്ളത് ഭാഗ്യം.

സൈദ്ധാന്തിക ചട്ടക്കൂട്!

അതിവിചിത്രമായ ഒരു സൈദ്ധാന്തിക ചട്ടക്കൂടാണ് അധികാരവികേന്ദ്രീകരണത്തിന് ഈ സർക്കാർ രേഖ മുന്നോട്ടുവെക്കുന്നത്. എത്ര ആലോചിച്ചിട്ടും ഇതിന്റെ സൈദ്ധാന്തിക കുരുക്കഴിക്കാൻ പറ്റാത്തതുകൊണ്ട് പാരാ 24.5.2.3 ഇതിലെ വാചകങ്ങൾ തന്നെ ഉദ്ധരിക്കാം. "അധികാര വികേന്ദ്രീകരണത്തെക്കുറിച്ചുള്ള ആദ്യകാല ചിന്ത കേന്ദ്രീകൃത സർക്കാർ സംവിധാനത്തിലെ ജനപ്രതിനിധികൾ പ്രാദേശിക ആവശ്യങ്ങളോട് നിസ്സംഗത പുലർത്തുന്ന ദുഷ്ടലാക്കുള്ളവരായിരിക്കും എന്നതായിരുന്നു. അവർക്ക് പ്രാദേശിക ആവശ്യങ്ങളോ, മുൻഗണനകളോ മനസ്സിലാവണമെന്നില്ല. രണ്ടാമത് ഒരു ചിന്താഗതി ഈ ആദ്യകാല ചിന്തകൾക്ക് നേർവിപരീതമാണ്. ഈ വീക്ഷണ പ്രകാരം ജനപ്രതിനിധികൾ പൊതുതാല്പര്യത്തിൽ പ്രചോദിതരായി പ്രവർത്തിക്കുന്ന ഉദാരമതികളാണ്. വികേന്ദ്രീകൃത ഭരണസ്ഥാപനങ്ങൾക്ക് ജനങ്ങളോടുള്ള അടുപ്പമുണ്ട്. ഇത് ഉയർന്ന പങ്കാളിത്തം ഉറപ്പു വരുത്തും. അതുവഴി നയങ്ങളും ജനകീയ മുൻഗണനകളും സമരസപ്പെടുത്തുവാൻ കഴിയും . ഇതിന്റെ ഫലമായി വിഭവ വിനിയോഗം മെച്ചപ്പെടും. കൂടുതൽ നല്ല ഫലങ്ങളും ഉണ്ടാകും. മൂന്നാമതൊരു ചിന്താഗതി മേല്പറഞ്ഞതിൽ നിന്ന് സ്വല്പം വ്യത്യസ്തമായ ഒരു നിലപാട് ആണ് സ്വീകരിക്കുന്നത്. ഉദാരമതികളായ ജനപ്രതിനിധികൾക്ക് പകരം സ്വന്തം താല്പര്യങ്ങൾക്ക് പുറകെ പോവുന്നവരാണ് ജനപ്രതിനിധികൾ. വീണ്ടും തിരഞ്ഞെടുക്കപ്പെടുക എന്ന ലക്ഷ്യംവെച്ചാണ് ഇവരുടെ പ്രവർത്തനം. വികേന്ദ്രീകരണഭരണത്തിന്റെ കാര്യക്ഷമതയുടെയും നീതിയുടെയും നേട്ടങ്ങൾ ഈ ഒരു സൈദ്ധാന്തിക പശ്ചാത്തലത്തിലാണ് വിലയിരുത്തുന്നത്. "

ജനപ്രതിനിധികൾ ഒന്നുകിൽ നല്ലവരായിരിക്കും, അല്ലെങ്കിൽ ചീത്തയായവരായിരിക്കും. അതുമല്ലെങ്കിൽ വീണ്ടും തിരഞ്ഞെടുപ്പുകൾ ജയിക്കാൻ വേണ്ടിയുള്ള കാര്യങ്ങൾ നടത്തിക്കൊടുക്കുന്നവരായിരിക്കും. ഇതൊക്കെ ശരിയാണ്. ഇനിയും വേണമെങ്കിൽ ജനപ്രതിനിധികളെ കുറിച്ചുള്ള പുതിയ വിലയിരുത്തലുകളും കണ്ടെത്താം. പക്ഷേ, ഇതൊക്കെ എങ്ങനെ സൈദ്ധാന്തിക ചട്ടക്കൂടാവും എന്നാലോചിച്ചപ്പോൾ ഒരു പിടിയും കിട്ടുന്നില്ല.

നോർഡിക് രാജ്യങ്ങളിൽനിന്ന് കേരളം അത്യാവശ്യം പഠിക്കേണ്ട പാഠങ്ങൾ ഇവയാണെന്നാണ് രേഖ പറയുന്നത്. നമ്മുടെ തദ്ദേശ സ്വയംഭരണ സ്ഥാപനങ്ങളുടെ മൊത്തം വിഭവത്തിൽ 11% മാത്രമേ സ്വന്തം ഫണ്ട് വരൂ. 2040 ആവുമ്പോളേക്കും ഇത് നോർഡിക് രാജ്യങ്ങളിലെ

പോലെ 50% ആവണം. ഇതിനായി കണ്ടെത്തുന്ന മാർഗ്ഗങ്ങൾ കെട്ടിട നികുതി, കാർ നികുതി, വൈദ്യുതി,വെള്ളം, ശുചിത്വം എന്നിവയുടെ മുഴുവൻ ചെലവും യൂസർ ഫീസായി പിരിച്ചെടുക്കൽ, മറ്റു പ്രാദേശിക നികുതികൾ എന്നിവയാണ്. “എല്ലാത്തിലും ഉപരി വിനിയോഗിക്കാതെ കിടക്കുന്ന ഭൂമിയിൽനിന്നും നേട്ടമുണ്ടാക്കണം. ഈ ഭൂമി പ്രാദേശിക അതോറിറ്റികൾക്ക് കീഴിലുള്ളതാവാം. അതല്ലെങ്കിൽ താഴ്ന്ന ഉല്പാദന ക്ഷമതയുള്ള ഗ്രാമീണഭൂമി ഉയർന്ന ഉല്പാദനക്ഷമതയുള്ള നഗരഭൂമി യായി മാറ്റുന്നതിലൂടെ ലഭിക്കുന്നവയാവാം.. ”വയൽ നികത്തൽ തന്നെ മുഖ്യ മാർഗ്ഗം എന്നുവേണം കരുതാൻ.

ജില്ലാ പദ്ധതി

നിലവിലുള്ള വികേന്ദ്രീകരണ ആസൂത്രണത്തിന്റെ ഏറ്റവും പ്രധാനപ്പെട്ട പ്രശ്നമായി രേഖ കാണുന്നത് ജില്ലാ പദ്ധതി ഇല്ലെന്നുള്ള താണ്. ഇതുമൂലം പ്രാദേശികമായ വികസന പ്രവർത്തനങ്ങൾ ദീർഘ കാല സാമൂഹ്യ, സാമ്പത്തിക, പാരിസ്ഥിതിക ആവശ്യങ്ങൾ കണക്കി ലെടുക്കാതെയാണ് ആസൂത്രണം ചെയ്യപ്പെടുന്നത്. ചെറുകിട പദ്ധതികൾ ആവും മിക്കവാറും ഏറ്റെടുക്കുക. ഉദ്ഗ്രഥനമില്ല. ഈ വിമർശനം ശരിയാണ്. പക്ഷേ, ജില്ലാ പദ്ധതി ഉണ്ടാക്കാനായി കേരളസർക്കാർ ഇപ്പോൾ പുറപ്പെടുവിച്ചിരിക്കുന്ന ഓർഡിനൻസ് അസംബന്ധമാണ്.

ജില്ലാ പദ്ധതി എങ്ങനെ രൂപം നല്കണമെന്ന് ഭരണഘടന നിർവ്വചിച്ചിട്ടുണ്ട്. ഡി പി സി യാണ് ഈ ചുമതല നിർവ്വഹിക്കേണ്ടത്. മൂന്നുതട്ട് പഞ്ചായത്തുകളുടെയും നഗരസഭകളുടെയും പദ്ധതികളെയും സംയോജിപ്പിച്ചുവേണം ജില്ലാ പദ്ധതി തയ്യാറാക്കേണ്ടത്. എന്നാൽ, ടൗൺ ആൻഡ് കൺട്രി പ്ലാനിങ് നഗരവികസന വകുപ്പുമന്ത്രിയുടെ കീഴിലാണ്. ഒരു ഓർഡിനൻസ് വഴി അവർ ഈ ചുമതല ഏറ്റെടുത്തിരി ക്കുകയാണ്. നഗരങ്ങളിൽ നിലവിലുള്ള നഗരാസൂത്രണ പ്ലാനുകൾ നാട്ടിൻപുറത്തേക്കു കൂടി വ്യാപിപ്പിക്കുകയാണ് ചെയ്യുന്നത്. കീഴ്ത്തല പ്ലാനിങ്ങിനെ പ്രായോഗികമായി അവഗണിച്ചുകൊണ്ടുള്ള ഒരു രീതിസമ്പ്ര ദായമാണ് ഓർഡിനൻസിനുള്ളത്. കോൺഗ്രസ് അടക്കമുള്ള പാർട്ടികൾക്ക് അഭിപ്രായവ്യത്യാസമുള്ളതിനാൽ ഇതുവരെ ഇത് നിയമസഭയിൽ അവതരിപ്പിച്ചിട്ടില്ല.

ഭരണഘടനാവിരുദ്ധവും സംസ്ഥാനത്തെ ആസൂത്രണ നടപടിക്രമ ങ്ങളോട് ഒത്തുപോകാത്തതുമായ ഈ നിയമനിർമ്മാണത്തിനെതിരെ സംസ്ഥാന ആസൂത്രണ ബോർഡിനുപോലും രേഖാമൂലം പ്രതിഷേധി ക്കേണ്ടിവന്നു. ഡി പി സിക്കും തദ്ദേശ ഭരണസ്ഥാപനങ്ങൾക്കും നാമമാത്രമായ ഉപദേശക പങ്കാളിത്തമേ ഈ രേഖ തയ്യാറാക്കലിലുള്ളൂ. ഫലമോ? ഒരു ജില്ലാ പദ്ധതിയും ഉണ്ടാകാൻ പോകുന്നില്ല.

മൂന്ന് വകുപ്പുകൾ, മൂന്ന് മന്ത്രിമാർ

അധികാര വികേന്ദ്രീകരണം അനിവാര്യമാക്കുന്ന ഭരണസംവിധാനത്തെക്കുറിച്ച് വളരെ കൃത്യമായ ധാരണ ജനകീയാസൂത്രണം മുന്നോട്ടുവെച്ചിരുന്നു. തദ്ദേശഭരണ വകുപ്പിന് ഒരു മന്ത്രി, ഒരു പ്രിൻസിപ്പൽ സെക്രട്ടറി, ഒരു പൊതു കേഡർ ഉദ്യോഗസ്ഥർ, ഉദ്യോഗസ്ഥരാവട്ടെ അതതു തട്ടിലെ തിരഞ്ഞെടുക്കപ്പെട്ട ജനപ്രതിനിധികൾക്കുകീഴിൽ. ഈ സ്ഥാനത്താണ് യു ഡി എഫ് നഗരസഭകൾക്ക്, പഞ്ചായത്തുകൾക്ക്, ഗ്രാമവികസനവകുപ്പിന് പ്രത്യേകമായി മൂന്ന് മന്ത്രിമാരെ പ്രതിഷ്ഠിച്ചത്. ഇതിന്റെ ഫലമായി മൂന്നു ഉദ്യോഗസ്ഥ കേഡറുകൾ ഉണ്ടായി. തദ്ദേശഭരണസ്ഥാപനങ്ങൾക്കു സമാന്തരമായി തീർന്നു ഗ്രാമവികസന വകുപ്പ്.

അധികാരവികേന്ദ്രീകരണം ശക്തിപ്പെടുത്തുന്നതിന് കേന്ദ്രത്തിലും സംസ്ഥാനത്തും ഒരു പൊതുവകുപ്പ് കൂടിയേ തീരൂവെന്ന് കേന്ദ്ര പഞ്ചായത്തുവകുപ്പു മന്ത്രിയായിരുന്ന മണിശങ്കർ അയ്യരും അഭിപ്രായപ്പെട്ടിട്ടുണ്ട്. രാജീവ്ഗാന്ധിക്കും ഇതേ അഭിപ്രായമായിരുന്നുവെന്ന് അദ്ദേഹം ചൂണ്ടിക്കാണിച്ചു. കേന്ദ്രത്തിൽ ഈ സമീപനം നടപ്പാക്കാൻ കഴിഞ്ഞില്ല. കേരളം അതു ചെയ്തു എന്നാണ് അദ്ദേഹം അഭിപ്രായപ്പെട്ടത്.

> ഇത് രാജ്യത്തിന്റെ ഇതരസംസ്ഥാനങ്ങൾക്ക് ഒരു മാതൃകയാണ്... ഒരു പൊതുവകുപ്പ് മൂന്നായി വിഭജിക്കുന്നത് ഒരു പിന്തിരിപ്പൻ നടപടിയാണ്. ഒരുപക്ഷേ, രാഷ്ട്രീയമായിട്ടുള്ള അനിവാര്യതകളുണ്ടാകാം. പക്ഷേ, ഐഡിയലായ സാഹചര്യത്തിൽ ഒരുവകുപ്പേ പാടുള്ളൂ. ഒറ്റവകുപ്പിലേക്ക് സർക്കാർ തിരിച്ചുപോകുമെന്നു ഞാൻ പ്രതീക്ഷിക്കുന്നു. (*ഇന്ത്യൻ എക്സ്പ്രസ്*, 28 മെയ്, 2011).

തദ്ദേശഭരണ വകുപ്പിന് ഒരു പൊതു ഉദ്യോഗസ്ഥ കേഡർ സൃഷ്ടിക്കുന്നതിനുള്ള ശ്രമം എൽ ഡി എഫ് സർക്കാർ തുടങ്ങിയിരുന്നു. എഞ്ചിനീയർമാരുടെ കാര്യത്തിൽ പൊതുകേഡർ നിലവിൽ വന്നു. മിനിസ്റ്റീരിയൽ എക്സിക്യൂട്ടീവ് ലെവലിൽ പൊതുകേഡറിനുള്ള സ്പെഷ്യൽ റൂളുകൾ തയ്യാറാക്കി വരികയായിരുന്നു. ഇവയെല്ലാം ഉപേക്ഷിക്കപ്പെട്ടു.

ധനവിന്യാസത്തിന്റെ പ്രശ്നങ്ങൾ

പദ്ധതിയുടെ 30–35 ശതമാനം തുക താഴേക്കു പുനർവിന്യസിക്കും എന്നു വാഗ്ദാനം ചെയ്തുകൊണ്ടാണ് ജനകീയാസൂത്രണം ആരംഭിച്ചത്. ആദ്യവർഷങ്ങളിൽ ഈ വാഗ്ദാനം പാലിക്കുകയും ചെയ്തു. എന്നാൽ പിന്നീട് സംസ്ഥാന ഫിനാൻസ് കമീഷനുകളുടെ തീർപ്പനുസരിച്ചായി താഴേക്കു നല്കുന്ന പണം. മൊത്തം തുകയിൽ വർദ്ധനയുണ്ടായെങ്കിലും പദ്ധതിയുടെ വിഹിതമായി കണക്കാക്കുമ്പോൾ താഴേക്കു പുനർവിന്യസിക്കുന്ന തുകയുടെ തോതു കുറഞ്ഞുവന്നു. അത് ഏതാണ്ട് 20

ശതമാനമായി.

ഈ പശ്ചാത്തലത്തിലാണ് ശ്രീ. എം എ ഉമ്മൻ അദ്ധ്യക്ഷനായി എൽ ഡി എഫ് സർക്കാർ നിശ്ചയിച്ച ധനകാര്യ കമീഷൻ മൂന്നു വർഷം കൊണ്ട് താഴേക്കു വിന്യസിക്കുന്ന തുക വാർഷിക പദ്ധതിയുടെ 30 ശതമാനമായി ഉയർത്തണമെന്നു നിർദ്ദേശം വെച്ചത്. 2011–12 ൽ പദ്ധതിയുടെ 25% താഴേക്ക് നല്കണമെന്നുള്ള നിർദ്ദേശം നടപ്പായി. (ഇതിനു കാരണം എൽ ഡി എഫ് സർക്കാർ അവതരിപ്പിച്ച ഇടക്കാല ബജറ്റിൽ ഇതിനുള്ള തുക ഉൾപ്പെടുത്തിയതാണ്) എന്നാൽ തുടർന്നുള്ള വർഷങ്ങളിൽ പദ്ധതി വിഹിതത്തിനുള്ള വർദ്ധന നടപ്പാക്കിയില്ല. 2013–14 ൽ 28.5% ലഭിക്കേണ്ട സ്ഥാനത്ത് 23.5% മാത്രമേ പദ്ധതി വിഹിതം ലഭിച്ചുള്ളൂ. 2015–16 ലെ ബജറ്റിൽ പദ്ധതി അടങ്കൽ 20000 കോടി രൂപയാണ്. എന്നാൽ തദ്ദേശ സ്വയംഭരണ സ്ഥാപനങ്ങൾക്ക് 4500 കോടി രൂപയേ വകയിരുത്തിയിട്ടുള്ളു. എന്നുവെച്ചാൽ പദ്ധതി അടങ്കലിന്റെ 30% താഴേക്ക് നല്കുന്നതിനുപകരം 22.5% മാത്രമേ താഴേക്ക് നല്കിയുള്ളു. എന്നു മാത്രമല്ല, 2014–15 ലെ പുതുക്കിയ കണക്ക് പ്രകാരം തദ്ദേശ സ്വയംഭരണ സ്ഥാപനങ്ങൾക്ക് 4912 കോടി രൂപ നല്കുകയുണ്ടായി. അതിനേക്കാൾ കുറവ് വിഹിതമേ നടപ്പു വർഷത്തേക്ക് വകയിരുത്തി യിട്ടുള്ളു. ജനകീയാസൂത്രണത്തിന് ശേഷം ആദ്യമായിട്ടാണ് മുൻ വർഷത്തേക്കാൾ കേവലമായി തദ്ദേശ സ്വയംഭരണ സ്ഥാപനങ്ങളുടെ അടങ്കൽ കുറഞ്ഞത്.

അതീവ ഗൗരവമായ നിയമലംഘനമാണ് ഇതുവഴി കേരള സർക്കാർ നടത്തിയിട്ടുള്ളത്. നാലാം ധനകാര്യ കമീഷന്റെ റിപ്പോർട്ട് അംഗീകരിച്ചുകൊണ്ട് ഉത്തരവിറക്കിയശേഷം ഒരു വിശദീകരണം പോലും നല്കാതെ തുടർച്ചയായി 4 വർഷവും ധനകാര്യകമീഷന്റെ തീർപ്പ് നടപ്പാക്കാൻ കേരള സർക്കാർ വിസമ്മതിച്ചു. ഇതുമൂലം തദ്ദേശ സ്വയംഭരണ സ്ഥാപനങ്ങൾക്ക് 2015–16 ൽ മാത്രം അവകാശപ്പെട്ട 1200 കോടി രൂപ യു ഡി എഫ് സർക്കാർ നിഷേധിച്ചു. യു ഡി എഫ് സർക്കാരിന്റെ ഈ നിയമലംഘനങ്ങൾ ഔപചാരികമാക്കുന്നതിനുള്ള ഉപകരണമായിട്ടാണ് അഞ്ചാം ധനകാര്യ കമീഷനെ നിയമിച്ചിട്ടുള്ളത് എന്ന് ഞങ്ങൾ സംശയിക്കുന്നു. അഞ്ചാം ധനകാര്യ കമീഷന്റെ സമീപന രേഖയാണ് ഈ സംശയത്തിന് കാരണം.

തദ്ദേശസ്വയംഭരണ സ്ഥാപനങ്ങളുടെ പദ്ധതി രൂപീകരണത്തിന്റെ യും നിർവ്വഹണത്തിന്റെയും കുറ്റങ്ങൾ കണ്ടുപിടിക്കാനാണ് ഈ രേഖയിൽ ശ്രമിച്ചിട്ടുള്ളത്. എന്നാൽ സംസ്ഥാന സർക്കാരിന്റെ പദ്ധതി രൂപീകരണവും നിർവ്വഹണവും താരതമ്യത്തിനുപോലും പരിശോധി ക്കുന്നുമില്ല. മൊത്തം പദ്ധതിച്ചെലവ് എടുക്കുമ്പോൾ തദ്ദേശസ്വയംഭരണ സ്ഥാപനങ്ങൾ 75–85% പദ്ധതിപ്പണം ചെലവഴിച്ചിട്ടുണ്ടെന്ന് കാണാം. ഇത് സംസ്ഥാനപദ്ധതിയേക്കാൾ മെച്ചപ്പെട്ട പ്രകടനമാണ്. പക്ഷേ, അഞ്ചാം ധനകാര്യ കമീഷന്റെ വലിയ ആക്ഷേപം തദ്ദേശ സ്വയംഭരണ

സ്ഥാപനങ്ങളുടെ പദ്ധതി അടങ്കലിലെ 67–82% ധനകാര്യ വർഷത്തിന്റെ നാലാം പാദത്തിലാണ് ചെലവഴിക്കുന്നത് എന്നുള്ളതാണ്. യു ഡി എഫ് സർക്കാർ പ്രാദേശിക പദ്ധതികളിലെ മേഖലാ അടങ്കൽ നിയന്ത്രണങ്ങൾ ഇല്ലാതാക്കിയതോടുകൂടി പദ്ധതിയുടെ 60–65% നിർമ്മാണ പ്രവൃത്തികൾക്കുള്ള തുകയാണ്. ഇവയുടെ ബില്ലുകൾ അവസാനപാദത്തിലേ വരൂ. ഇത് വിസ്മരിച്ചുകൊണ്ട് കാര്യക്ഷമത ഇല്ലായ്മയെക്കുറിച്ചുള്ള വിമർശനം ദുഷ്ടലാക്കോടെയാണ്. ഇനിയും പദ്ധതി നിർവ്വഹണം ഒട്ടേറെ മെച്ചപ്പെടാനുണ്ട് എന്നതിന് സംശയമില്ല. പക്ഷേ, സംസ്ഥാന സർക്കാരിന്റെ പദ്ധതിച്ചെലവ് എടുത്താലും അവസാന പാദത്തിലാണ് സിംഹഭാഗവും ചെലവ് നടക്കുന്നത് എന്നത് കാണാതിരുന്നുകൂടാ.

അങ്ങനെ തദ്ദേശസ്വയംഭരണ സ്ഥാപനങ്ങൾക്ക് പണം ചെലവഴിക്കാനുള്ള പ്രാപ്തിയില്ല എന്ന് സ്ഥാപിച്ചുകൊണ്ട് അഞ്ചാം ധനകാര്യ കമീഷൻ ഏറ്റവും പിന്തിരിപ്പൻ ലക്ഷ്യത്തോടുകൂടിയുള്ള ഒരു ചോദ്യം ഉയർത്തുന്നത്. '2013–14 ൽ സംസ്ഥാന സർക്കാരിന്റെ സ്വന്തം നികുതി വരുമാനത്തിന്റെ 16.6% മാണ് താഴേക്ക് നല്കിയത്. ഇന്ന് സംസ്ഥാന സർക്കാർ ഗൗരവപരമായ ധന പ്രശ്നങ്ങൾ അഭിമുഖീകരിക്കുകയാണ്. അതുകൊണ്ട് പഴയ നിലയിൽത്തന്നെ തദ്ദേശഭരണ സ്ഥാപനങ്ങൾക്ക് ഫണ്ട് തുടർന്നു നല്കാൻ കഴിയുമോ എന്ന ചോദ്യം ഉയരുന്നു.

താഴേക്കുള്ള ധനവിന്യാസ സമ്പ്രദായത്തിൽ വരുത്തിയ മാറ്റവും തദ്ദേശ ഭരണസ്ഥാപനങ്ങളെ പ്രതിസന്ധിയിലാക്കിയിട്ടുണ്ട്. നിലവിലുള്ള സമ്പ്രദായപ്രകാരം തദ്ദേശസ്വയംഭരണ സ്ഥാപനങ്ങൾക്കുള്ള ഗ്രാന്റുകൾ പന്ത്രണ്ട് മാസഗഡുക്കളായി അവർക്ക് കൈമാറണം. ഇത് പഞ്ചായത്ത് സെക്രട്ടറിയുടെ ടി പി അക്കൗണ്ടിൽ നിക്ഷേപമായി കിടക്കും. ഓരോ പ്രോജക്ടുകളും പൂർത്തിയാക്കുന്ന മുറയ്ക്ക് പഞ്ചായത്ത് സെക്രട്ടറി നല്കുന്ന അലോട്ട്മെന്റ് ലെറ്ററിന്റെ അടിസ്ഥാനത്തിൽ ബില്ല് സമർപ്പിച്ച് നിർവ്വഹണ ഉദ്യോഗസ്ഥർ പണം വാങ്ങും. ഇനിമേൽ ഇതല്ല ചിട്ട. മറ്റെല്ലാ സർക്കാർ വകുപ്പുകളെയുംപോലെ പ്രോജക്ടുകൾ പൂർത്തിയായി ബില്ല് സമർപ്പിക്കുമ്പോഴേ പണം ലഭിക്കൂ. എന്നുവെച്ചാൽ സംസ്ഥാന ട്രഷറിക്ക് സാമ്പത്തിക ഞെരുക്കമുണ്ടെങ്കിൽ പണം പിൻവലിക്കാൻ പറ്റില്ല. ഈ സ്ഥിതിമൂലമാണ് പൊതുമരാമത്ത് വകുപ്പിന് രണ്ടായിരത്തി അഞ്ഞൂറോളം കോടി രൂപയുടെ കുടിശ്ശിക വന്നിരിക്കുന്നത്. ഈ ദുർഗ്ഗതി ഇനിമേൽ തദ്ദേശഭരണ സ്ഥാപനങ്ങൾക്കും വരാൻ പോവുകയാണ്.

പരിശോധനയും അംഗീകാരവും

പദ്ധതി പരിശോധനയുടെയും അംഗീകാരത്തിനുമുള്ള രീതികൾ യു ഡി എഫ് സർക്കാർ മാറ്റി മറിച്ചു. മേലുദ്യോഗസ്ഥൻ തനിച്ചാണ് പരിശോധനയും അനുമതിയും നല്കുന്നത്. അദ്ദേഹത്തിന് ഡി പി സി യോടോ തദ്ദേശ സ്വയംഭരണ സ്ഥാപനങ്ങളോടോ ബാദ്ധ്യതയില്ല. തർക്കമുണ്ടായാൽ തീർപ്പു കല്പിക്കുക ഡി പി സി യല്ല. കളക്ടറുടെ കമ്മിറ്റിയാ

ണ്. തിരഞ്ഞെടുക്കപ്പെട്ട ഭരണഘടനാസ്ഥാപനങ്ങൾക്കു മുകളിൽ ഉദ്യോഗസ്ഥർ ഇപ്പോഴാണ് സ്ഥാനമുറപ്പിച്ചത്. വിദഗ്ദ്ധസമിതികൾ ഡി പി സികൾക്കു കീഴിലായിരുന്നല്ലോ. അവ രൂപവല്ക്കരിച്ചിരുന്നത് തദ്ദേശ സ്വയംഭരണ സ്ഥാപനങ്ങൾ നിർദ്ദേശിച്ച പാനലുകളിൽ നിന്നായിരുന്നു. അവസാനതീർപ്പ് ഡി പി സിയുടേതായിരുന്നു. ആവശ്യമെങ്കിൽ സമിതികളുടെ പോരായ്മ പരിഹരിക്കുകയാണ് വേണ്ടത് എന്ന പഞ്ചായത്തു വകുപ്പിന്റെ നിർദ്ദേശം തള്ളപ്പെട്ടു. അങ്ങനെ ഉദ്യോഗസ്ഥർ സർവ്വാധികാരികളായി. ഈ പദ്ധതി പരിശോധനയാകട്ടെ, ഓൺലൈനായിട്ടാണ് ചെയ്യുന്നത്. എന്നാൽ പരിശോധനയ്ക്ക് ആവശ്യമായ മിനിമം വിവരങ്ങൾ ഓൺലൈൻ വഴി ലഭ്യമല്ല എന്നുള്ളതാണ് സത്യം.

പ്രോജക്ടുകൾക്ക് ഭരണ അംഗീകാരം ലഭിച്ചാലും നടപ്പാക്കുന്നതിനു മുമ്പ് സാങ്കേതിക അനുമതി വാങ്ങണം. ആരാണ് അതിനുള്ള സാങ്കേതിക അനുമതി കൊടുക്കുന്നത്? ആ പഞ്ചായത്തിലെ ഉദ്യോഗസ്ഥനല്ല, മേലുദ്യോഗസ്ഥനാണ് അനുമതി കൊടുക്കേണ്ടത്. സാങ്കേതിക അനുമതി പഞ്ചായത്തുകൾക്ക് ഒരു ബാലികേറാമലയായി. ഇവിടെ കോൺട്രാക്ടറാണ് രാജാവ്. അഞ്ചുലക്ഷം രൂപയുടെ പരിധിക്കുള്ളിലുള്ള വർക്കുകൾക്ക് ടെണ്ടർ വിളിക്കേണ്ടതില്ലെന്ന് പറഞ്ഞതോടുകൂടി ഓരോ കോൺട്രാക്ടർമാരും പ്രോജക്ടുമായി ഉദ്യോഗസ്ഥരെ സമീപിച്ച് കമീഷൻ കൊടുക്കുന്ന ഏർപ്പാടിലേക്ക് ഈ ആസൂത്രണം ചെന്നെത്തി.

യു ഡി എഫ് ഭരണത്തിനു കീഴിൽ തദ്ദേശ സ്വയംഭരണ സ്ഥാപനങ്ങൾ അഴിമതിയുടെ കൂത്തരങ്ങായി. ജനകീയ കമ്മിറ്റികൾ നോമിനി വർക്കിനുള്ള ഉപായമായി അധഃപതിച്ചു. ജനകീയാസൂത്രണ കാലത്തെന്നപോലെ യഥാർത്ഥ ജനകീയ കമ്മിറ്റികളെ പ്രോത്സാഹിപ്പിക്കുന്ന നയമില്ല. സോഷ്യൽ ഓഡിറ്റ് എന്നു പറയുന്നത് ഒരു പ്രഹസനമായി മാറിയിട്ടുണ്ട്. പെർഫോമൻസ് ഓഡിറ്റാകട്ടെ, ലോക്കൽ ഫണ്ട് ഓഡിറ്റിന്റെ മറ്റൊരു വകഭേദം മാത്രമായി അധഃപതിച്ചിരിക്കുന്നു. വിഷൻ 2030 ന് ഇതുപോലുള്ള പ്രായോഗിക പ്രശ്നങ്ങളൊന്നും പരാമർശിക്കുന്നു പോലുമില്ല.

വ്യവസ്ഥാപിതമാക്കുന്നതിൽ പരാജയം

രേഖയിൽ ശരിയായി ചൂണ്ടിക്കാണിക്കുന്നതുപോലെ പരിണാമാത്മക സമ്പ്രദായം അല്ല അധികാരം താഴേക്ക് വിന്യസിക്കുന്നതിന് കേരളത്തിൽ സ്വീകരിച്ചത്. ഒറ്റയടിക്ക് പണവും അധികാരവും താഴേക്ക് കൈമാറിയ ശേഷം പടിപടിയായി അത് വിനിയോഗിക്കാനുള്ള കഴിവും പ്രാപ്തിയും സൃഷ്ടിക്കുക എന്നതായിരുന്നു സമീപനം. അതിനിടയിൽ പണവും അധികാരവും വിനിയോഗിക്കപ്പെടാതെ പരീക്ഷണം തകരില്ല എന്ന് ഉറപ്പുവരുത്താൻ ഒരു ജനകീയ പ്രസ്ഥാനത്തിലൂടെ അനൗപചാരിക വിദഗ്ദ്ധരുടെയും സന്നദ്ധ പ്രവർത്തകരുടെയും പിന്തുണ തദ്ദേശ സ്വയംഭരണ സ്ഥാപനങ്ങൾ ഉറപ്പുവരുത്തി. പ്രസ്ഥാനത്തിന്റെ രൂപത്തിൽ

നീണ്ട കാലം ഒരു സർക്കാരിനും പ്രവർത്തിക്കാനാവില്ല. അധികാര വികേന്ദ്രീകരണത്തെ വ്യവസ്ഥാപിതമാക്കേണ്ടതുണ്ട്. ഇത് ഫലപ്രദമായി ചെയ്യാൻ കഴിഞ്ഞില്ല എന്നുള്ളതാണ് നാം നേരിടുന്ന പല പ്രശ്നങ്ങൾക്കും കാരണം.

എന്തുകൊണ്ടിങ്ങനെ സംഭവിച്ചു എന്ന് രേഖ പരിശോധിക്കുന്നില്ല. 2001 ൽ അധികാരത്തിൽ വന്ന യു ഡി എഫ് സർക്കാർ ഇതിനുള്ള നടപടി സ്വീകരിച്ചില്ല. ജനകീയാസൂത്രണപ്രസ്ഥാനം നിർത്തലാക്കി. അധികാരവികേന്ദ്രീകരണത്തിലെ ജനകീയത ചോർന്നു. അത് ഉദ്യോഗസ്ഥ മേധാവിത്വപരമായി. കേന്ദ്ര-സംസ്ഥാന സർക്കാരുകളുടെ കുട്ടിപതിപ്പുകളായി തദ്ദേശ ഭരണകൂടങ്ങൾ അധഃപതിച്ചു. ഇപ്പോൾ നിലവിലുള്ള യു ഡി എഫ് സർക്കാരും ഇതേ പാത തന്നെയാണ് പിന്തുടരുന്നത്.

തദ്ദേശ ഭരണസ്ഥാപനങ്ങളുടെ അനുഭവങ്ങളിൽനിന്ന് അല്ലെങ്കിൽ അനുകരണീയ മാതൃകകളിൽനിന്ന് പഠിക്കാനുള്ള പരിശ്രമമില്ല. അതിനുപകരം ലോകബാങ്കിന്റെ പദ്ധതിയെക്കുറിച്ച് ഒരു ഖണ്ഡിക ഉണ്ട്. ഈ പദ്ധതിക്കുള്ള കരാർ വായ്പ മേടിക്കാൻ തീരുമാനിച്ചിരുന്നപ്പോൾ ഒരു കാര്യം വളരെ വ്യക്തമായിരുന്നു. നിലവിലുള്ള രീതികളെയും സംവിധാനത്തെയും ശക്തിപ്പെടുത്താനല്ലാതെ മറ്റൊരു ഇടപെടലും ഈ പദ്ധതിയുടെ ഭാഗമായി ഉഭയകക്ഷി തീരുമാനമില്ലാതെ ഉണ്ടാവുകയില്ല. എന്നാൽ ഇപ്പോൾ രണ്ടാം തലമുറ പരിഷ്കാരങ്ങൾ അധികാര വികേന്ദ്രീകരണത്തിൽ നടപ്പാക്കുന്നതിന് മുൻകൈ ആയിട്ടാണ് ഈ പ്രോജക്ടിനെ രേഖ വിലയിരുത്തുന്നത്.

തദ്ദേശ ഭരണ സ്ഥാപനങ്ങൾ കേരള പരിപ്രേക്ഷ്യ പദ്ധതി 2030 ന്റെ കാഴ്ചപ്പാടിൽ ദീർഘകാല പദ്ധതികൾ ആവിഷ്കരിക്കണമെന്നതാണ് രേഖ ഊന്നുന്ന ഒരു കാര്യം. പക്ഷേ, ജനകീയാസൂത്രണം മുന്നോട്ടുവച്ച ആദർശങ്ങൾ തികച്ചും വ്യത്യസ്തമാണ്. വിദ്യാഭ്യാസ, ആരോഗ്യാദി മേഖലകളുടെ ഉന്നമനത്തിന് സ്വകാര്യവല്ക്കരണമല്ല, പൊതു പങ്കാളിത്തമാണ് ജനകീയാസൂത്രണം കണ്ടത്. പ്രാദേശിക നീർത്തട അടിസ്ഥാനത്തിലുള്ള ഇടപെടലുകളിലൂടെ കൃഷിയുടെ ഉല്പാദനക്ഷമതയും ഉല്പാദനവും വർദ്ധിപ്പിക്കാനാണ് ജനകീയാസൂത്രണം ശ്രമിച്ചത്. പ്രാദേശിക ജനകീയ കൂട്ടായ്മകളിലൂടെ ആഗോളവല്ക്കരണത്തിന്റെ അനഭിലഷണീയമായ പ്രത്യാഘാതങ്ങളെ പ്രതിരോധിക്കുന്നതിനുള്ള ഒരു ശ്രമവും കൂടിയാണ് ജനാധിപത്യ അധികാര വികേന്ദ്രീകരണം.

19

പദ്ധതിക്കുള്ള ധനവിഭവം എങ്ങനെ?

പരിപ്രേക്ഷ്യരേഖയിലെ ഏറ്റവും ദുർബ്ബലമായ ഭാഗം വിഭവസമാഹാരം സംബന്ധിച്ചാണ്. ആത്യന്തികമായി ഏതു പദ്ധതിയും നടപ്പാകണമെങ്കിൽ അതിന് ചെലവെത്ര വരുമെന്നും ആ പണം ഏതു രീതിയിൽ സമാഹരിക്കുമെന്നും കൃത്യമായ ധാരണ വേണം. ഇത്തരമൊരു ധനവിചാരത്തിന്റെ അഭാവത്തിൽ പദ്ധതിരേഖ ഒരു ദിവാസ്വപ്നം മാത്രമായിരിക്കും. 918 പേജു വരുന്ന റിപ്പോർട്ടിൽ ധനകാര്യത്തിനായി നീക്കിവെച്ചിട്ടുള്ളത് ഇരുപതു വരികളാണ്.

ധനനയത്തിന്റെ 20 വരികൾ

ഇതിലൊരു വരിയും ഒരു പരിശോധനയ്ക്കും മുമ്പിൽ നിലനില്ക്കില്ല. ആദ്യ വാചകമെടുക്കുക.

> സുസ്ഥിര ധനനയം എന്നുവെച്ചാൽ ഭാവിയിൽ പ്രധാനപ്പെട്ട ഒരു മാറ്റങ്ങളും വരുത്താതെ നിലവിലുള്ള നയങ്ങൾ തുടരാനുള്ള സർക്കാരിന്റെ കഴിവാണ്.

നിലവിലുള്ള നയങ്ങൾ തുടരാനല്ലല്ലോ, പുതിയ നയങ്ങളും പദ്ധതികളും ആവിഷ്കരിക്കാനല്ലേ രേഖ? അതല്ല, ധനനയത്തെക്കുറിച്ചാണ് പരാമർശിക്കുന്നതെങ്കിൽ നിലവിലുള്ള നയങ്ങൾ കേരളത്തെ കുത്തുപാളയെടുപ്പിച്ചുക്കൊണ്ടിരിക്കുകയാണ്. എന്താണ് ഉദ്ദേശിക്കുന്നതെന്ന് എത്ര ചിന്തിച്ചിട്ടും മനസ്സിലാകുന്നില്ല.

> രണ്ടാമത്തെ വാചകം, കേരള സർക്കാർ അതിന്റേതായ സുസ്ഥിര ഫിസ്കൽ നിയമം ഉണ്ടാക്കണം. ഇതിന്റെ ലക്ഷ്യം പൊതു

ക്കടത്തെ ന്യായമായ ഒരു പരിധിക്കുള്ളിൽ നിലനിർത്തുകയാണ്. സർക്കാരിനുതന്നെ ഇതെത്രയെന്നു തീരുമാനിക്കാം.

സംസ്ഥാന സർക്കാരിന് ഇങ്ങനെയുള്ള ഒരധികാരവുമില്ല. നിലവിൽ ഇന്ന് കേരള നിയമസഭ പാസാക്കിയ ധനഉത്തരവാദിത്വ ബജറ്റ് മാനേജ്മെന്റ് നിയമം പ്രാബല്യത്തിലുണ്ട്. കേന്ദ്രസർക്കാരാണ് ഇതിന്റെ മാനദണ്ഡങ്ങൾ നിശ്ചയിച്ചത്. അപ്പോഴെങ്ങനെയാണ് കേരള സർക്കാരിന് സ്വതന്ത്രമായി കടത്തിന്റെ നിലവാരം നിശ്ചയിക്കാൻ പറ്റുക? ഈ നിയമം കേരളത്തിന്റെ സുസ്ഥിരവികസനത്തിന് വിരുദ്ധമാണ് എന്നാണ് ഇടതുപക്ഷ വിമർശനം. അത് പരിപ്രേക്ഷ്യക്കാർ അംഗീകരിക്കുന്നില്ല.

മൂന്നും നാലും വാചകങ്ങൾ വായ്പ സുസ്ഥിരമാക്കുന്നതിനുള്ള പരിശ്രമമാണ്. ഇതിന് വായ്പ ഉപയോഗിക്കുന്നത് എന്തിനുവേണ്ടിയായിരിക്കും എന്നൊരു ദശവർഷ പരിപാടി വേണമെന്നും അതു നടക്കുന്നുണ്ടോ എന്ന് കാലാകാലങ്ങളിൽ പരിശോധിക്കണമെന്നുമാണ്. കടം വാങ്ങി ദൈനംദിന ചെലവു നടത്താൻ പാടില്ല എന്നുള്ളത് നിസ്തർക്കമാണ്. പരിപ്രേക്ഷ്യരേഖയിൽ മൂലധനച്ചെലവുകൾക്ക് വലിയൊരു പരിപാടി തയ്യാറാക്കിയിട്ടുണ്ട്. അതിനുള്ള വായ്പ എങ്ങനെ സമാഹരിക്കാമെന്നുള്ളതാണ് പ്രശ്നം. ഈ ചോദ്യത്തിന് മറുപടി കാണുന്നതിനു പകരം വായ്പയെടുക്കുന്ന പണം ഫലപ്രദമായി ചെലവഴിക്കുന്നതിനെക്കുറിച്ചുള്ള വേവലാതിയാണ് രേഖയിൽ. ഒരുകാര്യവും കൂടി. കടം താങ്ങാൻ കഴിയുന്നതാണോ, അല്ലെങ്കിൽ സുസ്ഥിരമാണോ എന്ന് തീരുമാനിക്കുന്നതിന് സാമ്പത്തികശാസ്ത്രത്തിൽ കൃത്യമായ രീതികളുണ്ട്. ഡോമർ സൂത്രവാക്യം എന്നാണ് ഇതറിയപ്പെടുന്നത്. അതിന്റെ രത്നച്ചുരുക്കം ഇതാണ്. വായ്പയ്ക്കു നല്കേണ്ടി വരുന്ന പലിശനിരക്ക് ദേശീയവരുമാന വളർച്ചാനിരക്കിനേക്കാൾ താഴ്ന്നതാണെങ്കിൽ കടം സുസ്ഥിരമാണ്. ഈ മാനദണ്ഡപ്രകാരം കേരളത്തിന്റെ കടം സുസ്ഥിരമാണ്. എന്നുവെച്ച് സംസ്ഥാന വരുമാനത്തിന്റെ മൂന്നു ശതമാനത്തേക്കാൾ കൂടുതൽ തുക വായ്പയെടുക്കാൻ കേരള സർക്കാരിനു അവകാശമില്ല. ഇതാണ് നിയോലിബറൽ നയത്തിന്റെ ഭാഗമായി അടിച്ചേല്പിക്കപ്പെട്ട ധന ഉത്തരവാദിത്വ നിയമം.

അടുത്ത വാചകം സർക്കാരിന്റെ വരുമാനം വർദ്ധിപ്പിക്കുന്നതിനെക്കുറിച്ചാണ്. നികുതി വരുമാനവും പൊതുമേഖലാ സ്ഥാപനങ്ങളിൽ നിന്നുള്ള വരുമാനവും വർദ്ധിപ്പിക്കുകയാണ് മുഖ്യമാർഗ്ഗം. പക്ഷേ, അതോടൊപ്പം പരാമർശിക്കുന്ന മറ്റൊന്നും കൂടിയുണ്ട്. "സാമൂഹ്യ സുരക്ഷാ സമ്പ്രദായത്തിന്റെ ഫലമായി ഉണ്ടാവുന്ന സമ്പാദ്യവും." എന്താണിതുകൊണ്ട് അർത്ഥമാക്കുന്നത് എന്ന് വ്യക്തമല്ല. ഇത്തരത്തിലുള്ള എല്ലാ സമ്പാദ്യങ്ങളും പബ്ലിക് അക്കൗണ്ടു വഴിയാണ് (ട്രഷറി സേവിങ്സ് ബാങ്കു വഴി) സംസ്ഥാന സർക്കാരിനു ലഭ്യമാവുക. എന്നാൽ പബ്ലിക് അക്കൗണ്ടിലേക്ക് സമ്പാദ്യങ്ങൾ സമാഹരിക്കുന്നതിന്

ഫലപ്രദമായ ഒരുപാധിയായി ട്രഷറി സേവിങ്സ് ബാങ്കിനെ മാറ്റുന്നതിനുള്ള എല്ലാ പരിഷ്കാരങ്ങളും നിലവിലുള്ള യു ഡി എഫ് സർക്കാർ വേണ്ടെന്നുവെച്ചിരിക്കുകയാണ്. പിന്നെങ്ങനെയാണ് ഈ ലക്ഷ്യം കൈവരിക്കുക.

അടുത്ത ഖണ്ഡികയാണ് ഏറ്റവും വിചിത്രം. കേരളവികസനത്തിന്റെ ലക്ഷ്യമായി പ്രഖ്യാപിച്ചിട്ടുള്ളത് നോർഡിക് രാജ്യങ്ങളുടെ ഒപ്പമെത്തണമെന്നാണ്. ഈ രാജ്യങ്ങളുടെ പ്രത്യേകത ദേശീയ വരുമാനത്തിന്റെ അമ്പതു ശതമാനത്തോളം വരുന്ന സർക്കാർ ചെലവുകളാണ്. 2008–2009 വർഷങ്ങളിൽ സർക്കാർ ചെലവ് ദേശീയവരുമാനത്തിന്റെ ഭാഗമായി കണക്കാക്കിയാൽ ഫിൻലൻഡിൽ 49 ശതമാനവും നെതർലൻഡ്സിൽ 51 ശതമാനവും ഡെന്മാർക്കിൽ 59 ശതമാനവും നോർവെയിൽ 46 ശതമാനവും സ്വീഡനിൽ 55 ശതമാനവുമാണ്. കേരളത്തിൽ അത് 15–16 ശതമാനമാണ്. കേന്ദ്രസർക്കാരിന്റെ ചെലവു കൂടി കണക്കാക്കിയാലും 30 – 33 ശതമാനമേ വരൂ. എന്നുവെച്ചാൽ കേരളത്തിലെ സർക്കാർ ചെലവുകൾ ഗണ്യമായി ഉയർത്തിക്കൊണ്ടുമാത്രമേ ആ രാജ്യങ്ങളിലെ സാമൂഹ്യവികാസത്തിന്റെ നിലവാരത്തിലേക്ക് എത്തിച്ചേരുന്നതിനും സാമ്പത്തിക മേഖലയിൽ സമാനമായ വളർച്ച കൈവരിക്കുന്നതിനും കഴിയൂ. ഇതിനുള്ള ധനനയം എന്തായിരിക്കണം എന്നതാണ് ചർച്ച ചെയ്യേണ്ടുന്നകാര്യം. ഇതാണ് പരിപ്രേക്ഷ്യരേഖയിൽ ഇല്ലാത്തതും.

വികസനോന്മുഖ ധനനയം

പുതിയ വികസന കാഴ്ചപ്പാട് വികസനത്തിൽ സർക്കാരിന്റെ പങ്കിനെ കുറയ്ക്കുകയല്ല കൂടുതൽ അനിവാര്യമാക്കുകയാണ് ചെയ്യുന്നത്. പശ്ചാത്തല സൗകര്യ വികസനത്തിനുവേണ്ടി സർക്കാർ വലിയ തോതിൽ പണം മുതൽ മുടക്കണം. ഇതിന് കഴിയണമെങ്കിൽ വായ്പയായി എടുക്കുന്ന പണം സർക്കാരിന്റെ നിത്യനിദാന ചെലവുകൾക്കായി ഉപയോഗിക്കുവാൻ പാടില്ല. അവ പൂർണ്ണമായും മൂലധന ചെലവുകൾക്കുവേണ്ടി നീക്കിവെക്കണം. അഥവാ റവന്യൂകമ്മി ഇല്ലാതാക്കണം. പക്ഷേ, അതേസമയം സാമൂഹ്യ ക്ഷേമ ചെലവുകൾ കുറയ്ക്കാനും പാടില്ല. ഈ വിരുദ്ധ ലക്ഷ്യങ്ങൾ എങ്ങനെ കൈവരിക്കാനാകും? ഒറ്റ മാർഗ്ഗമേയുള്ളൂ. വർഷംതോറും റവന്യൂ വരുമാനം ഏതാണ്ട് 20 ശതമാനം കണ്ട് ഉയരും എന്ന് ഉറപ്പു വരുത്തുക. ഇപ്രകാരം വരുമാനം വളർന്നില്ലെങ്കിൽ എന്ത് സംഭവിക്കും എന്നുള്ളതിന് ഉത്തരമാണ് ഇന്ന് കേരള സർക്കാരിന്റെ ധനകാര്യ പ്രതിസന്ധി.

കഴിഞ്ഞ സർക്കാരിന്റെ കാലത്ത് വരുമാനം വളർന്നതിന്റെ പകുതി വേഗതയിൽ മാത്രമാണ് ഇപ്പോൾ വരുമാനം വർദ്ധിക്കുന്നത്. നികുതി നിരക്കുകൾ ഗണ്യമായി ഉയർത്തിയിട്ടും ഇതാണ് അവസ്ഥ. ഇതിനുള്ള കാരണം ലളിതമാണ്. അഴിമതിയും കെടു കാര്യസ്ഥതയുംമൂലം സംസ്ഥാനത്തെ നികുതി ചോർച്ച വർദ്ധിച്ചു. ഫലപ്രദമായ മേൽനോട്ടവും

കമ്പ്യൂട്ടറൈസേഷനുംമൂലമാണ് കഴിഞ്ഞ സർക്കാരിന്റെ കാലത്ത് നികുതി വരുമാനം 18% വേഗതയിൽ വളർന്നത്. എന്നാൽ അനുഭവത്തിന്റെ അടിസ്ഥാനത്തിൽ കമ്പ്യൂട്ടറൈസേഷന്റെ കാര്യക്ഷമത ഉയർത്താൻ പിന്നീട് നടപടികൾ സ്വീകരിച്ചില്ല. സമീപ കാലത്ത് സി ഐ ജി പുറത്തിറക്കിയ ഒരു അവലോകന റിപ്പോർട്ടിൽ കമ്പ്യൂട്ടറുകൾ വഴി വ്യാപാരികൾ സമർപ്പിക്കുന്ന നികുതി റിട്ടേണുകളും മറ്റ് രേഖകളും പരിശോധിച്ചപ്പോൾ കണ്ട പൊരുത്തക്കേടുകൾ 14,000 കോടി രൂപയുടെ നികുതിയും പിഴയും വരും എന്നും കണ്ടെത്തി. ഇതിന് പുറമെയാണ് ചെക്ക് പോസ്റ്റുകളുടെ കണക്കിൽപ്പെടാതെ ചോരുന്ന അന്തർ സംസ്ഥാന വ്യാപാരം. ഈ പഴുതുകളെല്ലാം അടച്ചാൽ നികുതി വരുമാനം ഗണ്യമായി ഉയർത്താം. ഇന്ത്യയിൽ നടപ്പാക്കാൻ പോകുന്ന ചരക്ക് സേവന നികുതി നമ്മുടെ വരുമാനം ഗണ്യമായി ഉയർത്തും എന്നാണ് പ്രതീക്ഷിക്കുന്നത്. കഴിഞ്ഞ ഒരു ദശാബ്ദത്തിലേറെയായി കേരളത്തിന്റെ റവന്യൂ കമ്മി കുറഞ്ഞു വരികയാണ്. റവന്യൂ കമ്മി ഇല്ലാതാക്കുക എന്ന ലക്ഷ്യം വിളിപ്പാടകലെ എത്തി. എന്നാൽ ഇന്ന് എല്ലാം തകിടം മറിഞ്ഞു.

ക്ഷേമ ചെലവുകൾ ചുരുക്കി കമ്മി ഇല്ലാതാക്കുക എന്നതല്ല വികസനോന്മുഖ ധനനയം. വരുമാനം വർദ്ധിപ്പിച്ച് കമ്മി ഇല്ലാതാക്കുകയാണ് വേണ്ടത്. റവന്യൂ കമ്മി ഇല്ലാതാകുന്നതോടുകൂടി വായ്പ എടുക്കുന്ന പണം മൂലധന ചെലവുകൾക്കായിരിക്കും ഉപയോഗിക്കുക. പക്ഷേ, നിക്ഷേപത്തിന് വേണ്ടിയാണെങ്കിലും വായ്പ എടുക്കാവുന്നതിന് പരിധി കേന്ദ്ര സർക്കാർ നിശ്ചയിച്ചിട്ടുണ്ട്. ധനക്കമ്മി 3% അധികരിക്കാൻ പാടില്ല. ഈ നയം പശ്ചാത്തല സൗകര്യസൃഷ്ടിക്കായി ഇടപെടുന്നതിൽ സർക്കാരിന് കൂച്ചുവിലങ്ങ് ഇട്ടിരിക്കുകയാണ്. കേരള സർക്കാരിന്റെ മൂലധനച്ചെലവ് സംസ്ഥാന വരുമാനത്തിന്റെ 3% അല്ല 5% ആയെങ്കിലും ഉയർത്താൻ കഴിയണം. പക്ഷേ, നിയമപരമായി അതിന് കഴിയില്ല. അപ്പോൾ പിന്നെ എന്താണ് മാർഗ്ഗം? ഒരു പോംവഴി കേരളത്തിലെ ട്രഷറി സേവിങ്സ് ബാങ്കിനെ ഉപയോഗിച്ച് ഡെപ്പോസിറ്റുകൾ സ്വീകരിക്കുകയാണ്. കേരളത്തിലെ സർക്കാർ ജീവനക്കാരുടെയും പെൻഷൻകാരുടെയും ശമ്പളവും പെൻഷനും ട്രഷറി സേവിങ്സ് ബാങ്കിലെ അക്കൗണ്ടുകൾ വഴിയാക്കിയാൽ എല്ലാ വർഷവും വലിയൊരു സംഖ്യ ക്യാഷ് ബാലൻസായി സർക്കാരിന്റെ കൈയിൽ വന്നു ചേരും. പക്ഷേ, ഇതിനൊക്കെ പരിധി ഉണ്ട്. അതുകൊണ്ട് സ്പെഷ്യൽ പർപ്പസ് വെഹിക്കിൾസ് ഉപയോഗിപ്പെടുത്തിക്കൊണ്ട് വലിയ തോതിൽ ബജറ്റേതര വായ്പകൾ എടുത്ത് നിക്ഷേപം നടത്താൻ കഴിയണം.

ഒരു ഉദാഹരണം മാത്രം പറയാം. കേരളത്തിലെ ജില്ലാ റോഡുകളുടെയും സംസ്ഥാന റോഡുകളുടെയും നവീകരണത്തിന് 40,000 കോടി രൂപയെങ്കിലും മുതൽ മുടക്കണം. ഇതിനായി ഒരു പ്രത്യേക കമ്പനി രൂപീകരിക്കണം. ഈ കമ്പനിക്ക് വർഷംതോറും കേരള സർക്കാരിന്റെ മോട്ടോർ വാഹന നികുതിയുടെ പകുതി തുക ഗ്രാന്റായി നല്കുമെന്ന്

നിയമനിർമ്മാണം നടത്തണം. ഇങ്ങനെ ഉറപ്പുള്ള ഭാവി വരുമാനം ഉണ്ടെങ്കിൽ കമ്പനിക്ക് കമ്പോളത്തിൽ ബോണ്ട് മുഖേന റോഡ് നവീകരണത്തിന് പണം സമാഹരിക്കാൻ പ്രയാസമുണ്ടാകില്ല. റോഡ് പണിക്ക് കടം മേടിക്കുന്ന പണം ഭാവിയിൽ കിട്ടുന്ന സർക്കാർ ഗ്രാന്റു കൊണ്ട് അടച്ചു തീർക്കുവാനും കഴിയും. സർക്കാരിന് റവന്യൂ കമ്മി യില്ലെങ്കിൽ ഭാവിയിൽ കമ്പനിക്ക് പണം നല്കുവാൻ സർക്കാരിന് കഴിയുമോ ഇല്ലയോ എന്നുള്ള സംശയം ആർക്കും ഉണ്ടാകേണ്ടതില്ല.

ഭൗതിക പശ്ചാത്തല സൗകര്യങ്ങൾ മാത്രം പോരാ ഉന്നത വിദ്യാ പീഠങ്ങളുടെയും ലോക നിലവാരമുള്ള ലബോറട്ടറികളുടെ ശൃംഖല നമുക്ക് സ്ഥാപിക്കാൻ കഴിയണം. വിജ്ഞാന സമൂഹമാകാതെ വിജ്ഞാനാധിഷ്ഠിത വ്യവസായ സാദ്ധ്യതകളെ പ്രയോജനപ്പെടു ത്താനാകില്ല. ഇതിനുള്ള ഒരു മാർഗ്ഗം വിദ്യാഭ്യാസം സംബന്ധിച്ച അദ്ധ്യായത്തിൽ സൂചിപ്പിച്ചിട്ടുണ്ടല്ലോ.

കേന്ദ്രസംസ്ഥാന ബന്ധങ്ങളിൽ പൊളിച്ചെഴുത്ത്

പരിപ്രേക്ഷ്യ രേഖയിലെ ഒരു പ്രധാന ദൗർബല്യം നിലവിലുള്ള കേന്ദ്രസംസ്ഥാന ബന്ധങ്ങളിൽ അടിസ്ഥാനപരമായ ഒരു മാറ്റത്തിനു വേണ്ടി നിലപാട് എടുക്കുന്നില്ല എന്നുള്ളതാണ്. ചെലവുകളെടുത്താൽ ഭൂരിപക്ഷം ബാദ്ധ്യതയും സംസ്ഥാനങ്ങളുടെ ചുമലിലാണ്. എന്നാൽ വരുമാനം പരിശോധിച്ചാൽ അവ കേന്ദ്ര സർക്കാരിൽ കേന്ദ്രീകൃതമാണ്. സ്വാതന്ത്ര്യാനന്തര കാലത്ത് ഈ അസന്തുലിതാവസ്ഥ വർദ്ധിച്ചുവരിക യാണ്. ധനഉത്തരവാദിത്വ നിയമങ്ങളുടെ കർശന നിയന്ത്രണങ്ങൾ വന്നു പതിക്കുന്നത് സംസ്ഥാനങ്ങൾക്കു മേലാണ്.

ഭരണഘടനാ സ്ഥാപനമായ ധനകാര്യ കമീഷനുകൾ എല്ലാം കേന്ദ്രത്തിന്റെ ചെലവുകൾ അനിവാര്യമെന്നു കണക്കാക്കി മിച്ചം വരുന്ന പണമാണ് സംസ്ഥാനങ്ങൾക്കു പങ്കുവെക്കുന്നത്. പതിനാലാം ധനകാര്യ കമീഷൻ കേന്ദ്രനികുതിയിൽ സംസ്ഥാനങ്ങളുടെ വിഹിതം ഗണ്യമായി ഉയർത്തിയിട്ടുണ്ട്. പക്ഷേ, കേന്ദ്രസർക്കാരാകട്ടെ, ഈ ന്യായം പറഞ്ഞ് കേന്ദ്രാവിഷ്കൃത പദ്ധതികൾ സംസ്ഥാനങ്ങൾക്കു കൈമാറി. പക്ഷേ, ഇവയ്ക്ക് അധികം പണം തരാൻ വിസമ്മതിച്ചു. ഇതുകൂടി പരിഗണിക്കു മ്പോൾ മുൻ വർഷത്തേക്കാൾ കുറവ് നികുതിപ്പണമാണ് സംസ്ഥാന ങ്ങൾക്കു കൈമാറുന്നത്.

ഈ അസന്തുലിതാവസ്ഥ തിരുത്തുന്നതിന് ഒരു നല്ല സന്ദർഭമായി രുന്നു ഗുഡ്സ് ആൻഡ് സർവ്വീസ് ടാക്സ്. ഈ പുതിയ നികുതി സമ്പ്രദായവും അതെങ്ങനെ കേരളത്തെ ബാധിക്കും എന്നതിനെ ക്കുറിച്ചും ഒരു പരിശോധന പരിപ്രേക്ഷ്യരേഖയിലില്ല. ജി എസ് ടി നടപ്പാക്കുമ്പോൾ സംസ്ഥാനങ്ങൾക്ക് ഇന്നുള്ള നികുതി വരുമാനത്തിൽ കുറവു വരാൻ പാടില്ല. അഥവാ, റവന്യൂ ന്യൂട്രൽ റേറ്റാണ് വേണ്ടത് എന്നാണ് ഇന്നത്തെ ചിന്താഗതി. എന്നാൽ ഇന്ത്യയിലെ ഇടതുപക്ഷ

സർക്കാരുകൾ റവന്യൂ ന്യൂട്രൽ നിരക്കു പോരാ, ന്യായമായ നിരക്കാണ് വേണ്ടത് എന്ന വാദം ഉന്നയിക്കുകയുണ്ടായി. ഇതുപ്രകാരം കേന്ദ്ര ത്തിനും സംസ്ഥാനത്തിനും തുല്യനിരക്കിലുള്ള നികുതിയായിരിക്കില്ല. സംസ്ഥാനങ്ങൾക്ക് കൂടുതൽ ഉയർന്ന നിരക്കിൽ നികുതി പിരിക്കാൻ അവകാശമുണ്ടാകും. ഈ വാദം തള്ളപ്പെട്ടിരിക്കുന്നു. മാത്രമല്ല, ഈ നികുതിക്കു മേൽനോട്ടം വഹിക്കാൻ ഉണ്ടാക്കിയിരിക്കുന്ന അന്തർ സംസ്ഥാന കൗൺസിലിൽ മൂന്നിലൊന്ന് വോട്ടവകാശം കേന്ദ്രത്തിനാണ്. ഒരു തീരുമാനമെടുക്കണമെങ്കിൽ നാലിൽ മൂന്നു ഭൂരിപക്ഷം വേണം. കേന്ദ്രസർക്കാരിന് ഹിതകരമല്ലാത്ത ഒരു തീരുമാനവും നികുതി സംബന്ധിച്ച് സ്വീകരിക്കാൻ പറ്റില്ല എന്നതാണ് അവസ്ഥ. ഇത്തരം കാര്യങ്ങളൊന്നുപോലും രേഖയിൽ ചർച്ച ചെയ്യുന്നില്ല.

ചുരുക്കത്തിൽ കേന്ദ്ര–സംസ്ഥാന ബന്ധങ്ങളിലൊരു പൊളിച്ചെഴു ത്തിനു വേണ്ടി ശ്രമിക്കേണ്ടതുണ്ട്. അതോടൊപ്പം സംസ്ഥാനത്തിന്റെ റവന്യൂ വരുമാനം ഇരുപതു ശതമാനം പ്രതിവർഷം ഉയർത്താൻ കഴിയണം. എങ്കിൽ റവന്യൂ കമ്മി ഉണ്ടാകില്ല. പരമാവധി വായ്പയെടുത്ത് മൂലധന നിക്ഷേപമുയർത്തണം. ധനഉത്തരവാദിത്വ നിയമങ്ങളുടെ പരിധി കൾ മറികടക്കാൻ ബജറ്റിനു പുറത്തുള്ള വായ്പയും പൊതുനിക്ഷേപവും ഉയർത്തണം.

20

വേണം പുതിയൊരു കാഴ്ചപ്പാട്

കേരള വികസന മാതൃക രൂക്ഷമായ വെല്ലുവിളികളെ നേരിട്ടു കൊണ്ടിരിക്കുകയാണ്. പ്രകൃതിസമ്പന്നമായ കേരളത്തിലെ ജനങ്ങൾ വിദ്യാസമ്പന്നരും ആരോഗ്യമുള്ളവരുമായിരുന്നിട്ടും കൃഷി, വ്യവസായം തുടങ്ങിയ ഭൗതിക ഉല്പാദനത്തുറകളിൽ വളർച്ച മുരടിച്ചു നില്ക്കുകയാണ്. ഈ സ്ഥിതിവിശേഷം രൂക്ഷമായ തൊഴിലില്ലായ്മയ്ക്കും സാമ്പത്തിക അസമത്വത്തിനും ഇടയാക്കുന്നു. സാമൂഹ്യ സംഘർഷങ്ങൾക്ക് വഴി തെളിക്കുന്നു. വിദ്യാഭ്യാസ ആരോഗ്യ നിലവാരം താഴ്ന്നുകൊണ്ടിരിക്കുന്നു. പൊതുവിൽ ജീവിതനിലവാരം മെച്ചപ്പെട്ടതാണെങ്കിലും അഗതികളും പരമദരിദ്രരും കേരളത്തിലുണ്ട്. പഴയ വ്യവസായങ്ങൾ പലതും തകരുന്നു, പകരം പുതിയ വ്യവസായങ്ങൾ രംഗപ്രവേശം ചെയ്യുന്നില്ല.

ഈ പശ്ചാത്തലത്തിൽ കേരളത്തിന്റെ സമകാലിക വെല്ലുവിളികളെ താഴെ പറയുംവിധം സംക്ഷേപിക്കാം.

1. ഭൂരിപക്ഷം ജനങ്ങളും കാർഷിക മേഖലയിലും പരമ്പരാഗത വ്യവസായങ്ങളിലുമാണ് ഇന്നും ഉപജീവനം നടത്തുന്നത്. എന്നാൽ ആഗോളവല്ക്കരണം അവയെ തകർത്തുകൊണ്ടിരിക്കുകയാണ്. അവയെ സംരക്ഷിച്ചുകൊണ്ടല്ലാതെ ഭൂരിപക്ഷം ജനങ്ങളുടെ ജീവിതനിലവാരം പിടിച്ചുനിർത്താനാവില്ല. ഈ മേഖലകളിൽ ഉല്പാദനക്ഷമതയും ഉല്പാദനവും എങ്ങനെ ഉയർത്താം?
2. പരമ്പരാഗത മേഖലകളിലെ ഉല്പാദനം താരതമ്യേന പതുക്കെ മാത്രമേ ഉയരുകയുള്ളൂ. ദ്രുതഗതിയിലുള്ള സാമ്പത്തിക വളർച്ച കൈവരിക്കണമെങ്കിൽ നമുക്ക് അനുയോജ്യമായ, എന്നാൽ അതിവേഗം വളരാൻ സാദ്ധ്യതയുള്ള ആധുനിക വ്യവസായങ്ങൾ കണ്ടെത്തി പ്രോത്സാഹിപ്പിക്കണം. ഇത്തരം വ്യവസായത്തുറകൾ ഏതെല്ലാം?

ഇവിടങ്ങളിലേക്ക് നിക്ഷേപം ആകർഷിക്കുന്നതിന് എന്തുനടപടികൾ സ്വീകരിക്കണം? എത്രയും പെട്ടെന്ന് അനിവാര്യമായ പശ്ചാത്തല സൗകര്യങ്ങൾ എങ്ങനെ സൃഷ്ടിക്കാം?

3. സ്കൂളുകളുടെയും പ്രാഥമിക ആരോഗ്യകേന്ദ്രങ്ങളുടെയും വിപുലമായ ശൃംഖല കേരളത്തിലുണ്ട്. എന്നാൽ ഇവയുടെ ഗുണനിലവാരം ഗണ്യമായി ഉയർത്തിയേ തീരൂ. ജനങ്ങളുടെ ആവശ്യത്തിനും പ്രതീക്ഷകൾക്കുമനുസരിച്ച് പൊതുവിദ്യാഭ്യാസവും ആരോഗ്യവും ഉയരുന്നില്ല.

4. പൊതുവിൽ ജീവിതനിലവാരം മെച്ചമാണെങ്കിലും ദാരിദ്ര്യത്തിന്റെ തുരുത്തുകൾ ഇന്നും അവശേഷിക്കുന്നുണ്ട്. ദളിതർ, ആദിവാസികൾ, മത്സ്യത്തൊഴിലാളികൾ, പരമ്പരാഗത വ്യവസായ തൊഴിലാളികൾ, അഗതികൾ, അന്യസംസ്ഥാന തൊഴിലാളികൾ എന്നിവരുടെ നില ഇപ്പോഴും പരിതാപകരം തന്നെയാണ്. ഇവരെ എത്രയും പെട്ടെന്ന് മുഖ്യധാരയിലേക്ക് കൊണ്ടുവരിക എന്നത് സുപ്രധാന കടമയാണ്.

5. പുരുഷന്മാർക്കൊപ്പം വിദ്യാസമ്പന്നരും ആരോഗ്യവുമുള്ളവരാണു കേരളത്തിലെ സ്ത്രീകൾ. ഇന്ത്യയിലെ മറ്റേതു സംസ്ഥാനത്തെയും അപേക്ഷിച്ച് അവരുടെ സ്ഥിതി മെച്ചമാണ്. എന്നാൽ സാമ്പത്തിക മേഖലയിലെ സ്ത്രീകളുടെ പങ്കാളിത്തവും സാമൂഹ്യപദവിയും പരിശോധിച്ചാൽ മറ്റ് സംസ്ഥാനങ്ങളിലേതുപോലെ കേരളത്തിലും സ്ത്രീകളുടെ നില പിന്നോക്കമാണ്. ജാതി അനാചാരങ്ങൾ വലിയ അളവു വരെ നിർത്തലാക്കുകയും പാവങ്ങളുടെ ജീവിതനിലവാരം മെച്ചപ്പെടുത്തുകയും ചെയ്ത കേരളം ഏറ്റെടുക്കേണ്ട സുപ്രധാന സാമൂഹ്യചുമതല സ്ത്രീപുരുഷ സമത്വം കൈവരിക്കലാണ്.

6. വീണ്ടുവിചാരമില്ലാത്ത പ്രകൃതിവിഭവ ചൂഷണവും മലിനീകരണവുംമൂലം നമ്മുടെ സംസ്ഥാനം പാരിസ്ഥിതിക തകർച്ച നേരിടുകയാണ്. ഈ നില തുടർന്നാൽ ഇന്നത്തെ സാമ്പത്തിക വളർച്ച പോലും നിലനിർത്താൻ കഴിയില്ല. പരിസ്ഥിതിയെ സംരക്ഷിച്ചുകൊണ്ട് ദ്രുതഗതിയിലുള്ള സാമ്പത്തിക വളർച്ച കൈവരിക്കുക എന്നതായിരിക്കണം നമ്മുടെ ലക്ഷ്യം.

മുകളിൽ വിവരിച്ച വികസന വെല്ലുവിളികൾ നേരിടുന്നതിനു നമ്മുടെ വികസന നയങ്ങളിൽ ഒരു പൊളിച്ചെഴുത്തു കൂടിയേ തീരൂ. പൊളിച്ചെഴുത്ത് എന്നു പറയുമ്പോൾ പഴയതെല്ലാം തിരസ്കരിക്കുകയല്ല. കേരള വികസനമാതൃകയുടെ ക്ഷേമനേട്ടങ്ങൾ സംരക്ഷിക്കപ്പെടണം. അതോടൊപ്പം ഇവിടത്തെ കൃഷിയും വ്യവസായവും അഭിവൃദ്ധിപ്പെടുമെന്ന് ഉറപ്പുവരുത്തണം. ഇതിനായുള്ള വികസനതന്ത്രത്തിന്റെ മുഖ്യസമീപനങ്ങളെന്തെന്ന് പരിശോധിക്കാം.

പുതിയൊരു വ്യവസായവികസന പാത

താഴ്ന്ന കൂലി മത്സരശേഷിയായിട്ടുള്ള വ്യവസായങ്ങൾക്ക് ഇനി സംസ്ഥാനത്തു ഭാവിയില്ല. വിഭവശോഷണത്തിന്റെ വൈതരണികളും അവ അഭിമുഖീകരിക്കുന്നു. കേരളത്തിന്റെ വ്യവസായവല്ക്കരണത്തിന് അടിസ്ഥാനമിട്ട പരമ്പരാഗത വ്യവസായങ്ങൾ മാത്രമല്ല, ആധുനിക വ്യവസായങ്ങളും വഴിമുട്ടിയിരിക്കുകയാണ്. ആധുനിക വ്യവസായ ഘടനയിൽ രാസ – ഖനിജ വ്യവസായങ്ങൾക്കാണ് പ്രാമുഖ്യം. ഈ വ്യവസായങ്ങളെല്ലാം വളരെ ഊർജ്ജസാന്ദ്രമായ വ്യവസായങ്ങളാണ്. കേരളം ഊർജ്ജ സമ്പന്നമായ പ്രദേശമാണെന്ന മിഥ്യ പൊളിഞ്ഞു കഴിഞ്ഞു. പരസ്പര ജലബന്ധിതവും ഉയർന്ന ജനസാന്ദ്രതയുമുള്ള കേരളത്തിൽ രാസ വ്യവസായങ്ങൾ ആകർഷകമല്ല. ചുരുക്കത്തിൽ വ്യാവസായിക വളർച്ചയ്ക്കായി നാം തെരഞ്ഞെടുത്ത വ്യവസായങ്ങൾ നമുക്ക് അനുയോജ്യമല്ലാതായി മാറിയിരിക്കുന്നു.

ഓരോ വ്യവസായത്തിനും ആവശ്യമായുള്ള അസംസ്കൃത വിഭവങ്ങൾ, വൈദ്യുതി, മൂലധനം തുടങ്ങിയവ വ്യത്യസ്തമായിരിക്കും. ഉല്പന്നങ്ങളുടെ വിപണന സാദ്ധ്യതകളിലും അന്തരമുണ്ടാകും. പ്രത്യക്ഷവും പരോക്ഷവുമായി സൃഷ്ടിക്കാവുന്ന തൊഴിലവസരങ്ങളിലും ഏറ്റക്കുറച്ചിലുണ്ടാകും. പാരിസ്ഥിതിക പ്രത്യാഘാതങ്ങളും വ്യത്യാസപ്പെട്ടിരിക്കും. ഇവയെല്ലാം സമഗ്രമായി കണക്കിലെടുത്ത് സാമ്പത്തിക വളർച്ചയെ ഏറ്റവും സഹായിക്കുന്നതും ജനങ്ങളുടെ ക്ഷേമം ഏറ്റവും ഉറപ്പുവരുത്തുന്നതുമായ വ്യവസായങ്ങളെ ബോധപൂർവ്വം പ്രോത്സാഹിപ്പിക്കണം. ഇതിനെയാണ് 'അനുയോജ്യ വ്യവസായവല്ക്കരണം' എന്നു പറയുന്നത്.

കേരളം വഴിമാറി ചിന്തിച്ചേ പറ്റൂ. വിദ്യാസമ്പന്നരായ ജനതയ്ക്ക് അനുയോജ്യമായ വ്യവസായങ്ങൾ വേണം. അവ ഉയർന്ന കൂലി നല്കാൻ പറ്റുന്ന മൂല്യവർദ്ധിത വ്യവസായങ്ങൾ ആയിരിക്കണം. മലീനീകരണം സൃഷ്ടിക്കാത്തവയായിരിക്കണം. തദ്ദേശീയ വിഭവങ്ങളെ മൂല്യവർദ്ധിത ഉല്പന്നങ്ങളാക്കാൻ സഹായിക്കുന്നവയായിരിക്കണം.

ഇത്തരം വ്യവസായങ്ങൾ ഏവയാണ്? (1) വിവരസാങ്കേതിക വിദ്യ (ഐ ടി), ജൈവ സാങ്കേതിക വിദ്യ (ബി ടി), നാനോ സാങ്കേതികവിദ്യ തുടങ്ങിയവ അടിസ്ഥാനമാക്കിയുള്ള വിജ്ഞാനാധിഷ്ഠിത വ്യവസായങ്ങൾ, (2) ടൂറിസം പോലുള്ള സേവനപ്രധാനമായ വ്യവസായങ്ങൾ, (3) ലഘു എഞ്ചിനീയറിങ് പോലുള്ള സാങ്കേതികവൈദഗ്ദ്ധ്യാധിഷ്ഠിതമായ വ്യവസായങ്ങൾ, (4) റബ്ബർ, കാർഷിക വിഭവങ്ങൾ, ധാതുമണൽ തുടങ്ങിയ വിഭവങ്ങളുടെ മൂല്യവർദ്ധിത വ്യവസായങ്ങൾ എന്നിവയാണ് അവ. കേരള നിയമസഭയിൽ രാഷ്ട്രപതി അബ്ദുൾ കലാം ചെയ്ത പ്രസംഗത്തിൽ മത്സരശേഷിയുള്ള ഇത്തരം വ്യവസായങ്ങളിലേക്കു കേരളം തിരിയണമെന്നു ശക്തമായി അഭിപ്രായപ്പെട്ടിരുന്നു.

മുകളിൽ പറഞ്ഞവയല്ലാതെ മറ്റു വ്യവസായങ്ങൾ വേണ്ടെന്നോ നിരുത്സാഹപ്പെടുത്തണമെന്നോ അല്ല വാദം. എന്നു മാത്രമല്ല, ചില വ്യവസായങ്ങൾ നേരിട്ടു തൊഴിലുകൾ വലുതായി സൃഷ്ടിച്ചില്ലെങ്കിലും അനുബന്ധവ്യവസായങ്ങളിൽ വലിയ തോതിൽ തൊഴിൽ സൃഷ്ടിച്ചേക്കും. ഇത്തരം ഡൈനാമിക് പരിഗണനകൾകൂടി കണക്കിലെടുക്കേണ്ടതുണ്ട്. ഇവയെല്ലാം മനസ്സിൽ വെച്ചുകൊണ്ടു തന്നെ നമ്മുടെ വ്യവസായ പ്രോത്സാഹന തന്ത്രത്തിൽ ഊന്നേണ്ടുന്നത് നമുക്കു കൂടുതൽ അനുയോജ്യമായ മുകളിൽ സൂചിപ്പിച്ച മേഖലകളെയാണ്.

ഈ ഗതിമാറ്റം എളുപ്പമല്ല. നാം ഒരു പ്രത്യേക വികസനപാതയിലൂടെ നടന്നുശീലിച്ചുപോയി. അതിൽ നിന്നു പുതിയൊരു പാതയിലേക്കു നീങ്ങുന്നത് വളരെ വിഷമകരമാണ്. കാരണം, പുതിയ പശ്ചാത്തല സൗകര്യങ്ങൾ ഒരുക്കണം, തൊഴിലാളികളെ പരിശീലിപ്പിക്കണം, പുതിയ മേഖലകളിലേക്കു നിക്ഷേപകരെ ആകർഷിക്കണം എന്നിങ്ങനെ ഒത്തിരി മുന്നൊരുക്കങ്ങൾ വേണം. അവ എളുപ്പമല്ല.

ഇപ്രകാരം ഒരു വികസനപാതയിൽ കുടുങ്ങിക്കിടക്കുന്ന സമ്പദ്ഘടന പുതിയ ഒരു പാതയിലേക്കു നീങ്ങുമ്പോൾ അഭിമുഖീകരിക്കുന്ന പ്രതിബന്ധങ്ങളെ വികസന വിജ്ഞാനീയത്തിൽ വിശേഷിപ്പിക്കുന്നതു QWERTY പ്രശ്നമെന്നാണ്. ടൈപ്പ് റൈറ്ററിലും കമ്പ്യൂട്ടർ കീബോർഡിലും അക്ഷരങ്ങൾ വിന്യസിച്ചിരിക്കുന്നതു ABCDE എന്ന അക്ഷരമാല ക്രമത്തിലല്ല. മറിച്ച് QWERTY എന്നു തുടങ്ങുന്ന അക്ഷരക്രമമാണ് ഇന്ന് സാർവ്വത്രികമായി പ്രയോഗിക്കുന്നത്. ടൈപ്പ് റൈറ്റർ കണ്ടുപിടിച്ചപ്പോൾ ഇംഗ്ലീഷിൽ ഏറ്റവും കൂടുതൽ ഉപയോഗിക്കുന്ന വാക്കുകളും വിരലുകൾ ചലിപ്പിക്കുന്നതിന്റെ ആയാസവും മറ്റും പരിശോധിച്ചിട്ടാണു മുകളിൽ പറഞ്ഞ അക്ഷരവിന്യാസം സ്വീകരിച്ചത്.

എന്നാലിന്നു വിശദമായ പഠനങ്ങൾ ഈ അക്ഷരക്രമമല്ല ഏറ്റവും ഉചിതമായതെന്നു തെളിയിച്ചിട്ടുണ്ട്. എന്നുവെച്ചു കൂടുതൽ ശാസ്ത്രീയമായ അക്ഷരക്രമത്തിലേക്കു മാറാൻ കഴിയുമോ? അങ്ങനെ മാറണമെങ്കിൽ ഇന്നു നിലവിലുള്ള എല്ലാ കീബോർഡുകളും മാറണം. ഇതിനു ചെലവേറെ വരും. മാത്രമല്ല എല്ലാ കീബോർഡ് കമ്പനികളും പുതിയക്രമം അംഗീകരിക്കണം. അതുകൊണ്ടു കാര്യക്ഷമത താരതമ്യേന കുറവാണെങ്കിലും നാമിപ്പോഴും പഴയ അക്ഷരവിന്യാസത്തിൽ കുരുങ്ങിക്കിടക്കുകയാണ്. ഇതുപോലെ പ്രയാസകരമാണ് ഇന്ന് ഉചിതമല്ലെന്ന് ബോദ്ധ്യമുണ്ടെങ്കിലും നിലവിലുള്ള വ്യവസായവല്ക്കരണ പാതയിൽനിന്നു പുതിയ ഒന്നിലേക്കു നീങ്ങുന്നത്. ഇതിനു വലിയതോതിൽ പശ്ചാത്തലസൗകര്യങ്ങൾ സൃഷ്ടിച്ച് ഈ മേഖലകളിലേക്ക് നിക്ഷേപകരെ ആകർഷിക്കാൻ കഴിയണം.

പശ്ചാത്തല സൗകര്യങ്ങൾ

പശ്ചാത്തലസൗകര്യങ്ങളിൽ വൈദ്യുതിക്കാണ് പ്രഥമ പരിഗണന.

ആവശ്യത്തിനു വൈദ്യുതി ലഭ്യമാകണം. പവർകട്ടും ലോഡ്ഷെഡിങ്ങും പാടില്ല. ഉപഭോക്താക്കൾക്കും സംരംഭകർക്കും എളുപ്പത്തിൽ പ്രാപ്യമാകണം. എല്ലാ വീടുകളിലും പ്രദേശങ്ങളിലും വൈദ്യുതി എത്തണം. വോൾട്ടേജിന്റെ അസ്ഥിരതയും ഇടയ്ക്കിടയ്ക്കു നിലയ്ക്കുന്നതും ഒഴിവാകണം. വൈദ്യുതിയുടെ വിലയാകട്ടെ, താങ്ങാനാവുന്നതുമാകണം. അങ്ങനെ വൈദ്യുതിയുടെ ലഭ്യത, പ്രാപ്യത, സ്ഥിരത, വില എന്നിവയാണ് വൈദ്യുതി നയത്തിൽ പരിഗണിക്കേണ്ട വശങ്ങൾ. ഈ ലക്ഷ്യങ്ങൾ വെച്ചുകൊണ്ട് ഉചിതമായ വൈദ്യുതി ഉല്പാദനച്ചേരുവ സ്വീകരിക്കുകയും കാര്യക്ഷമമായ വിതരണ സമ്പ്രദായം നടപ്പിലാക്കുകയും വേണം.

റോഡുകളുടെ ഗുണനിലവാരം ഉയർത്തുകയാണ് അത്യന്താപേക്ഷിതമായി ചെയ്യേണ്ടുന്ന കാര്യം. ദേശീയപാതകൾ നാലുവരിയാക്കിയേ തീരൂ. സംസ്ഥാന ഹൈവേകളുടെയും ജില്ലാ റോഡുകളുടെയും നിർമ്മാണരീതി സമൂലമായി മാറ്റണം. ഗതാഗത ആവശ്യം വർദ്ധിക്കുന്ന മുറയ്ക്കു ഗ്രാമീണ റോഡുകൾ പടിപടിയായി ജില്ലാ റോഡുകളായി ഉയർത്തുന്നതിനുള്ള ആസൂത്രിതമായ പരിശ്രമവും വേണം. പ്രധാനപ്പെട്ട എല്ലാ പട്ടണങ്ങൾക്കും ബൈപാസ് റോഡുകളും റിങ് റോഡുകളും പണിയേണ്ടതുണ്ട്.

റോഡുകളുടെ ഗുണനിലവാരം ഉയർത്തുന്നതിനുള്ള ഊർജ്ജിത നടപടി സ്വീകരിക്കുന്നതിനോടൊപ്പം റെയിൽവേ, ജലഗതാഗതം തുടങ്ങിയ മറ്റു മാർഗ്ഗങ്ങൾക്ക് ഊന്നൽ നല്കി ഗതാഗത സംവിധാനം പുനഃസംഘടിപ്പിക്കേണ്ടതുണ്ട്. റെയിൽപ്പാത ഇരട്ടിപ്പിക്കലിനും റെയിൽപ്പാളങ്ങൾക്കു മുകളിലുള്ള ഫ്ളൈ ഓവറുകൾ പൂർത്തീകരിക്കുന്നതിനും മുൻഗണന നല്കണം. കൊച്ചിയിലെ മെട്രോ പോലെ കോഴിക്കോട്, തിരുവനന്തപുരത്തേക്ക് ലൈറ്റ് മെട്രോ അതിവേഗം നടപ്പാക്കേണ്ടതുണ്ട്. കൊച്ചി തുറമുഖത്തിന്റെ വികസനത്തിൽ അന്തർദ്ദേശീയ ട്രാൻസ്ഷിപ്പ്മെന്റ് ടെർമിനൽ ഒരു നാഴികക്കല്ലാണ്. പക്ഷേ, ഇതിന്റെ ശേഷിയുടെ ചെറിയൊരു ഭാഗമേ നമുക്ക് ഉപയോഗിക്കാൻ കഴിയുന്നുള്ളൂ. തുറമുഖങ്ങളും വിമാനത്താവളങ്ങളും മറ്റും കേവലം വരവു ചെലവു കണക്കുവെച്ചല്ല വിലയിരുത്തപ്പെടേണ്ടത്. അവയ്ക്കു ചുറ്റുമുള്ള പ്രദേശങ്ങളിൽ വലിയതോതിൽ വികസന സ്വാധീനം ചെലുത്തും.

ഭൗതിക പശ്ചാത്തലസൗകര്യത്തിൽ മാത്രമല്ല, സാമൂഹ്യ പശ്ചാത്തല സൗകര്യങ്ങളിലും കുതിച്ചുചാട്ടം അത്യന്താപേക്ഷിതമാണ്. കേരളത്തെ ഒരു വൈജ്ഞാനിക സമൂഹമാക്കാൻ ഉതകുംവിധം ഉന്നത വിദ്യാഭ്യാസത്തിന്റെ അലകും പിടിയും മാറണം. ഇതിനു വലിയതോതിൽ പൊതുമുതൽമുടക്ക് ആവശ്യമാണ്.

സമ്പൂർണ്ണ സാമൂഹ്യ സുരക്ഷിതത്വം

മേൽവിവരിച്ച പുതിയ വികസനപാതയിലേക്ക് വിജയകരമായി നീങ്ങണമെങ്കിൽ വിപുലമായ അഭിപ്രായസമന്വയം സംസ്ഥാനത്ത്

ഉണ്ടാകണം. കേരളത്തിന്റെ സാമൂഹ്യക്ഷേമ നേട്ടങ്ങൾ സംരക്ഷിക്കപ്പെടും എന്നതിന് ഉറപ്പുണ്ടാകണം. സമ്പൂർണ്ണ സാമൂഹ്യ സുരക്ഷിതത്വം, സാമ്പത്തികവളർച്ചയുടെ നേട്ടങ്ങൾ കൂടുതൽ നീതിപൂർവ്വമായി വീതിക്കപ്പെട്ടതിന്റെ ഫലമാണ് കേരള വികസന മാതൃക. എന്നാൽ 90 കൾ മുതൽ ഈ നിലയിൽ മാറ്റം വന്നു. സാമ്പത്തിക വളർച്ചയുടെ വേഗം കൂടി. എന്നാൽ അസമത്വം ഭയാനകമായി ഉയർന്നു: മേൽത്തട്ടിലെ ഒരു ന്യൂനപക്ഷം കോടീശ്വരന്മാരായി വളർന്നുകൊണ്ടിരിക്കുകയാണ്. അവരുടെ താഴെയുള്ള ഇടത്തരക്കാരിൽ ഗണ്യമായ വിഭാഗത്തിനും പുരോഗതിയുണ്ടായി. അതേസമയം കീഴ്ത്തട്ടിലെ 25–30 ശതമാനം വരുന്ന പാവങ്ങളുടെ ജീവിതനിലവാരത്തിനു കനത്ത തിരിച്ചടിയേറ്റു. തുല്യനിലയിലല്ലെങ്കിലും എല്ലാ വിഭാഗങ്ങളുടെയും ഉയർച്ച എന്ന മുൻകാല പ്രവണതയിൽ നിന്നുള്ള അടിസ്ഥാനപരമായ ഒരു വ്യതിയാനമാണിത്.

സമീപകാലത്തു കേരളത്തിലെ അസമത്വം വർദ്ധിക്കുന്നു എന്നതിനു തെളിവുകൾ ഏറെയുണ്ട്. ഉപഭോഗനിലവാരത്തിലുള്ള അസമത്വസൂചിക സമീപകാലത്തായി ഗണ്യമായി ഉയർന്നിട്ടുണ്ട്. കൃഷിയും കാർഷികേതര മേഖലയും തമ്മിലുള്ള അന്തരം വർദ്ധിച്ചു. നഗര ഗ്രാമ വിടവ് വിപുലമായി. കൊച്ചിപോലുള്ള ചില പ്രദേശങ്ങളിലേക്കു പുതിയ കുതിപ്പു കേന്ദ്രീകരിക്കുകയാണ്. ഉള്ളവനും ഇല്ലാത്തവനും തമ്മിലുള്ള അകലം ഇപ്രകാരം വർദ്ധിക്കുന്നത് വലിയ സാമൂഹ്യ അസ്വസ്ഥതകൾക്കു കാരണമാകും. ഗണ്യമായ ജനവിഭാഗത്തെ പാപ്പരീകരിച്ചുകൊണ്ടുള്ള ഒരു വളർച്ചാതന്ത്രം കേരളത്തിൽ സാമൂഹ്യമായും രാഷ്ട്രീയമായും നടപ്പാക്കാൻ കഴിയില്ല.

അനിശ്ചിതത്വത്തിന്റെ ഈ പശ്ചാത്തലത്തിലാണു ഭൂരിപക്ഷം ജനങ്ങൾക്കും സമ്പൂർണ്ണ സാമൂഹ്യ സുരക്ഷിതത്വം ഉറപ്പുവരുത്തേണ്ടതു പ്രസക്തമാകുന്നത്. നിലവിലുള്ള ക്ഷേമപദ്ധതികൾ വിപുലപ്പെടുത്തുക; അവ കൂട്ടിയിണക്കുക; കേന്ദ്രാവിഷ്കൃത സ്കീമുകൾ സംയോജിപ്പിക്കുക; വിടവുകൾ നികത്തുന്നതിനു പുതിയ സ്കീമുകൾ ആവിഷ്കരിക്കുക എന്നിവയാണു ചെയ്യേണ്ടത്. പാവപ്പെട്ടവരും താഴ്ന്ന വരുമാനക്കാരുമായ ഏതാണ്ടു പകുതിയോളം വരുന്ന കുടുംബങ്ങളെ സർക്കാർ ചെലവിൽ ഈ സുരക്ഷിതവലയത്തിൽ കൊണ്ടുവരാൻ കഴിയണം. ബാക്കിയുള്ളവരെയും സ്വയം പണംമുടക്കി ഈ പദ്ധതിയിൽ പങ്കാളികളാകാൻ പ്രേരിപ്പിക്കണം. ദളിതർക്കും ആദിവാസികൾക്കും പ്രത്യേക നിയമപരിരക്ഷയും ക്ഷേമസുരക്ഷിതത്വവും ഉറപ്പുവരുത്തേണ്ടതുണ്ട്. ആദിവാസികളെ സംബന്ധിച്ചു വികസന പരിപാടികളോടൊപ്പം സംരക്ഷണ നടപടികൾ സ്വീകരിക്കേണ്ടതുണ്ട്.

പാവങ്ങളെ സംരക്ഷിക്കുന്നതിനുള്ള ഏറ്റവും ഫലപ്രദമായ മാർഗ്ഗം അവർ പണിയെടുക്കുന്ന തൊഴിൽ മേഖലകൾക്കു സംരക്ഷണം നല്കുകയാണ്. പാവങ്ങളാണെങ്കിലും അവർക്ക് ഏതെങ്കിലും തൊഴിൽ ചെയ്യാൻ അറിയാം. അതിനുള്ള സൗകര്യമൊരുക്കിയാൽ തൊഴിലെടുത്ത്

അഭിമാനപൂർവ്വം അവർ ജീവിച്ചുകൊള്ളും. ഇതിനു മുടക്കുന്ന പണം വൃഥാവിലാവില്ല.

കാർഷിക മേഖലയെ സംരക്ഷിക്കുന്നതിന് മറ്റൊരു പ്രാധാന്യം കൂടിയുണ്ട്. സംസ്ഥാനത്തിന്റെ ഭക്ഷ്യസുരക്ഷയ്ക്കു കൃഷി അഭിവൃദ്ധിപ്പെട്ടേ പറ്റൂ. നാണ്യവിളകൾ വിറ്റ് ആവശ്യമായ ഭക്ഷ്യധാന്യങ്ങൾ വാങ്ങിയാൽ മതിയല്ലോ എന്ന് ചിലർ പറയാറുണ്ട്. ഭക്ഷ്യസ്വയംപര്യാപ്തത കേരളത്തെ സംബന്ധിച്ചിടത്തോളം ഒരു മരീചികയായിരിക്കും. എന്നിരുന്നാലും ഭക്ഷ്യാവശ്യത്തിന്റെ ഒരു മിനിമം പങ്കു സംസ്ഥാനത്തുതന്നെ ഉല്പാദിപ്പിച്ചേ തീരൂ.

കൃഷി കഴിഞ്ഞാൽ ഏറ്റവും കൂടുതൽ പാവങ്ങൾ ഉപജീവനം നടത്തുന്ന മേഖലകളാണ് പരമ്പരാഗത വ്യവസായങ്ങൾ. അതുകൊണ്ട് ഇവയുടെ സംരക്ഷണം പ്രധാനമാണ്. കയർ, കൈത്തറി, കശുവണ്ടി, തുടങ്ങിയ പരമ്പരാഗത മേഖലകളെല്ലാം പ്രതിസന്ധിയിലാണ്. പരമ്പരാഗത വ്യവസായങ്ങളിൽ പണിയെടുക്കുന്നവരുടെ എണ്ണം അതിവേഗത്തിൽ കുറഞ്ഞുകൊണ്ടിരിക്കുകയാണ്. ഈ വ്യവസായങ്ങളെ വൈവിദ്ധ്യവല്ക്കരിക്കുന്നതിനും നവീകരിക്കുന്നതിനും ഒരു സമയബന്ധിത പരിപാടി കൂടിയേ തീരു. പരമ്പരാഗത വ്യവസാങ്ങൾ ആധുനിക വ്യവസായങ്ങളായി മാറാൻ പോകുകയാണ്. ഈ അന്തരാളഘട്ടത്തിൽ നിലവിലുള്ള തൊഴിലാളികൾക്കെല്ലാം സമ്പൂർണ്ണ സംരക്ഷണം നല്കാൻ തയ്യാറാകണം. ഈ സംരക്ഷണം എല്ലാ കാലത്തേക്കും നല്കേണ്ടി വരില്ല. കാരണം പുതിയ തലമുറ പരമ്പരാഗത തൊഴിലുകളിൽ തല്പരരല്ല.

പരമ്പരാഗത വ്യവസായ പുനഃസംഘടനയുടെ ആണിക്കല്ലാണ് സഹകരണ പ്രസ്ഥാനം. സഹകരണ പ്രസ്ഥാനത്തിലൂടെ ഇടത്തട്ടുകാരെ ഒഴിവാക്കുന്നതിനും പരമാവധി ആനുകൂല്യങ്ങൾ തൊഴിലാളികൾക്ക് നല്കുന്നതിനും കഴിയുന്നു. സ്വകാര്യമേഖലയേക്കാൾ ഉയർന്ന സേവന വേതന വ്യവസ്ഥകൾ സഹകരണമേഖലയിലെ തൊഴിലാളികൾ അനുഭവിക്കുന്നുണ്ട്. വികേന്ദ്രീകരിച്ചു ഛിന്നഭിന്നമായിക്കൊണ്ടിരിക്കുന്ന പരമ്പരാഗത വ്യവസായങ്ങളെ വീണ്ടും കേന്ദ്രീകൃതമായ വ്യവസ്ഥാപിത രീതിയിൽ സംഘടിപ്പിക്കുന്നതിന് സഹകരണ പ്രസ്ഥാനത്തിനേ കഴിയൂ. കയറുപോലുള്ള വ്യവസായങ്ങളുടെ സാങ്കേതിക നവീകരണത്തിന് ഫലപ്രദമായ ചട്ടക്കൂടായി പ്രവർത്തിക്കാൻ സഹകരണ സംഘങ്ങൾക്ക് കഴിയും.

മത്സ്യബന്ധന മേഖലയാണ് വിഭവ ശോഷണംമൂലവും വിദേശ ട്രോളറിൽ നിന്നുള്ള മത്സരംമൂലവും പ്രതിസന്ധി നേരിടുന്ന മറ്റൊരു പരമ്പരാഗത മേഖല. കാർഷികപരിഷ്കാരത്തിലൂടെ കൃഷിഭൂമി കൃഷിക്കാരനു നല്കി. അതുപോലെ സമുദ്രാവകാശ പരിഷ്കാരത്തിലൂടെ കടൽ സമ്പത്തിന്റെ ഉടമസ്ഥാവകാശം അവിടെ തൊഴിലെടുക്കുന്നവർക്ക് നല്കണം.

പൊതുമേഖലയുടെ പുനരുദ്ധാരണം

വേണ്ടത്ര സ്വകാര്യ മുതൽമുടക്കിന്റെ അഭാവത്തിൽ കേരളത്തിന്റെ വ്യവസായ വികസനത്തിൽ പൊതുമേഖല നിർണ്ണായകമായ പങ്കുവഹിച്ചിട്ടുണ്ട്. സ്വകാര്യമൂലധന നിക്ഷേപം വർദ്ധിച്ചുവരുന്ന സാഹചര്യത്തിലും പൊതുമേഖലയ്ക്കു വികസനത്തിൽ ഒരു പങ്കുവഹിക്കാനുണ്ടാകും. തൊഴിൽ ബന്ധങ്ങളിലും സാമൂഹ്യലക്ഷ്യങ്ങളിലും പൊതുമേഖല ഒരു മാനദണ്ഡമായി നിലനിർത്താനാവും. വ്യവസായമേഖലയിൽ സർക്കാർ ഇടപെടലിനുള്ള ഫലപ്രദമായ ഒരുപാധിയുമായിരിക്കും ഇത്.

പൊതുമേഖലയുടെ സ്വകാര്യവല്ക്കരണത്തിനെതിരെ ഒരു ബദൽ സമീപനം കേരളത്തിൽ ഇടതുപക്ഷ സർക്കാരുകൾ വിജയകരമായി നടപ്പാക്കിയ അനുഭവങ്ങളുണ്ട്. ഈ സമീപനം ഇനിയും ശക്തിപ്പെടുത്തി മുന്നോട്ടുകൊണ്ടുപോകണം. കേരളത്തിന്റെ വ്യവസായവല്ക്കരണത്തിൽ സുപ്രധാനമായൊരു പങ്ക് കേന്ദ്ര സർക്കാരിനുണ്ട്. കേരളത്തിലെ കേന്ദ്ര പൊതുമേഖലാ നിക്ഷേപത്തിൽ ഗണ്യമായ വർദ്ധനയുണ്ടാകേണ്ടത് വ്യവസായ വളർച്ച ത്വരിതപ്പെടുത്തുന്നതിന് ഒരു മുൻ ഉപാധിയാണെന്നു പറയുന്നതിൽ തെറ്റില്ല.

പൊതുമേഖലയോടൊപ്പം വൻകിട ഇടത്തരം വ്യവസായങ്ങളെയും കേരളത്തിലേക്ക് ആകർഷിക്കേണ്ടതുണ്ട്. ഇക്കാര്യത്തിൽ വേണ്ടത്ര വിജയിക്കാൻ ഇനിയും കഴിഞ്ഞിട്ടില്ല. വ്യവസായ സംരംഭകരെ മൊത്തത്തിൽ സംശയത്തോടെ വീക്ഷിക്കുന്ന സമീപനത്തിൽ മാറ്റം വരുത്തണം. നമ്മുടെ വ്യവസായവികസന ഏജൻസികളുടെ പ്രവർത്തനം അടിമുടി മാറ്റണം. ഏകജാലക സംവിധാനം അത്യന്താപേക്ഷിതമാണ്. ഏകജാലക സംവിധാനം എന്നാൽ പാരിസ്ഥിതികവും തൊഴിൽപരവും ഭൂവിനിയോഗവുമായി ബന്ധപ്പെട്ട പ്രശ്നങ്ങളെയൊക്കെ മറികടക്കാനുള്ള ഉപായമല്ല. ഇത്തരത്തിൽ അനിവാര്യമായ പരിശോധനകളെല്ലാം ചുവപ്പുനാടയിൽ കുടുങ്ങി വലിയ കാലതാമസം ഇന്നു സൃഷ്ടിച്ചുകൊണ്ടിരിക്കുന്നു. ഇവ കാര്യക്ഷമമായി സമാന്തരമായി പരിശോധിച്ചു വേഗത്തിൽ തീരുമാനമെടുക്കുന്ന രീതിയാണ് ഏകജാലക സംവിധാനം.

ചെറുകിട വ്യവസായങ്ങൾ അഭിവൃദ്ധിപ്പെടുത്തണമെങ്കിൽ അവയെ വൻകിട–ഇടത്തരം വ്യവസായശാലകളുടെ അനുബന്ധ വ്യവസായങ്ങളായി ആസൂത്രണം ചെയ്യേണ്ടിയിരിക്കുന്നു. വൻകിടവ്യവസായശാലകളോടു മത്സരിച്ചു ചെറുകിട മേഖലയ്ക്ക് ജയിക്കാനാവില്ല. എന്നാൽ വൻകിട വ്യവസായ ശാലകളോട് ബന്ധിപ്പിക്കുന്നതുവഴി ചെറുകിട വ്യവസായങ്ങൾക്കു വേണ്ട അസംസ്കൃത വിഭവങ്ങളും ഉല്പന്നങ്ങളുടെ കമ്പോളവും ഉറപ്പുവരുത്താനാവും. ഈ സംവിധാനത്തെയാണു ജാപ്പനീസ് മാതൃകയിലുള്ള വ്യവസായവല്ക്കരണമെന്നു വിശേഷിപ്പിക്കുന്നത്. ചെറുകിട വ്യവസായങ്ങളുടെ ക്ലസ്റ്ററുകളെയും പ്രോത്സാഹിപ്പിക്കേണ്ടതുണ്ട്. അത്യന്താപേക്ഷിതമായ സേവനങ്ങൾ ഇതുവഴി വ്യവസായസംരംഭകർക്കു പൊതുവായി ലഭ്യമാക്കാൻ കഴിയും.

ഭരണപരിഷ്കാരം

വികസനത്തിൽ സർക്കാരിന്റെ പങ്കിനെ കുറയ്ക്കുകയല്ല കൂടുതൽ അനിവാര്യമാക്കുന്നതാണ് പുതിയ വികസന കാഴ്ചപ്പാട്. ഈ ലക്ഷ്യം കൈവരിക്കാനാകാത്ത വിധം കേരളത്തിന്റെ ഭരണയന്ത്രം മുരടിച്ചുപോയിരിക്കുന്നു. ആസൂത്രണത്തേക്കാൾ നിർവ്വഹണ രംഗത്താണ് നമ്മുടെ ദൗർബ്ബല്യം. പണി തീരാതെ നീണ്ടുപോകുന്ന പദ്ധതികൾ, ചെലവാകാതെ ലാപ്സാകുന്ന തുകകൾ, സേവനങ്ങളുടെ ഇടിയുന്ന ഗുണനിലവാരം, ഭൗതികനേട്ടത്തിന് പകരം പദ്ധതിച്ചെലവിന്റെ കണക്കിൽ അഭിരമിക്കുന്ന അവലോകന രീതി, തുടങ്ങിയവയൊക്കെ ഇതിലേക്കാണ് വിരൽ ചൂണ്ടുന്നത്. സർക്കാർ നടപടിക്രമങ്ങളിലും സംവിധാനങ്ങളിലും സമൂലമായ പരിഷ്കാരം കൊണ്ടു വന്നാലെ ഈ പ്രതിസന്ധി പരിഹരിക്കാനാകൂ. ഇവിടെയാണ് ഭരണ പരിഷ്കാരത്തിന്റെ പ്രസക്തി.

കേരളത്തിലെ ആദ്യത്തെ സർക്കാർ തയ്യാറാക്കിയ ഒന്നാം ഭരണ പരിഷ്കാര കമീഷൻ റിപ്പോർട്ട് നടപ്പായില്ല. ഇതുതന്നെയായിരുന്നു 1965 ലെ രണ്ടാം ഭരണ പരിഷ്കാര കമീഷൻ റിപ്പോർട്ടിന്റെ ഗതിയും. 1997 ൽ ഇ കെ നായനാർ മന്ത്രിസഭ മൂന്നാം ഭരണ പരിഷ്കാരം കമീഷനെ നിയോഗിച്ചു. അധികാര വികേന്ദ്രീകരണത്തിനുവേണ്ടി കേരളത്തിൽ നടന്നുകൊണ്ടിരിക്കുന്ന ജനകീയാസൂത്രണ ക്യാമ്പയിന്റെ പശ്ചാത്തലത്തിലാണ് ഈ കമീഷൻ രൂപീകൃതമായത്. അനുയോജ്യമായ എല്ലാ സാഹചര്യങ്ങളും ഉണ്ടായിട്ടും അധികാര വികേന്ദ്രീകരണത്തിന്റെ കാര്യത്തിൽ കേരളം ഏറെ പിന്നിലായിരുന്നു. എന്നാൽ ജനകീയാസൂത്രണത്തിന്റെ വിജയം കേരളത്തെ ഒന്നാം സ്ഥാനത്തേക്ക് കൊണ്ടുവന്നു. താഴെ തട്ടിൽ വന്നുകൊണ്ടിരുന്ന മാറ്റങ്ങൾക്കനുസൃതമായി സർക്കാർ ഡിപ്പാർട്ട്മെന്റിലും സെക്രട്ടറിയേറ്റിലും എന്തെന്ത് മാറ്റങ്ങൾ വരുത്തണമെന്നതായിരുന്നു മൂന്നാം ഭരണ പരിഷ്കാര കമീഷന്റെ പ്രധാന പരിഗണനാ വിഷയം. 15 റിപ്പോർട്ടുകൾ കമീഷൻ സമർപ്പിച്ചു. സർക്കാർ ഇവ തത്വത്തിൽ അംഗീകരിച്ചു. പക്ഷേ, പ്രായോഗികമായി വളരെ കുറച്ചേ നടപ്പായുള്ളൂ. ഒരു മാറ്റവും ഇല്ലാതെ തുടരുന്ന സംവിധാനം സെക്രട്ടേറിയറ്റാണ്. ഇവിടുന്നു തുടങ്ങണം അഴിച്ചുപണി.

ജനകീയാസൂത്രണംപോലെ അടിസ്ഥാനപരമല്ലെങ്കിലും ഒട്ടേറെ ഭരണ പരിഷ്കാര പരീക്ഷണങ്ങൾ കേരളത്തിൽ നടന്നിട്ടുണ്ട്. ആശുപത്രി വികസന സമിതി, സ്കൂൾ മാനേജ്മെന്റ് കമ്മിറ്റികൾ, ജനമൈത്രി പൊലീസ്, അഴിമതി രഹിത വാളയാർ, ട്രഷറിയിലെ സോഷ്യൽ ഓഡിറ്റ്, കുടുംബശ്രീ തുടങ്ങിയവയിൽനിന്ന് പഠിക്കാനേറെയുണ്ട്. ഇ-ഗവേണൻസിനും നമുക്ക് തുടക്കം കുറിക്കാൻ കഴിഞ്ഞിട്ടുണ്ട്. ഇവയെല്ലാം കോർത്തിണക്കി ബന്ധപ്പെട്ടവർക്കെല്ലാം ആത്മവിശ്വാസവും ആവേശവും നല്കുന്ന ഒരു സമഗ്ര ഭരണ പരിഷ്കാര പരിപാടിയാക്കിമാറ്റുന്നതിന് ഇതുവരെ കഴിഞ്ഞിട്ടില്ല.

അവസാനമായി വികസനനിക്ഷേപത്തിന് ആവശ്യമായ ധനവിഭവം കണ്ടെത്തുന്നതിന് മാമൂൽ വിട്ട് അന്വേഷണങ്ങൾ നടത്തേണ്ടത് ആവശ്യമാണ്. പശ്ചാത്തല സൗകര്യ വികസനത്തിനുവേണ്ടി സർക്കാർ വലിയ തോതിൽ പണം മുതൽ മുടക്കണം. ഇതിന് കഴിയണമെങ്കിൽ വായ്പയായി എടുക്കുന്ന പണം സർക്കാരിന്റെ നിത്യനിദാന ചെലവുകൾക്കായി ഉപയോഗിക്കുവാൻ പാടില്ല. അവ പൂർണ്ണമായും മൂലധനച്ചെലവുകൾക്കുവേണ്ടി നീക്കിവെക്കണം. അഥവാ റവന്യൂകമ്മി ഇല്ലാതാക്കണം. പക്ഷേ, അതേസമയം സാമൂഹ്യക്ഷേമ ചെലവുകൾ കുറയ്ക്കാനും പാടില്ല. ഈ വിരുദ്ധ ലക്ഷ്യങ്ങൾ എങ്ങനെ കൈവരിക്കാനാകും? ഒറ്റ മാർഗ്ഗമേയുള്ളൂ. വർഷംതോറും റവന്യൂ വരുമാനം ഏതാണ്ട് 20 ശതമാനം ഉയരും എന്ന് ഉറപ്പു വരുത്തുക. പരമാവധി വായ്പയെടുത്ത് മൂലധനച്ചെലവിനായി മുടക്കുക. വേണ്ടി വന്നാൽ ബജറ്റിനു പുറത്തും വായ്പയെടുക്കുക. ഇതാണ് വികസനോന്മുഖ ധനനയം.

കേരള വികസന മാതൃകയ്ക്കു പുത്തൻപതിപ്പ്

മുകളിൽ പറഞ്ഞ എല്ലാ ലക്ഷ്യങ്ങളും ഒരുമിച്ചു നേടാൻ കഴിയില്ല എന്നു വാദിക്കുന്നവർ ഏറെയുണ്ട്. വിദ്യാഭ്യാസ ആരോഗ്യ സൗകര്യങ്ങളുടെ ഗുണനിലവാരം ഉയർത്താൻ ഭീമമായ മുതൽമുടക്ക് വേണമെന്നും അത് താങ്ങാൻ സർക്കാരിന് ആവില്ലെന്നും ചൂണ്ടിക്കാണിക്കപ്പെടുന്നു. അതുകൊണ്ട് കേരളം ഇതുവരെ തുടർന്നു വന്നിരുന്ന ആരോഗ്യ, വിദ്യാഭ്യാസ നയങ്ങൾ തിരുത്തണമെന്നാണ് ആവശ്യം. ഇവയെ സ്വകാര്യവല്ക്കരിക്കുകയോ വാണിജ്യവല്ക്കരിക്കുകയോ മാത്രമേ പരിഹാരമായുള്ളൂ. ഇതാണ് പരിപ്രേക്ഷ്യം 2030 എന്ന രേഖ കേരളത്തിന്റെ ഇന്നത്തെ മുഖ്യ ദൗർബല്യമായി കാണുന്നത്. ഇതിനു ബദലായി ജനപങ്കാളിത്തത്തോടുകൂടി പൊതു ആരോഗ്യ വിദ്യാഭ്യാസ സൗകര്യങ്ങൾ സംരക്ഷിക്കുകയും ഗുണനിലവാരം ഉയർത്തുകയും ചെയ്യുന്നതിനുള്ള പരിപാടിയാണ് അന്വേഷിക്കേണ്ടത്.

ആഗോളവല്ക്കരണ കാലഘട്ടത്തിൽ കേരള വികസനമാതൃക ഇനിമേൽ പ്രായോഗികമാകില്ല എന്ന് വാദിക്കുന്നവരുണ്ട്. ലോകം മുഴുവൻ ഒരൊറ്റ ആഗോളസമ്പദ്‌വ്യവസ്ഥ ആയിക്കൊണ്ടിരിക്കുകയാണല്ലോ. ഇന്ത്യാ സർക്കാർ ആഗോളവല്ക്കരണ നയം സ്വീകരിച്ചു കഴിഞ്ഞു. ഇന്ത്യൻ ഫെഡറൽ വ്യവസ്ഥയുടെ കേന്ദ്രീകരണ സ്വഭാവത്തെ ആഗോളവല്ക്കരണം കൂടുതൽ കർക്കശമാക്കിയിരിക്കുകയാണ്. അതുകൊണ്ട് ഒരു സംസ്ഥാനത്ത് മാത്രമായി വികസനതന്ത്രം ആവിഷ്കരിച്ച് നടപ്പിലാക്കാനാവില്ല. സാമൂഹ്യ ഇടപെടലിന് പകരം കമ്പോളത്തെ ആശ്രയിക്കുകയാണ് വേണ്ടത്. പൊതുസംവിധാനങ്ങളെ സ്വകാര്യവല്ക്കരിക്കുകയേ നിവൃത്തിയുള്ളൂ. വിദേശ മൂലധനത്തെ എത്രമാത്രം ആകർഷിക്കാനാകുമോ അതനുസരിച്ചായിരിക്കും നമ്മുടെ ഭാവി - ഇങ്ങനെ പോകുന്നു ഇവരുടെ വാദഗതികൾ.

കേരളത്തിന്റെ സാമൂഹ്യക്ഷേമ നേട്ടങ്ങളെയും ജനാധിപത്യബോധത്തെയും ബലികഴിക്കാതെ തന്നെ ദ്രുതഗതിയിലുള്ള സാമ്പത്തിക വളർച്ച നേടുന്നതിനുള്ള അന്വേഷണമാണ് നാം നടത്തിയത്. ഇത്തരമൊരു ബദൽ സമീപനം സാദ്ധ്യമാണെന്നാണ് കേരളത്തിന്റെതന്നെ ചരിത്രാനുഭവം വ്യക്തമാക്കുന്നത്. കൊളോണിയൽ കാലഘട്ടത്തിൽ തിരു-കൊച്ചി പ്രദേശത്തെ വികസനാനുഭവം മലബാറിൽനിന്ന് എത്രയോ വ്യത്യസ്തമായിരുന്നു. തിരു-കൊച്ചിയും മലബാറും ബ്രിട്ടീഷ് കൊളോണിയൽ ഇന്ത്യയുടെ ഭാഗമായിരുന്നു. ഒരേ വ്യവസ്ഥയുടെ ഭാഗമായിരിക്കുമ്പോൾ തന്നെ സാമൂഹ്യ പരിഷ്കരണ പ്രസ്ഥാനങ്ങളുടെയും മറ്റും ശക്തമായ സമ്മർദ്ദങ്ങൾക്കു വഴിപ്പെട്ടു തിരു-കൊച്ചി മലബാറിനെ അപേക്ഷിച്ചു വിദ്യാഭ്യാസ, ആരോഗ്യ പുരോഗതി കൈവരിച്ചതു നാം കണ്ടു. സ്വാതന്ത്ര്യത്തിനു ശേഷം മലബാറും മുന്നോട്ടുവന്നു. കേരളം ഇന്ത്യൻ യൂണിയനിലെ മറ്റു സംസ്ഥാനങ്ങളെ അപേക്ഷിച്ച് സാമൂഹ്യക്ഷേമനേട്ടങ്ങളിൽ എത്രയോ കാതം മുന്നോട്ടുപോയി. കേരള വികസന മാതൃക എന്ന പ്രതിഭാസം രൂപംകൊണ്ടു. ഒരേ സാമൂഹ്യവ്യവസ്ഥയുടെ ഭാഗമായിരിക്കുമ്പോൾ തന്നെ ഇന്ത്യയിലെ മറ്റു സംസ്ഥാനങ്ങളെ അപേക്ഷിച്ചു കേരളത്തിനു തനിമകളാർന്ന വ്യത്യസ്ത പാത സ്വീകരിക്കാൻ കഴിഞ്ഞു. ഈ പാഠം ആഗോളവല്ക്കരണ കാലഘട്ടത്തിലും ബാധകമാണ്.

www.ingramcontent.com/pod-product-compliance
Lightning Source LLC
LaVergne TN
LVHW100843051026
849519LV00006B/2405